கன்னியாகுமரி

கன்னியாகுமரி

ஜெயமோகன்

விஷ்ணுபுரம் பதிப்பகம்

கன்னியாகுமரி
நாவல் - ஜெயமோகன்
முதல் பதிப்பு: தமிழினி, 2000
விஷ்ணுபுரம் முதல் பதிப்பு: மார்ச் 2023

Kanyakumari
Novel by Jeyamohan ©
First Edition: Tamizhini, 2000
Vishnupuram First Edition: March 2023
No of Pages: 214
ISBN: 978-93-92379-98-7

Vishnupuram Publications
No. 1/28, Nehru Nagar, Kasthurinaicken Palayam,
Vadavalli, Coimbatore – 641041, Tamilnadu, India.
Phone: +91 90802 83887
Website: www.vishnupurampublications.com
Email: info@vishnupurampublications.com

Printer: Mani Offset, Chennai - 600077

Author's Website: www.jeyamohan.in
Author's Email: jeyamohan.writer@gmail.com

All rights reserved. No part of the publication may be reproduced, stored in a retrievel system, or transmitted, in any form or by any means, electronic, mechanical, photocopying, recording or otherwise, without the prior permission of the publishers.

வணக்கத்துடன்
கி.ராஜநாராயணன்
அவர்களுக்கு

ஆசிரியர் குறிப்பு

நவீனத் தமிழ் இலக்கியத்தில் முதன்மை ஆளுமையாக கருதப்படும் ஜெயமோகன் தமிழில் நாவல்கள், சிறுகதைகள், நாடகம், இலக்கிய விமர்சனம், இலக்கிய வரலாறு, வாழ்க்கை வரலாறு, பயணக்கட்டுரைகள், சிறுவர் இலக்கியம், பண்பாடு, மரபு, மதம், தத்துவம், ஆன்மீகம் என பல தளங்களில் எழுதி வருகிறார். இலக்கியம், தத்துவம், மதம், மரபு என பல தலைப்புகளில் பேருரைகளையும், சிற்றுரைகளையும் நிகழ்த்தி வருகிறார். மலையாளத்தில் கட்டுரைகள் எழுதி வருகிறார். இவரது படைப்புகள் மலையாளத்திலும் ஆங்கிலத்தும் மொழியாக்கம் செய்யப்பட்டுள்ளது. தமிழ் மற்றும் மலையாளத் திரைத்துறையில் வசனம் மற்றும் திரைக்கதை உருவாக்கத்தில் பணியாற்றுகிறார்.

பள்ளி நாள்களிலேயே எழுத ஆரம்பித்த இவரது முதல் கதை ரத்னபாலா என்ற சிறுவர் இதழில் வெளிவந்தது. 1990இல் இவரது முதல் நாவலான 'ரப்பர்' வெளிவந்தபோது 'அமரர் அகிலன் விருது' பெற்றது. 1997இல் வெளிவந்த 'விஷ்ணுபுரம்' நாவல் நவீனத் தமிழ் இலக்கியத்தில் முக்கியமான படைப்பு. நவீனத்துவ பாணி நாவல்கள் வெளிவந்துகொண்டிருந்த காலகட்டத்தில் மீபுனைவுத் தன்மை கொண்டதும், இந்தியக் காவியமரபின் அழகியலை ஒட்டி எழுதப்பட்டதும், தத்துவ விவாதத்தன்மை கொண்டதுமான 'விஷ்ணுபுரம்' தொடர் விவாதங்களை உருவாக்கி ஒரு புதிய வாசகர் வட்டத்தை உருவாக்கியது.

இவரது வாசகர்களால் உருவாக்கப்பட்ட 'விஷ்ணுபுரம் இலக்கிய வட்டம்' வாசிப்பு, விவாதம் பற்றிய பயிற்சிப் பட்டறைகளை நடத்திவருவதோடு, 2010 முதல் ஆண்டு தோறும் நவீன தமிழிலக்கியத்திற்கு செழுமை சேர்த்த முன்னோடி படைப்பாளுமைகளுக்கு 'விஷ்ணுபுரம் இலக்கிய விருது'-ம்; குமரகுருபரனின் மறைவுக்குப் பிறகு (2016) ஆண்டுதோறும் 'குமரகுருபரன் – விஷ்ணுபுரம்' என்ற பெயரில் இளம் கவிஞர்களுக்கான விருதும் வழங்கிவருகிறது.

2014 முதல் தொடர்ந்து ஏழு வருடங்களாக இவர் எழுதிய மகாபாரதத்தின் மறுஆக்கமான 'வெண்முரசு' தொடர் நாவல் வரிசை நவீன உலக இலக்கியத்தின் மிகப்பெரிய நாவலாகக் கருதப்படுகிறது. தமிழ் இலக்கியம், மொழி, கலாச்சாரம், வரலாறு சார்ந்த இணையத் தகவல் கலைக்களஞ்சியமான 'தமிழ் விக்கி' என்ற இவரது முன்னெடுப்பு தமிழ் இலக்கியத்திற்கு முக்கியமான பங்களிப்பு.

ஒளியே வழி

கன்னியாகுமரி நாவல் வெளிவந்த காலகட்டத்தில் கடுமையான விவாதங்களை உருவாக்கியது - ஆனால் இணையம் இல்லாத அந்தக்காலகட்டத்தில் எல்லா விவாதங் களுமே தேனீர்க் கோப்பை புயல்கள்தான். அல்லது தேனீர்க் கரண்டிப் புயல் என்றுகூடச் சொல்லலாம். நான் விமலா என்னும் கதை நாயகியை ஒழுக்கமில்லாதவளாகக் காட்டி, பெண்ணியம் பேசும் பெண்களை இழிவுசெய்கிறேன் என்பது குற்றச்சாட்டு. இன்றைக்கு எந்த சிந்திக்கும் பெண்ணும் அப்படிச் சொல்ல மாட்டாள் என நான் நினைக்கிறேன்.

விஷ்ணுபுரம், பின் தொடரும் நிழலின் குரல் என்னும் இரு நாவல்களுக்குப் பின் நான் எழுதிய சிறு நாவல். உண்மையில் ஒரு சிறுகதையாக உத்தேசிக்கப்பட்டது. நண்பர் லக்ஷ்மி மணி வண்ணன் சொன்ன ஓர் உண்மைநிகழ்வை ஒட்டி என்னுள்ளத்தில் வளர்ந்த கரு. ஆனால் எழுத எண்ணியபோதே என்னுள்ளத்தில் இந்நாவலின் அடிப்படைக் கேள்வி வந்து நின்றது. நமக்கு நிகழும் ஒரு வன்முறை, ஒரு அவமதிப்பு உண்மையில் நம்மை ஏன் அந்த அளவுக்கு பாதிக்கிறது? நாம் எதையும் செய்யவில்லை, எனினும் நாம் ஏன் கூசிச்சுருங்குகிறோம்?

ஏனென்றால் அந்நிகழ்வினூடாக நாம் நம் எல்லைகளை உணர்கிறோம். நாம் எங்கே கட்டுண்டிருக்கிறோம் என்று உணர்கிறோம். சமூக நம்பிக்கைகள், மத ஆசாரங்கள், குடிமைச் சட்டங்கள் என வெளியே இருந்து வரும் தளைகள். நம் அச்சம், ஐயம், கசப்பு, தன்னலம், வஞ்சம், கோழைத்தனம் என உள்ளுறையும் தளைகள். அவற்றை அத்தகைய ஓர் அதீதக்

கணம் நமக்கே காட்டிவிடுகிறது. நாம் அவற்றை மீற முயன்று நம் எல்லைச்சுவர்களில் மண்டை அறைபட்டு விழுகிறோம். குருதியும் வலியுமாக நமக்குள் கூச்சலிட்டுக் கொள்கிறோம். ஒரு வன்முறை, ஓர் அவமதிப்புக்கு பின் நம் அகம் அந்தனை வெறிகொண்டதாக, பித்தெழுந்ததாக ஆகிவிட்டிருப்பதற்குக் காரணம் அதுவே.

நாம் என்ன செய்கிறோம் என்று பார்த்தால் தெரியும். நாம் அந்த எல்லைகளை மீறுவதைப் பற்றி ஓயாமல் பகற்கனவு காண்கிறோம். நம்மை விதவிதமாகச் சித்தரித்துக் கொள்கிறோம். நம்மை அவமதித்தவரை கொல்கிறோம், பலமடங்கு அவமதிக்கிறோம், மன்னிக்கவே போவதில்லை என அவர்களுக்குத் தெரிவிக்கிறோம். அவையெல்லாம் நம்மால் இயலாதவை, வெறும் பொய்கள் என நமக்கே தெரியுமென்பதனால் மேலும் மேலும் சீற்றம் கொள்கிறோம். உச்சகட்டங்களிலேயே உலவுகிறோம். அதன் இடைவெளிகளில் அதலபாதாளத்தின் இருளுக்குள் விழுகிறோம். உளச்சோர்வும் உளக்கொந்தளிப்பும் மாறிமாறி அலைக்கழிக்கும் ஓர் அகநரகம்.

எனில் அதிலிருந்து விடுதலை எதன் வழியாக? கல்வி, அறிவு ஆகியவற்றினூடாகத் திரளும் ஆளுமையே விடுதலையை அளிப்பது என்று எழுதும்போது கண்டடைந்தேன். மேலும் முன்நகர்ந்து கருணை அதைவிட விடுதலை அளிப்பது என்று உணர்ந்தேன். நாம் அடைந்த அவமதிப்புகளை நிகர்செய்வதனால் அல்ல, வன்முறையை திருப்பி அளிப்பதனால் அல்ல, அவற்றை மிகச்சிறியவை என ஆக்கும் அளவுக்கு வளர்வதனாலேயே விடுதலை இயல்வதாகும்.

அந்த விடுதலை விமலாவுக்கு இயன்றது, ரவிக்கு இயலவில்லை. ரவியும் சிக்கிக்கொண்டவனே. அவமதிப்பை அடைந்தவன், அதன் வழியாக தன் எல்லைகளை அறிந்தவன், அவ்வறிதலால் கூசிச்சுருங்கி அகம் கொதிப்பவன். ஆனால் அவன் மேலும் மேலும் கோழைத்தனத்தால் அதனுள்ளேயே சிக்கிக்கொண்டிருக்கிறான், அவனுக்கு மீட்பில்லை. அவனுள் எஞ்சிய ஒரு துளி அமுதம், நினைவில் இருந்த கன்னிமையின்

தூய்மை மட்டுமே அவனுடைய மீட்புக்கான வழி. அதுவும் அடைபடுகிறது.

இன்று, இந்நாவல் வெளிவந்து கால்நூற்றாண்டு நெருங்க விருக்கையில் இளமைக்கால பாலியல் ஆக்ரமிப்பும், அதன் உளவதையும் நான் நினைத்ததை விட பல பெண்களுக்கு இருப்பதை அறிகிறேன். வெவ்வேறு பெண்கள் அதைச் சொல்லி யிருக்கிறார்கள். அவர்களுக்கு இந்நாவல் அந்தரங்கமாக பேசும் ஒரு செய்தி உண்டு.

இந்நாவலை வெளியிட்ட தமிழினி வசந்தகுமாருக்கும், மறுபதிப்புகளை வெளியிட்ட கவிதா பதிப்பகத்தாருக்கும், நற்றிணை யுகனுக்கும், இந்த மறுபதிப்பை வெளியிடும் விஷ்ணு புரம் பதிப்பகத்திற்கும் நன்றி.

09.12.2022 **ஜெயமோகன்**

முன்னுரை

நண்பர் ஒருவர் கன்னியாகுமரியில் நடந்ததாகச் சொன்ன சம்பவம் என்னைப் பெரிதும் அலைக்கழித்தது. அச்சம்பவத் திற்கும் கன்னியாகுமரியின் ஐதீகத்திற்கும் இடையேயான முரண் பாடுதான் என்னுள் அலையலையாக வினாக்களை எழுப்புகிறது என்று பிறகு கண்டுகொண்டேன். ஐதீக வடிவமான நமது இறந்த காலத்திற்கும் நிகழ்காலத்திற்கும் இடையேயான முரண்பாடு அது. எனவே மாறுபட்ட வாழ்க்கை நோக்குகளுக்கு இடையேயான முரண்பாடும்கூட.

இந்நாவலின் மையவினா அந்த முரண்பாட்டிலிருந்து எழுவதாகும். நமது ஒழுக்க நெறிகள் எப்படிப்பட்டவையாக இருக்க வேண்டும்? எப்போதாவது நாம் இது குறித்து யோசித்த துண்டா? நமது ஒழுக்கநெறிகளை நாம் பெரும்பாலும் மரபுரிமை யாகப் பெற்று, அனிச்சையாகப் பின்பற்றி வருகிறோம். ஒழுக்க நெறிகள் என்பவை திட்டவட்டமான வாழ்க்கைப் பார்வையில் இருந்து உருவாகக் கூடியவை; அவ்வாழ்க்கைப் பார்வைக்கு ஏற்ப நிகழ்வுகளைக் கட்டுப்படுத்தும் நோக்கம் கொண்டவை. நேற்று இருந்த வாழ்க்கை நோக்குதான் இன்றும் தொடர்கிறதா? அதில் என்ன மாற்றம் நிகழ்ந்துள்ளது? நிகழ்ந்துள்ளதெனில் அதற்கேற்ப ஒழுக்கநெறிகளில் மாற்றம் நிகழ்ந்துள்ளதா?

மனிதர்களின் அன்றாட ஒழுக்கத்தில் சூழல் சார்ந்து பெரும் மாற்றங்கள் நிகழ்ந்துள்ளன. ஆனால், ஒழுக்கம் சார்ந்த மன உருவகங்களில் பெரிய மாறுதல்கள் ஏதும் நிகழ்ந்திருப்பதாகப் படவில்லை. காரணம் வாழ்க்கை நோக்கு இயல்பாகவே மாற்றமடைந்து வருகிறதெனினும் அதை இன்னமும்

பிரித்தறிந்து விவாதித்து நிர்ணயித்துக் கொள்ள நாம் முயல வில்லை. அதில் ஒரு தயக்கம் நமக்கு உள்ளது.

சென்ற யுகங்களில் ஒரு தனிமனிதன் எந்த அளவுக்கு சமூகத்துடன் ஒத்திசைவு கொண்டிருந்தான் என்ற அளவுகோலை வைத்து மதிப்பிடப்பட்டான். ஒருவேளை உலக அளவில்கூட அதிகபட்சம் மீறல்களையும் விதிவிலக்குகளையும் அனுமதித்த சமூகம் இந்திய சமூகம்தான். ஆயினும்கூட இதுதான் உண்மை. 'உலகத்தோடு ஒட்ட ஒழுகல் பல கற்றும் கல்லார் அறிவிலாதார்' என்று நம்பிய காலகட்டம் அது.

இன்று தனிமனிதன் முதன்மைப்பட்டு சமூகம் இரண்டாம் பட்சமாகி விட்டது என்று மிகப் பொதுப்படையாகக் கூறலாம். தனிமனித அறம், தனிமனித உண்மை, தனிமனித உன்னதம் ஆகியவை முக்கியமாகி விட்டன. இந்த நூறு வருடங்களில் உலகம் முழுக்க எழுதப்பட்ட இலக்கியப் படைப்புகளில் பொது அம்சமாகக் காணப்படுவது இந்தப் போக்கே என்பது என் புரிதல். ஒவ்வொரு தனிமனிதனும் அவனுடைய வாழ்வில், அவனுக்குச் சாத்தியமான உச்சங்களை நோக்கி நகர்வது என்பதே இந்த யுகத்தின் இலட்சிய இயங்குமுறை. அந்நகர்வின் போக்கில் பிறருக்கு ஊறு விளைவிக்காதபடி, பிறரைத் தடைசெய்யாதபடி, (அல்லது அங்கீகரிக்கப்பட்ட தடைகளை மட்டும் அளித்தபடி) அவன் செயல்பட வேண்டும் என்பதே இன்றுள்ள ஒழுக்க நெறிகளின் சாரம் என்று படுகிறது. இந்நாவலை இத்தகைய புது ஒழுக்கமொன்றை நோக்கிய தேடல் என்று கூறலாம்.

இதெல்லாம் பிற்சிந்தனைகள். ஒரு நாவலை எழுதிமுடித்த பிறகு கோவையாக யோசிக்கும்போது தோன்றுபவை. நாவல் இந்த தளத்திலிருந்து முற்றிலும் வேறுபட்டது. அது மானுட துக்கத்தையும் வலியையும் முன்வைப்பது. மாறுதல்கள் அனைத்தும், வளர்ச்சிகள்கூட, இழப்புகளையும் வலிகளையும் உருவாக்குகின்றன. எந்த அமுதக்கடலும் கடையப்பட்டால் விஷத்தையே உமிழும்போலும். நமது வாழ்வின் அலைகளில் ஒன்றில் உருவான ஒரு மிடறு விஷமும், அமுதமும், உதிரமும் இந்நாவலில் உள்ளது என்று மட்டுமே இதன் ஆசிரியனாக என்னால் கூற முடியும்.

‘விஷ்ணுபுரம்,’ ‘பின்தொடரும் நிழலின் குரல்’ போன்ற விரிவும் சிக்கலும் நிரம்பிய பெரிய நாவல்களுக்குப் பிறகு சற்று இளைப்பாறும் பொருட்டு நான் எழுதிய நாவல் இது. இதன் எளிய கதை நகர்வின் உள்ளே பற்பல உள்ளோட்டங்களும் சிக்கல்களும் இருப்பதை இப்போது ஒரு வாசகனாக மீண்டும் மீண்டும் அடையாளம் காண்கிறேன். உலகளாவிய இலக்கியப் போக்கில் கடந்த பத்தாண்டுகளில் இவ்வாறு முதற்கட்ட எளிமையும், கூர்ந்த அவதானிப்புக்கு மட்டும் சிக்கும் உள்விரியும் உட்சிக்கலும் உள்ள படைப்புகள் பரவலாக வர ஆரம்பித்துள்ளமை சமகால இலக்கியப் போக்குகளைக் கூர்ந்து படிப்பவர்களுக்குத் தெரியும். அமெரிக்கச் சிறுகதைகளை முன்வைத்து இதைப்பற்றிப் பேசும் ஜான் அப்டைக் (நூறாண்டு அமெரிக்கச் சிறுகதைகள் முன்னுரை) இதை ஊடகப் போட்டியின் விளைவாக உருவாகும் நிர்ப்பந்தம் என்று கூறுகிறார். அது சரியான ஊகம் என்று படவில்லை. இலக்கிய வடிவ மாற்றங்களுக்கு மேலும் ஆழமான காரணங்கள் உண்டு. சமூகவியல் காரணங்கள் பற்பல. அதைவிடக் குறிப்பாகக் கூறவேண்டியது இலக்கிய வடிவங்கள் ஊஞ்சல்போல. ஓர் எல்லையிலிருந்து மறு எல்லை நோக்கியே எப்போதும் நகர்கின்றன என்பதே.

நீலியில் முடியும் விஷ்ணுபுரமே நாகம்மையில் அன்னாவில் தொடர்கிறது என்று எனக்குத் தோன்றுவதுண்டு. விமலாவின் வழியாக அந்தச் சரடு நீண்டு செல்வதைக் காண்கிறேன். அடுத்தது அசோகவனமா, இல்லை அதற்குள் நான் அவிழ்த்தாக வேண்டிய அக முடிச்சுகள் வேறு உண்டா என்று இப்போது கூற முடியாது. ஆனால், இந்தப் பயணம் மனநிறைவூட்டுவதாக உள்ளது. என்று மட்டும் உறுதியாகக் கூறமுடியும்.

என் நூல்கள் அனைத்திலும் ஆற்றூர் ரவிவர்மாவையும், சுந்தர ராமசாமியையும், ஞானியையும், என் மனைவி அருண்மொழியையும் வணக்கத்துடனும் பிரியத்துடனும் நினைத்துக் கொள்வதுண்டு. அது ஒரு சடங்குதான். சடங்குகள் எல்லாமே தருக்க புத்திக்குப் பொருளற்றவையாகவும் உணர்வுரீதியாக தவிர்க்க முடியாதவையாகவும் உள்ளன.

இதுவும் அப்படியே. அவர்களுக்கு என் வணக்கமும் பிரியமும் உரித்தாகும்.

பிழை திருத்தி உதவிய மதிப்பிற்குரிய எம்.எஸ். அவர்களுக்கும் மற்றும் நண்பர்களுக்கும் நன்றி.

இந்நூலை கி.ரா.வுக்குச் சமர்ப்பணம் செய்வது ஏன் என்று இதைப் படிப்பவர்களுக்குப் புரியும். இலக்கியப் படைப்புகள் அனைத்துமே மூதாதையரை ஊடியும் நாடியும் பின்தொடர்பவை. இந்நாவலுக்கு முன்னோடியாக கி.ரா. உள்ளார். அவருடைய கதைப்பாணி எப்போதுமே எனக்கு வியப்பும் ஆர்வமும் ஊட்டக் கூடிய, எனக்கு முற்றிலும் அன்னியமான ஒன்றாக இருந்து வந்துள்ளது. கி.ரா.வின் மனம் அபூர்வமான கவித்துவ ஒளிபெறும் பல தருணங்களில் அவருடன் கூடவே நகர என்னால் முடிந்திருக்கிறது. இந்நாவல் முகப்பில் அத்தருணங்களை நினைத்துக் கொள்கிறேன்.

பத்மநாபபுரம்   ஜெயமோகன்

5-7-2000

1

கடற்கரை நோக்கி இறங்கும் படிகளின் முதற்படியில் நின்றபடி கடலையும் அலைவிளிம்பில் குதூகலித்த மக்களை யும் ஒட்டுமொத்தப் பார்வையால் வருடிவிட்டு கையிலிருந்த வறுத்த கடலைக்குத் திரும்பி ஒரு சொத்தையை எடுத்து வீசி விட்டு இன்னொன்றை வாயிலிட்டபடி நிமிர்ந்ததும் பார்வை அவள்மீது பட்டு மனம் குலுங்கியது. அடிவயிற்றில் மிகக் கனமான குளிரலை ஒன்று தாக்கியது. சீர்குலைந்த மூச்சு வரிசையை மீண்டும் அடுக்கிய பிறகு தருக்கத்தை உசுப்பி அது அவள்தானா என்று பரிசோதித்தான் ரவி. இல்லை, அது அவளல்ல என்று நிறுவிக்கொள்ளும் சாத்தியங்களையெல்லாம் பயன்படுத்திப் பார்த்தான். ஆனால் அவன் கண்ணில்பட்ட அவளது முதல் அசைவே கூறிவிட்டது அது அவள்தான் என்று. கடலைப் பொட்டலத்தைச் சுருட்டி மணல்மீது போட்டான். தானிருக்கும் இடத்தின் மனக்காட்சியில் தன் பிம்பத்தை வைத்து கற்பனையில் சரிபார்த்துக் கொண்டான். அவளை நோக்கி நடக்கத் தொடங்கிய வேகம் படிப்படியாக மட்டுப்பட்டது. அலைகள் கரைமீது பரவிச் சென்ற மெல்லிய மணல் ஈரத்தின் மீது அவளுடைய வெண்ணிறமான பாதங்கள் மணலில் புதைய நின்றிருந்தாள். ஜீன்ஸை முழங்காலுக்கு மேலே சுருட்டி விட்டிருந்தாள். கையில் செருப்பு இருந்தது. முழங்காலின் வெண் சருமத்தின் நீலநிற மென்ரோமம் ஈரமாக ஒட்டியிருந்தது. இடது காலில் அந்தத் தழும்பு அவனுக்கு அத்தனை அறிமுக மானதாக இருந்தது. அதை முதல் முறையாகப் பார்த்த ஞாபகம் வந்தது. கல்லூரிச் சுற்றுலாவின்போது மலம்புழா

அணையருகே சிறு நீரோடையை அவனும் அவளும் சேர்ந்து கடக்கும்போது நீலப்பூப்போட்ட வெண்ணிறப் பாவாடையை அவள் சற்று தூக்கிய போது ஆழத்துவேர் போல அசாதாரண மான வெண்ணிறம் பளீரிட்ட கால்களைப் பார்வை தொட்டு அவ்வடுவை வருடியது. அதை அவன் கண்களில் வாசித்து பாவாடையைத் தழைத்துக் கொண்டாள். அவன் பார்வையை விலக்கியபடி, அவள் குற்றாலம் போனதுண்டா என்று கேட்டான். சிவந்த முகத்துடன் தன் வீட்டில் எங்குமே கூட்டிச் சென்றதில்லை என்றாள். சொற்களினூடாக பல படிகளை ஏறி அந்தத் தருணத்திலிருந்து அவர்கள் மீள வேண்டியிருந்தது.

பின்பு அவளை நெருக்கமாக அறிந்த அந்த முதல் வேளையில் புடவையை மெல்ல விலக்கி அவளது கணுக்காலைத் தொட்டுமேலே நகர்ந்த அவன் கை அவ்வடுவைத் தொட்டதும் நின்றது. அவன் பார்வையை அவள் பார்வை சந்தித்தது. வெட்கிச் சிரித்தபடி சின்ன வயதில் தீக்காயம் பட்டு ஏற்பட்டது அது என்றாள். வழவழப்பாக இருக்கிறது என்று அவன் சொன்னான். கிளர்ச்சியால் சிவந்த முகத்துடன் சிரித்தபடி தலைகுனிந்து கொண்டாள். அவன் அவளை மேலும் கிளர்ச்சியுறச் செய்யும் ஓர் உத்தியாக அதை அடையாளம் கண்டு குனிந்து அக்காலை எடுத்து, அய்யோ என்ன இது என்று அவள் மெல்லத் திமிறிச் சிணுங்க, அவ்வடுமீது முத்தமிட்டான். அவள் உடல் கூசிப் புல்லரித்து, காலை இழுத்துக்கொண்டு மெத்தைமீது படுத்து முகத்தை மூடிக்கொண்டாள். அவள் கால்கள் பிளாஸ்டிக்காலானவை போலிருப்பதாக அவன் மனதில் ஓர் எண்ணம் வந்தது. சம்பந்த மில்லாத கற்பனை என்று அதைத் துரத்தினான். ஆனால் அந்த முதல்நாள், அந்த முதல் அனுபவம், பன்னிப்பன்னிக் கற்பனை செய்தது போல பரவசமும் குதூகலமும் நிரம்பியதாக இருக்கவில்லை. மனதின் ஒரு மூலை உற்சாகம் கொள்ள தீர்மான மாக மறுத்துவிட்டது. ஒவ்வொன்றையும் மிக உணர்ச்சியற்ற, மிக யதார்த்தமான தளத்தில் வைத்து மதிப்பிட்டபடியே இருந்தது. அறைக்குள் அவர்களை வேவு பார்க்கும் ஒரு முதியவரும் அமர்ந்து கொண்டது போல. அதை வெல்ல ஒவ்வொரு உற்சாகத்தையும் மிகுந்த சிரமத்துடன் மிகைப்படுத்திக்கொள்ள

வேண்டியிருந்தது. அது ஒவ்வொரு செயலையும் செயற்கை யானதாகவும் அசந்தர்ப்பமானதாகவும் ஆக்கியது. என்ன செய்வதென்றே அவனுக்குத் தெரியவில்லை. தழுவலின் ஒவ்வொரு நிலையும் அசௌகரியமானதாக இருந்தது. கையோ காலோ என்ன நடக்கிறது என்பதைப் புரிந்துகொள்ளாமல் ஊடே வந்து தடுத்தது. முத்தங்கள் உத்தேசித்த இடத்தில் படாதபோது, சில தருணங்களில் அவள் உடல் விலக தன் முகம் காற்றில் நீட்டப்பட்டு பின்வாங்கியபோது, அச்செயலே மிக அபத்தமானதாகத் தோன்றியது. திரைப்படக் குலாவல்கள் மட்டும் எப்படி சகஜமானதாக இருக்கின்றன! ஒருவேளை பின்னணி இசைதான் அந்த சகஜமான ஒத்திசைவை அவ்வசைவு களுக்குத் தருகின்றதா என்ன? பின்னணி இசைபோல கண் தெரியாத காமம் இருந்தால் எல்லாம் சரியாகிவிடும் போலி ருக்கிறது. கோபவெறிகொண்ட உடற்சண்டை போல எதுவும் தன்னிச்சையாக சாத்தியமாகி விடும் ஒரு நிலையாக அது இருக்கலாம். அப்படியானால் அவனுக்கு அவள் மீது இருப்பது காமம் இல்லையா? அவளை ஒரு விரல் நுனியால் தொடுவதை எத்தனை தடவை மீண்டும் மீண்டும் விதவிதமாக சஞ்சரித்த பகற்கனவுகளில் நிகழ்த்திப் பார்த்திருப்பான். அவள் விரல்களின் முதல் தற்செயல் தொடுகையே அவனை உணர்ச்சி விறைப்படைய வைத்து விட்டிருக்கிறது. அவளைத் தழுவியபடி புரண்டபோது எதிரில் நிலைக்கண்ணாடியில் அப்பிம்ப அசைவைக் கண்டு திடுக்கிட்டுத் தீவிரமிழந்தான். உடனே அந்த அசைவுகள் யந்திரத்தனமானவையாகத் தோன்ற ஆரம்பித்து, சடசடவென்று படிகளில் இறங்கத் தொடங்கினான். அவன் விலக்கத்தை மறுகணத்திலேயே அவள் அறிந்து கொண்டாளென்பதை அவளது உடலசைவு மாறுபாடுகள் வழியாகவே அவனும் அறிந்தான். ஆரம்ப முதலே அவனைப் பரபரப்படைந்த சிறுவனாகவும் தன்னை எதையும் விரும்பாத நிதானம் கொண்ட பெண்மணியாகவும் பாவனை செய்து கொண்டிருந்தாள். ஒவ்வொரு செயலையும் தடுத்தாள், நழுவிச் சென்றாள், முரண்டினாள்; கோபித்து சிணுங்கியும் சட்டென்று உரக்கச் சிரித்தும் அவனை தன்னைத் துரத்தி வரும்படி செய்தாள். அவன் நின்றுவிட்டதை உணர்ந்தபோது திரும்பி வந்து அவனை

மெல்லச் சீண்டினாள். பின்பு ஒவ்வொன்றாக பாவனைகளைத் துறந்து நேரடியாக அவன்மீது படியத் தொடங்கினாள். அவன் கழுத்தைச் சுற்றி தன் கைகளைப் போட்டு இறுக அணைத்து மிக வினோதமான முனகலுடன் முத்தமிட்டாள். அவளுடன் அவ்வறைக்குள் நுழைந்த கணத்தில் இறுக்கம் கொண்டு நின்ற அவனுடைய ஆண்மை அவளை அணைத்துக் கொண்டு, அவ்வணைப்பை விலகி நின்று பார்க்கும் தன் அகமனதை உணர்ந்த கணம் தீவிரமிழந்து படிப்படியாகத் தளர்ந்து விட்டிருந்தது. அம்முத்தத்தில் அது தன் உச்சகட்ட இறுக்கத்தை மீண்டும் அடைந்தது. அவனுடைய இதயத்துடிப்பு உடலெங்கும் பரவியது. முதுகில் குளிரும் வியர்வையை, குதிகால் சதையில் நீச்சலின்போது ஏற்படுவதைப் போன்ற தசையிறுக்கத்தை அவன் அறிந்தான். விலகி நின்று பார்த்திருந்த அவன் அகமூலை அவள் இதழ்களில் எச்சிலின் நாற்றத்தை, அவள் தோள்களில் ஒரு பருவின் செம்முனையை, அவள் குரலில் முதல்முறையாக அவனறிந்த கடினத்தன்மையை, அவளுடைய வெளிப்படைத் தன்மையின்மீது ஓர் அச்சத்தை அவனுள் அடையாளப்படுத்தியபடியே இருந்தது. அதைத் தவிர்ப்பவனைப் போல கண்களை மூடிக் கொண்டான். கண்களை மூடிய மறுகணம் தன் முழுப்பிரக்ஞையும் ஆண்குறியைச்சுற்றி நிகழ்வதை அறிந்தான். உடனே அத்தசையினுள் குடியேறி இறுகி அதிர்ந்திருந்த பெண்ணங்கள் இளகி ஒவ்வொன்றாகப் பிரிந்து விலகத் தொடங்கின. அச்சத்துடன் அவன் கண்களைத் திறந்தான். அவள் பாதி மூடிய கண்களால் பார்த்தபடி "பார்க்கணுமா?" என்று கேட்டாள். மெல்ல விரிந்த உதடுகளினூடாக தெரிந்த பற்களும், அவள் முகத்தில் தெரிந்த தாபமும் அவனை அச்சுறுத்தின. அவன் "வேணாம்" என்றான். அவள் திடீர் வேகத்துடன் அவனைப் பாய்ந்து பற்றிக்கொண்டு தன் கால்களால் இறுக்கினாள். அவள் வியர்வையின் மணத்தை அத்தனை அந்தரங்கமாகவும் தீவிரமாகவும் உணர்ந்த மறுகணம் எண்ணங்கள் உடைந்து விழுந்த வெற்றிட இடைவெளியில் அவன் உடல் கொப்பளித்து வெம்மையாக வழிந்தது. அவள் கழுத்தில் முகம் புதைத்துக்கொண்டான்...

மாலை வெயிலின் செந்நிறம் ஈர மென்மணல்மீது தகதக வென ஒளிர்ந்து, குமிழிகள் துளைகளாக மாறி அழிய, உலர்ந்து மறைந்தது. அவள் சற்று தூரம் விலகிச் சென்று விட்டிருந்தாள். அவள் பாதத்தடங்கள் மீது அலை வெண்நுரை விசிறிப் பரவிச்சென்றது. அவன் பெருமூச்சு விட்டான். அதிகபட்சம் இருபது எட்டு எடுத்து வைத்திருப்பான். அதற்குள் வருடங்களை, எண்ணற்ற மனப்படங்களை, உணர்வலைகளைத் தாண்டித் தாண்டி மனம் வெகுதூரம் சென்று மீண்டு விட்டது.

அவளைத் தொடர்ந்து செல்வதா என்று யோசித்தான். அவளை எதிர்கொள்ள முடியாது என்று பட்டது. ஏன், எதிர்கொள்ள என்ன தயக்கம் என்று மறுகணம் தோன்றியது. பதினெட்டு வருடங்கள் நடுவே பெரும் இடைவெளியொன்றை ஏற்படுத்தி விட்டிருக்கின்றன. காலம் எத்தனையோ சுரணைகளை மழுங்கடித்து விடுகிறது. எவ்வளவோ புண்களை ஆற வைத்து விடுகிறது. ஒன்றும் நிகழாது போகலாம். மிகச் சம்பிரதாயமான ஒரு சந்திப்பாக அது அமையலாம். ஆம், அதற்குத்தான் வாய்ப்பு அதிகம். வாழ்வில் அப்படித்தான் மீண்டும் மீண்டும் நிகழ்கிறது. பறக்கும் தலைமயிரைக் கைகளால் விலக்கியபடி ஒளி கொப்பளிக்கும் கடலைப் பார்த்தபடி ஒரு கணம் நின்றாள். நீல ஜீன்ஸும் வெண்ணிற டி சர்ட்டுமாக வெள்ளைக்காரி போலிருந்தாள். பட்டுப் பாவாடையும் தாவணியும் அணிந்து, இரட்டைச்சடை போட்டு, பிச்சிப்பூ சூடி குங்குமப் பொட்டும் குடிகூரா பௌடருமாக கல்லூரிக்கு வருவாள். சுழலும் கண்களுடன் மார்பில் புத்தகங்களை அடுக்கியபடி சிரிப்பின் ஒளி பூசிய இளம் முகத்துடன் அவள் தோழிகள் நடுவே வரும் காட்சி மட்டும் நினைவில் பிரகாசமான தனித்த வண்ணத்தில் பதிந்திருக்கிறது. அவள்தானா? அவள் உடலுக்குள்ளிருந்து முளைத்து வளர்ந்தெழுந்த இன்னொருத்தியா? அன்று அவளுக் குள்ளிருந்து வெளிவந்து அவனை முதலில் பிரமிப்பும் அச்சமும் கொண்டு சுருங்க வைத்து, பின்பு பெருகி வளைத்து தன்னுள் இழுத்துச் சரணடையச் செய்த அந்த இன்னொருத்தியைப் போல. “பரவாயில்லை, பரவாயில்லை” என்று மீண்டும் மீண்டும் சொன்னாள். “அப்படித்தான் ஆகும்னு புத்தகத்தில்

போட்டிருக்கு. எல்லா ஆண்களுக்கும் அப்படித்தான்." "எந்த புத்தகத்தில்?" "ஒரு புத்தகத்தில்." அவள் சிரிப்பின் பாவனை அவன் ஒருபோதும் அறிந்திராத முதிர்ந்த பெண்ணுக்கு உரியதாக இருந்தது. "நீ இந்த மாதிரி புத்தகம்லாம் படிப்பியா?" "ஏன் நீ படிக்க மாட்டியா?" "பெண்கள் முதல்ல ரொம்ப பயப்படுவாங்கன்னும் அழுவாங்கன்னும் புஸ்தகத்திலே போட்டிருந்ததே." "அந்தப் புஸ்தகம் எழுதினவனுக்கு ஒண்ணும் தெரியாது." "பொம்பளைங்கள்லாம் இந்தமாதிரி புஸ்தகங்கள் படிக்கமாட்டாங்க." "யார் சொன்னது? என் பிரண்ட்ஸ் எல்லாருந்தான் படிப்பாங்க." "ஒழுங்கான பொம்பளைங்க படிக்க மாட்டாங்க." "சரி இனிமேல் படிக்கலை போறுமா?" மீண்டும் அந்தச் சிரிப்பு. அதை வெல்ல விரும்பினான். அவளை இறுக அணைத்து நொறுக்க விடவேண்டும் என்றும், அவள் சுயமிழந்து நிதானம் தவறி கோபத்தில் கத்தும்படியோ கதறியழும்படியோ எதையாவது சொல்லவேண்டும் என்றும் மனம் பாய்ந்தது. "நீ ஒரு நிம்ப்" என்றான். "சரி" என்றாள். "நீ பையன்களைப் பிடிக்க அலையற பேய்" என்றான். "பேய்!" என்று கைவிரல்களை விரித்துச் சிரித்தபடி வந்து முகத்தை வலித்துக் காட்டினாள். ரகசியக் கிளுகிளுப்புடன். "பயமாருக்கா?" என்றாள். "விடுடி" என்று அவன் உதறினான். "தொடாதே. நீ தொட்டாலே அருவருப்பா இருக்கு." "சரி தொடலை" என்றபடி படுக்கையில் படுத்து கைகளைத் தூக்கினாள். "ஏன் பாக்கிறே?" "என் இஷ்டம், பாப்பேன்." "பாக்க மட்டும் பிடிச்சிருக்கோ?" என்று புரண்டாள். மார்புகள் மெத்தை மீது அழுந்த திரண்ட பின்புறம் மெல்லிய இரவு விளக்கொளியில் பளபளத்தது. பலா மரத்தில் கடையப்பட்ட பெரிய தூண்களுக்குரிய வழுவழுப்பு. அவன் அவளை உற்றுப் பார்த்தபடி ஒருகணம் அமர்ந்திருந்து பிறகு மெத்தை மீது மல்லாந்து படுத்து சுழலும் மின்விசிறியைப் பார்த்தான். அவள் சட்டென்று பொங்கி அவன்மீது மென்மையாக அழுந்தி அணைத்தபடி "என்ன கோவம் அப்டி?" என்றாள். அவன் தடைகள் விலகித் தொய்வடைந்தான். அவனை இழுத்துத் தன் மார்புகள் மீது போட்டுச் சீராட்டினாள். அவன் தன் அக ஆடைகளையும் அணிகளையும் ஒவ்வொன்றாகக்

கழற்றி வீசிவிட்டு வந்து முழுமையாக அவளில் ஒடுங்கியதும் அக்குழந்தையைச் சீண்டி மீண்டும் ஆண்மகனாக்கினாள்...

அவள் மறுபக்கம் கல்மண்டபத்தின் படிகளை அடைந்து விட்டாள். இப்போது அவளைப் பின்தொடர்ந்து போனால் துரத்திப் போய் சந்திப்பதாகவே ஆகும். அவன் முகத்தில் பரபரப்பும் தற்கூச்சமும் கட்டாயம் இருக்கும். அச்சந்திப்பில் மிகக் கேவலமான ஒரு கதாபாத்திரமாகவே அவன் இருக்க முடியும். தற்செயலாக நடப்பது போல அந்தச் சந்திப்பு நிகழ வேண்டும். அவள் கணவனுடன் சகஜமாகப் பேசிச் சிரித்தபடி எதிரே வருகிறாள். அவன் தீவிரமாக சிந்தித்தபடி வந்து யதேச்சையாக அவளைக் காண்கிறான். அவளிடத்தில் குப்பென்று ஒரு தீ பற்றிக்கொண்டு வெம்மை கண்களிலும் முகச்சிவப்பிலும் தெரிகிறது. பார்வை பரிதவித்து, கணவனைத் தொட்டு உரசி மீள்கிறது. ஒரு நீர்க்குமிழி போல் அவள் நிற்பாள். அவன் விரல் நீட்டி மெல்லத் தொட்டால் போதும், உடைந்து இல்லாமலாகி விடுவாள். ஆனால் அவன் அதைச் செய்யமாட்டான். புன்னகையுடன் அவளிடம் பேசி நலம் விசாரித்து, அவள் கணவனுடன் கைகுலுக்கி விடைபெறுவான். அவன் மூச்சுக்காற்றில் நீர்க்குமிழியின் படலம் அலைமோதி அடங்கும். ஆமாம், அவள் கணவனின் அருகாமை மிக முக்கியமானது. அந்தத் தருணத்தில் மட்டும்தான் அவளை அவன் வெல்ல முடியும்.

ஆனால், அவள் தனியாக இருப்பது போலிருந்தது. அவள் நின்றபோது அவனும் அவளைப் பார்த்தபடி அனிச்சையாக நின்றான். அவள் குனிந்து தன் செருப்புகளை போட்டுக்கொண்டாள். டி-ஷர்ட்டுக்குள் அவள் மார்பகங்கள் குலுங்கின. அவற்றை முதலில் பார்த்தபோது அவன் அடைந்தது ஏமாற்றம்தான். அவனது முதிரா இளமைக் கனவுகளில் பளிங்கு நிறமுள்ள, உருண்டு பெருகி ஒன்றோடொன்று நெருங்கி நிறைந்த பெரும் மார்பகங்கள் நிரம்பியிருந்தன. அவை இருதசைக் குமிழ்களன்றி வேறல்ல என்ற உண்மையை அவன் கற்பனை ஏற்க மறுத்தது. அவற்றில் நுனிகள் மெல்லிய தவிட்டு நிறத்தில் உள்நோக்கிக் குழிந்து இருந்தமை அவனை

கன்னியாகுமரி ○ 23

சலிப்புக்கு உள்ளாக்கியது. அவள் அவனிடமிருந்து பாராட்டு மொழியை எதிர்பார்ப்பவள் போல சிணுங்கியபடி திரும்பிக் கொண்டாள். செயற்கையான பதற்றப் பரவசத்தை நடித்தபடி, அவன் அவளைப் பற்றித் திருப்பினான். மிக அந்தரங்கமான தருணங்களில் கூட நடிக்கும்படியாக அவனுக்கு நேர்வது ஏன் என எண்ணிக் கொண்டான். ஒருவேளை அனைவருக்கும் இப்படித்தானா நிகழ்கிறது அந்தரங்கமான கணங்கள் கற்பனையில் மட்டும்தான் சாத்தியமா? வெளிக்காற்றுக்கும் ஒளிக்கும் வரும்போது அவை கூசிச்சிறுத்து பாவனைகளாக மாறிக் கொள்கின்றனவா? அப்படியானால் அவளும் அந்த ஆர்வத்தையும் ஜாலங்களையும் வெறுமே நடித்துத்தான் காண்பிக்கிறாளா? இந்த மேடையில் இரு கதாபாத்திரங்களின் நடிப்பையும் இருவரும் தங்கள் இருளில் இருந்தபடி பார்த்துக் கொண்டிருக்கிறோமா? சம்பந்தமின்றி அறை மூலையில் பாடிய ரேடியோ போலவோ தொலைவில் ஓலமிட்ட அலைகடல் போலவோ அவன் அகம் தனக்குள் உரையாடியபடியே இருந்தது அன்று...

அவள் படிகளில் ஏறிய போது கல்லாலான சிறு சுவர்மீது கழுத்தில் தொங்கிய கேமராவுடன், பனியனும் ஷார்ட்ஸும் கான்வாஸ் ஷூவும் அணிந்திருந்த, நடுத்தர வயது வெள்ளையன் சிரித்தபடி ஏதோ சொன்னான். அவளும் சிரித்துப் பதில் கூறியபடி அவனருகே சென்றாள். அவன்தன் செம்பட்டை மயிரடர்ந்த கனத்த கரங்களால் அவள் இடையை இலேசாக வளைத்துக் கொண்டான். அவன் சரசமாக ஏதோ சொல்ல அவள் தலைமயிரைப் பின்னுக்குத் தள்ளியபடி சிரித்தாள். அவளது பாவனைகளும் வெள்ளைக்காரி போலிருந்தன. அவள்தானா? அவள் தான். வேறு யாரிலும் அவன் அந்தரங்கத்தில் ஆழப்பதிந்துள்ள அந்த உடலசைவுகள் இல்லை. இந்த வெள்ளைய பாவனைகளின் திரைக்கு உள்ளே அவ்வசைவுகள்தான் நிகழ்கின்றன. அவன் கல்மண்டபத்தில் ஏறி நின்றான். அவர்களைப் பின்தொடர விரும்பினான். ஆனால், அவள் தனியாக இருந்தபோது இயல்பாக சாத்தியமான அது, அப்போது எத்தனை உக்கிரத்துடன் பிரக்ஞையால் உடலை உந்திய போதும் சாத்தியமாக இருக்கவில்லை. குளிர்ந்த

சதைச்சிலை போல அவன் நின்று கொண்டிருந்தான். அவள் கணவன் வெள்ளைக்காரன் என்றால் எல்லா இணைவு விதிகளும் மாறி ஆட்டம் திசை திரும்பி விடுகிறது. வெள்ளைக்காரன் முற்றிலும் வெளியே உள்ளவன். அவனும் அவளும் புனையும் உலகின் சுதியில் அவன் இணையவே முடியாது.

உடலிலிருந்து பிய்ந்து கிளம்பத் துடிப்பவை போல உடைகள் படபடத்துப் பறப்பதை உணர்ந்தான். கடல் அன்று மிதமிஞ்சிய கொந்தளிப்புடன் இருப்பதுபோலத் தோன்றியது. அலைகள் பாறைகளில் மோதிச் சிதறும் மூர்க்கம் அவன் அந்தரங்கத்தைப் பதற வைத்தது. அவர்கள் கோயில் மதிற்சுவர் அருகே திரும்பி மறைந்தார்கள். கடலருகே நிற்க முடியாதவனாக அவன் திரும்பி நடந்தான்.

௨

கடல் முற்றிலும் இருண்ட பிறகுதான் அவன் விடுதிக்குத் திரும்பினான். வரவேற்பில் அவனுக்கு வந்த தொலைபேசி அழைப்புகளும் பிற தகவல்களும் எழுதப்பட்ட டைரியை வாங்கிக் கொண்டு அறைக்குள் சென்று சோபாவில் சட்டையைக் கழற்றாமலேயே அமர்ந்து கொண்டான். பணியாள் பின்னால் நடந்து வந்து மௌனமாக நின்றான். அவனைப் பார்த்து போகும்படி தலையசைத்துவிட்டு சோபாவில் கண்களை மூடியபடி படுத்துக் கொண்டான். உடம்பு களைப்பில் துவண்டு துணிப்பொம்மை போல ஆகிவிட்டிருந்தது. சிராய்ப்பு ஒன்று எரிவது போலவோ, செரிக்க முடியாத ஒன்று இரைப்பையில் குழம்புவது போலவோ உணர்ந்தான்.

உண்மையிலேயே அன்று கடற்காற்று அதிகம்தான். அறைக்குள் திரைச்சீலைகள் எழுந்து கொப்பளித்துச் சுழன்றன. சன்னல்திரை ஏதோ விசித்திரப் பறவையொன்றின் சிறகடிப்பு போல படபடவென்று ஒலியெழுப்பியதைக் கேட்டுத் திடுக்கிட்டு எழுந்தமர்ந்தான். அப்போதுதான் அறையின் காட்சி அவனை எட்டியது. அத்தனை திரைச்சீலைகளும் பறந்து துடித்தன. தொலைபேசிப் புத்தகமும் காலண்டரும் படபடத்தன. தரையெங்கும் அவனுடைய துணிகள் பரவிக் கிடந்தன. நிழல்கள் நெளிய அறையே தவித்துக் கொண்டிருந்தது. முதலில் அறையைத் திறந்து வெளியே ஓடிவிட வேண்டும் என்றுதான் தோன்றியது. பிறகு எழுந்து நின்று மெதுவாகத் தன்னைத் தொகுத்துக் கெண்டான். அந்த ஜன்னல் கடல்வெளி நோக்கித் திறந்திருந்தது. காலையில் அதை மூடாமல் விட்டுவிட்டான்

போலும். அதிலிருந்து கடற்காற்று பீறிட்டு அறைக்குள் சுழித்தது. அதை மூடிவிடும் பொருட்டு அருகே சென்றான். வெளியே இருட்டு அலையலையாக ஓலமிட்டபடி நிரம்பியிருந்தது. மின்விளக்குப் பொட்டுகள் பரவிய கடற்கரை மிக அற்புதமாக விலகிக்கிடக்க கடலில் தொலைவெளி அப்படியே நிலத்தை மூடி வளைத்திருந்தது. அவ்வப்போது வெண்ணிறமான அலை நுரை இருளில் ஏதோ மர்ம புன்முறுவல் போலத் தோன்றி மறைந்தது. ஜன்னலை இறுக மூடிய போது ஒவ்வொன்றாகத் திரைச்சீலைகள் அடங்கிப் படிந்தன. தரையிலிருந்து துணிமணிகளைப் பொறுக்கிப் பெட்டியில் போட்டான். ஒவ்வொன்றாக சரிசெய்து மெதுவாக அறையை ஒழுங்கு செய்தான். சிறு திருப்தியுடன் சட்டையைக் கழற்றிவிட்டு சோபாவில் அமர்ந்து தொலைக்காட்சியைப் போட்டான். சி.என்.என்.னில் ஏதோ வெள்ளைத்தலை வெள்ளையர் குழறியும் உறுமியும் பேசிக் கொண்டிருந்தார். சானலை மாற்றி மாற்றிச் சென்று ஃபாஷன் டிவியை அடைந்தான். தொலைக்காட்சித் திரையின் வெண் திரவ ஆழத்திலிருந்து வண்ணக்குமிழிகள் போலப் பெண்ணுருவங்கள் எழுந்து வந்து வெடித்தபடியே இருந்தன. உடை நெளிவும் உடலசைவும் கலந்து உருவான மொழியில் ஒரே உணர்வாலான ஒரு சொல் மட்டும் கொண்ட உரையாடலை அவை மீண்டும் மீண்டும் நிகழ்த்தின. தொலைக்காட்சி ஒரு அகமன இயக்கமாக ஆகிவிட்டிருந்தது. அது ஓடிக் கொண்டிருக்கும் போதுதான் அவனால் யோசிக்க முடியும். படிக்க முடியும். தொலைக்காட்சிதான் ஒருவேளை அவன் வாழும் காலகட்டத்திற்குப் பொதுவான மன ஓட்டம். தன் சுயமனத்தின் ஆழங்களுக்கு மூழ்கித் துழாவிச் செல்கையில் மேலே நீர்மட்டத்தில் அந்தப் படகுடன் இடுப்புச்சரடு பிணைந்திருக்க வேண்டும் என்று எண்ணுகிறானோ? தலையை ஆட்டிச் சலித்தபடி டைரியை எடுத்துப் பிரித்தான். படிமங்களை ஆக்கும் ஒரு தொழிற்சாலையாக அவன் மனம் ஆகி விட்டிருந்தது. ஒவ்வொன்றையும் உடனடியாகக் காட்சிப் படிமமாக ஆக்கியாக வேண்டியிருக்கிறது. பலசமயம் நிகழ்வுகள் இல்லாத படிமப் பிரவாகமாக அவனுடைய திரைப்படங்கள் ஆகிவிடுவதாக முக்கியமான விமரிசகர்கள் பலமுறை குறிப்பிட்டிருக்கிறார்கள்.

டைரியில் அவன் மனைவி கூப்பிட்டிருந்த தகவல் இருந்தது. வேணுகோபாலும் நாராயணனும் எட்டு மணிக்குச் சேர்ந்து இரவு உணவுக்கு வருவதாகவும் இருந்தது. தயாரிப்பாளர்களில் ஒருவரான செரியான் பிலிப் இரண்டு முறை கூப்பிட்டிருந்தார். தொடர்பு கொள்ளும்படி வேண்டுகோளுடன் கடைசி அழைப்பு. மிகவும் கறாரானவர். திரைப்பட உலகில் கறார் எப்போதுமே செல்லுபடியாவதில்லை. குஞ்சன் மாஸ்டர் சொல்வது போல பட்டுத்துணியில் பொதியப்பட்ட இரும்புலக்கை கையிலிருந்தால்தான் காரியங்கள் நடக்கும்.

செரியான் பிலிப் இன்னமும் அனுபவப்படவில்லை. இது அவர்களுடைய முதல் படம். அவர்கள் அறிந்ததெல்லாம் செம்மீன் ஏற்றுமதிதான். அதில் பெரும் கில்லாடிகள் என்று கேள்வி. செரியான் பிலிப்பின் கடைசித் தம்பி மாத்யூ பிலிப்புக்குத் திரைப்படத்துறை மீது ஒரு மோகம். அண்ணாக்களைச் சம்மதிக்க வைக்க ஐந்து வருட உழைப்புத் தேவையாகியிருக்கிறது. "அலுத்துப் போச்சு சாரே. பத்து பதினைஞ்சு வருஷமா செத்துப் போன சரக்குகளா பாத்து பாத்து... இனி கொஞ்சம் உயிருள்ள சரக்குகளைப் பாக்கணும்." இன்னமும் கதையே தயாராகாத ஓர் இரண்டுங்கெட்டான் படத்தைத் தயாரிக்க முன்வர இப்படிப் பட்ட புதியவர்களுக்குத்தான் துணிவு வரும்.

செரியான் பிலிப் ஆபீஸில்தான் இருந்தார். "என்ன ஆச்சு கதை? உண்டு பண்ணியாச்சா?" என்று சிரியன் கிறிஸ்தவ மலையாளத்தில் கேட்டார். வீடு கட்டும் மேஸ்திரியிடம் கேட்பது போலிருந்தது. இன்னும் கொஞ்சம் பூச்சு வேலை மட்டும் மிச்சம் என்று கூறலாமா என்று பட்டது. வருவித்துக் கொண்ட குழைவுடன் கதை பற்றிய விவாதம் நடப்பதாகச் சொன்னான். விவாதமெல்லாம் ஒருவகை விளையாட்டுதான் விவாதத்தின் நடுவில் ஒரு பொறி கிளம்பும். அது தன் ஆத்மாவில் ஒரு தீப்பந்தம் போல விழும். பிறகு ஊணும் உறக்கமும் இல்லை. ஒன்றுமே செய்ய வேண்டாம். படம் அதையே உருவாக்கிக்கொண்டு வளர்ந்து நம்முன் நிற்கும். பொறி கிளம்ப வேண்டும், அதுதான் முக்கியம். செரியானுக்கு ஏதும் புரியவில்லை என்பது தெரிந்தது. ஆனால், அவரது வணிக யுக்திக்கு எல்லா சொற்களையும் தாண்டி

உள்ளே புக முடியும். "எப்படியோ சீக்கிரம் முடிஞ்சால் சரி. இந்த வியாபாரம் இதோட முடிஞ்சது" என்று சொல்லிவிட்டு வைத்தார்.

தொலைக்காட்சியும் நிர்மலின் அடமும் பின்னணியில் ஒலிக்க ரமணி ஃபோனில் "ஒண்ணுமில்லை, எப்ப வருவீங்கன்னு கேட்கத்தான்..." என்றாள்.

"எங்க வாறது... இங்க ஒண்ணுமே ஆகலியே கதைன்னா உடனே ஹீரோ வில்லன்னு ஆரம்பிச்சிடறாங்க" என்றான்.

"ராஜகோபால் சார் கூப்பிட்டிருந்தார்" என்றாள்.

"அவரை அடுத்த வாரம் பார்க்கறேன்னு சொல்லு."

"கொஞ்சம் காரமா பேசினார்" என்றாள் ரமணி.

"என்ன செய்யச் சொல்றே? அதான் சொல்லிட்டேன்ல..."

"இனிமே நான் அவர்ட்ட பேசமாட்டேன் உங்க நம்பரைத் தந்துடறேன்."

அவன் கோபத்துடன், "பின்ன நீ அங்க என் செய்றே? பெருச்சாளி மாதிரி உக்காந்து தின்னுட்டிருக்கியா?" என்றான். ரமணி ஒன்றும் சொல்லவில்லை. அவள் பேச்சை நிறுத்திக் கொண்ட மறுகணமே அவனுடைய தன்னம்பிக்கை சரசர வென்று சரியத் தொடங்கி விடும்.

"என்ன பேச்சையே காணோம்?" என்றான்.

"உம்" என்றாள்.

"இப்ப ஒண்ணும் பண்ண முடியாது அதான்..."

அவள் கறாரான குரலில் "சரி" என்றாள்.

"என் கண்ணுல்ல. நான் வந்து எல்லாத்தையும் சொல்றேன்."

"சரி"

"கோபமா?"

"இல்லை."

"கோபம்தான்... டேய் பிளீஸ்டா, எதுக்குச் சொல்றேன்னா..."

“வச்சிடறேன். குழந்தை அழுதிட்டிருக்கான்.”

“என்ன வேணுமாம்?”

“ஆங், யாருக்குத் தெரியும், வச்சிடறேன்.”

அவன் ஃபோனை வைத்துவிட்டு மல்லாந்தான். கரிய அழகியொருத்தி நெளிந்து வந்து திரும்பினாள். இடை ஒரு மலைப்பாம்பளவுதான் இருந்தது. இடைதான் எல்லாவற்றுக்கும் அளவுகோல். ஆனால், சிறு வயதில் இடுப்பின் சதை மடிப்புகள் மீது அவனுக்கு மோகம் இருந்தது. தொலைக்காட்சிப் பிம்பங்களை வெறித்துப் பார்த்தான். இடை நெளிவுகள், சதை வளைவுகள், சதை... வேறு மனச்சித்திரங்களினூடாக நகர்ந்து தன்னுணர்வு பெற்று மீண்டு, மீண்டும் இடை நெளிவுகளைக் கவனித்தான். அந்த வேறு மனச்சித்திரங்கள் எப்படி இடையுடன் சம்பந்தப்பட்டுள்ளன என்று யோசித்து, சலித்து, எழுந்தமர்ந்தான். உடனே மூளையின் ஒரு பகுதியில் மின்னலொளி பரவியது. அவள் கன்னியாகுமரியில்தான் எங்கோ தங்கியிருக்கிறாள். அநேகமாக முதல்தர விடுதிகள் ஒன்றில், யார் அந்த வெள்ளைக்காரன்? காதலனா, கணவனா? அவள் இப்போது எங்கு எப்படி இருக்கி றாள்? அவள் இடையை அவனுடைய வலிமையான பெரிய கரம் வளைத்துப் பிடித்தது. இவ்விரவில்...

எழுந்து ஃப்ரிட்ஜைத் திறந்து குளிர்ந்த நீரை எடுத்து டம்ளரில் விட்டுக் குடித்தான். அப்போது அழைப்பு மணி ஒலித்தது. சென்று திறந்தான். வேணுகோபால் கையில் ஒரு பெரிய தோலுறையிட்ட ஃபைலுடன் நின்று புன்னகைத்தான். நேர்த்தியாகத் தலைசீவி, மீசையை கச்சிதமாக நறுக்கி, துல்லியமாக உடையணிந்து நடிகன் போலிருந்தான். கதாநாயகனாகும் கனவு இருக்கும் போலிருக்கிறது. சினிமாவில் அந்தக் கனவு இல்லாத யாராவது இருப்பார்களா என்ன? பிறர் பகற்கனவுகள் காண முடியும். அதில் நுழைய கதாநாயகர்களாலும் கதாநாயகிகளாலும் மட்டும்தான் முடியும். நாராயணன் வெற்றிலையைத் துப்பிவிட்டு “எம். கெ.என். படத்தின் ஷூட்டிங். நாலு ஷாட்தான். அதை எடுத்து முடித்தபோது மணி ஆறு. இந்தக்காலப் பையன்களுக்கு பந்தாவுக்கு மட்டும் குறைச்சலில்லை. மாதவன் நாயர் அந்தக்

காலத்திலே ஒரு நாளில் பாதிப்படத்தையே எடுத்துவிடுவார். நான் கூடவே நின்று பார்த்தது தெரியுமா? இப்படித்தான் சுவர்ண சாமரம் ஷூட்டிங்கிலே ஒருமுறை..." என்றபடி உள்ளே வந்தார். நாராயணன் பேசாத நேரங்களில் தூங்கிக் கொண்டிருப்பார். ஒருமுறை வேடிக்கைப் பேச்சினூடாக பார்கவிச்சேச்சி "நானும் பாத்திருக்கேன். அந்த சமயத்திலும் பேசிட்டிருக்கிற ஒரே ஆள் இவர்தான்" என்று சொல்ல, நாராயணன் அடிக்கப் பாய, பயங்கரமான சிரிப்பு எழுந்தது.

"என்ன சார் கையிலே டம்ளர்? ஆரம்பிச்சாச்சா? ஒருவாய் சோத்தைப் போட்டுட்டு ஆரம்பிக்கக் கூடாதா? குடலு வெந்து போகுமே. சொன்னா தப்பா நினைக்கக்கூடாது. இந்த ஃபீல்டுல திறமைசாலிகள்லாம் குடலு வெந்துதான் செத்திருக்காங்க. இப்போ இதோ நம்ம பார்கவன் தம்பி. பாவம், என்ன வயசு அப்படி! அம்பதெல்லாம் ஒரு வயசா? என்ன மாதிரி ஆர்ட்டிஸ்ட்! எண்ணிக்கையிலயே இன்பம் கண்ட மனுஷன். கடசீல நம்பர் எப்படி, ரவுண்ட் ஆச்சோ என்னமோ. இல்லாட்டி மனுஷனுக்கு மேல் உலகத்திலயும் நிம்மதி இல்லை..."

அமர்ந்து வேணுகோபாலின் ஃபைலை வாங்கிக்கொண்டான். உருண்ட மலையாள எழுத்துக்கள் நிரம்பிய பக்கங்கள். கவன மில்லாமல் பக்கங்களைப் புரட்டினான். நூறு பக்கங்களுக்கு மேல் போகும் போலிருந்தது. படிக்க இம்மிகூட மனம் ஒன்ற வில்லை. அவனுடைய அசிரத்தையை வேணுகோபால் கூர்ந்து கவனித்தான். அவனுடைய ஏமாற்றம் சொற்களின்றி அவன் உடலில் இருந்து வெளிப்பட்டது.

"கதையை மொத்தமா எழுதிட்டீங்களா?" என்றான் அவன். "இது ஸ்கிரிப்ட் மாதிரியில்ல இருக்கு?"

வேணுகோபால் தணிந்த குரலில் "ஸ்கிரிப்ட் இல்லை. கதையை எல்லா சம்பவங்களோடவும் விரிவா எழுதியிருக்கேன்" என்றான்.

"ஸிநாப்சிஸ் எழுதலியா?"

"அதைத் தனியா எழுதி மேலயே வச்சிருக்கேன்..."

“சரி” என்றபடி அவன் மீண்டும் ஃபைலை எடுத்துப் புரட்டினான். படிக்க முடியாதபடி மூளை உறைந்து கிடந்தது. தலைக்குள் கடலின் ஓசை கேட்பது போலிருந்தது. அலையொன்று பாறையில் மோதிச் சிதறிப் பரவியது.

“இன்னைக்கு எனக்கு ஒரு புது ஐடியா வந்தது வேணு” என்றான். “கடற்கரையோரமா ஒரு வாக்கிங் போயிட்டு வந்தேன். அப்ப, ஏன் நாம இந்த கன்யாகுமரியையே வைச்சு ஒரு படம் பண்ணக்கூடாது?”

வேணுகோபால் ‘சொல்லுங்கள்’ என்பதுபோல் முன்னகர்ந்தான். “ரொம்பச் சின்ன வயசில எங்க அப்பா அம்மாகூட நான் முதல் முதலா கன்னியாகுமரிக்கு வந்தேன். வாற வழியில அம்மா கன்னியாகுமரி தேவியின் கதையை சொல்லிட்டே வந்தாள். இங்க வந்து சேருறப்ப சாயந்தரம். அப்ப விவேகானந்தர் பாறை வேலை நடந்திட்டிருந்தது. இந்த அளவு கடைகளும் கூட்டமும் ஒண்ணும் இல்ல. பஸ்ஸை விட்டு இறங்கினதுமே பாறைகளில் மோதிச் சிதறிட்டிருக்கிற அலைகளைத்தான் பார்த்தேன். என் மனம் கலங்கிப் போச்சு. நிலைகொள்ளாம தவிச்சிட்டிருந்தேன். என்னமோ ஒரு துக்கம், ஒரு பதற்றம். அம்மாகிட்ட மாத்தி மாத்தி என்னென்னமோ கேட்டிட்டிருந்தேன். அவள் அதட்டி வாய மூடுன்னு சொன்னது ஞாபகம் இருக்கு. கோயிலுக்குள்ள கூட்டமே இல்லை. அர்ச்சகரும் தேவியும் மட்டும்தான். ஒற்றை விளக்கு பக்கத்தில் மௌனமா தனியா தேவி நின்னுட்டிருந்ததைப் பார்த்ததும் தொண்டை அடைச்சது. பக்கத்தில் போயிடணும்னு தோணிச்சு. பக்கத்தில் போக முடியாதா அம்மான்னு அம்மாகிட்ட கேட்டேன். அவ என் காதைப் பிடிச்சு திருகி பேசாம இருடான்னு அதட்டினா. தேவி என்னைப் புன்னகையோட பார்க்கிற மாதிரி இருந்தது. அவ்வளவு உயிருள்ள பார்வை. அதில் ஒரு அழைப்பு இருக்கிற மாதிரி, பெரிய துக்கத்தை அடக்கிட்டு இனிமையா புன்னகை செய்றது மாதிரி இருந்தது. ஒரு அக்கா தாங்கமுடியாத பக்கத்தில் கண்ணீர் விட்டுட்டு தனிமையில் இருக்கா. தம்பியப் பார்த்ததும் கண்ணைத் துடைச்சிட்டு செயற்கையான உற்சாகமும் கனிவுமா கூப்பிடறா- இப்படித் தோணிச்சு. அந்த முதல் அனுபவத்தத் தாண்டிப் போக எனக்கு இன்னைக்கு வரைக்கும் முடியலை.

திரும்பத்திரும்ப இந்த கன்னியாகுமரிக்கு வந்திட்டிருக்கேன். திரும்பத்திரும்ப தேவியை தரிசனம் பண்ணிட்டிருக்கேன். இப்பல்லாம் எல்லாமே பழகிப்போச்சு. எங்கயும் கொஞ்சம்கூட பரபரப்போ சந்தோஷமோ வாறதில்லை. தேவிகூட வெறும் அலங்காரப் பொம்மையாத்தான் தெரியறா. இனிமே என்னால அந்தச் சின்னப் பையனா மாறிட முடியாது. அந்தக் கன்னியாகுமரி எப்போதைக்குமா மறைஞ்சாச்சுன்னு ரொம்பத் தெளிவா தெரியும். ஒவ்வொரு தடவையும் இனிமே இங்க வாறதில்லை, இதுதான் கடைசின்னு சொல்லிட்டுதான் திரும்புவேன். ஆனா ஒரு வர்க் முடிஞ்சு அடுத்ததைத் தொடங்கிறதுக்குள்ள ஒரு பெரிய வெறுமை வருமே, அதில் கன்னியாகுமரி ஞாபகம்தான் வரும். இங்கதான் எனக்கு இன்ஸ்பிரேஷன் வரும்னு தோணும். இங்க என்னவோ நடக்கப் போகுதுன்னு தோணி ஓடி வருவேன்.''

''உங்க ஃபிலிம் எல்லாமே இங்கதான் பிளான் ஆகியிருக்குன்னு தெரியும் சார்'' என்றான் வேணுகோபால்.

''எண்பத்தெட்டில ஏகயாய ராஜகுமாரிக்க ஸ்கிரிப்ட் சார் இங்க வச்சுதான் எழுதினார். போயிப் பாத்துட்டு வாடா நாராயணான்னு மேனன் சார் என்னைத்தான் அனுப்பினார். நான் அப்ப ஆர்.எம். பிக்சர்ஸ்ல புரடக்ஷன் மானேஜர். கூட மத்தவன் உண்டு - சன்னிக்குட்டி. ரெண்டு பேருமா வந்தோம். சார் அப்ப தங்கியிருந்தது அந்தப்பக்கம் ஒரு சின்ன ஓட்டல்ல. எவரெஸ்டுட்டுன்னு ஞாபகம், ஏன் சார்? தாடியெல்லாம் வச்சுட்டு கண்ல வேகத்தோட ஒல்லியா இருப்பார். பேசவே மாட்டார். கதை என்னாச்சுன்னு கேட்டேன். வருதுன்னார். சன்னிக்குட்டிக்கு நம்பிக்கையே இல்லை. ஆளைப்பாத்தா ஒரு கெத்து இல்லை. கதையை சொல்லிக் கேட்போம். பிறகு பார்க்கலாம்னு என் கிட்டே சொன்னான். நான் அப்பிடி முடிச்சுப் போடாதேடே சண்ணி; கண்ணைப் பாத்தியா தீ இருக்கு, பார்ப்போம் என்று சொன்னேன். பத்து நாள் கிடந்து அலை மோதறார். ராத்திரி இருட்டில கடற்கரைல நடக்கிறது, பகலில் படுத்து தூங்கிறது, தனக்குத்தானே பேசிக்கிறது சிரிக்கிறது. கடைசீல ஒரு இருப்பு, ஒரு எழுத்து. அதாக்கும் ஏகயாய ராஜகுமாரி! கதைன்னா அது கதை. சொன்னா முகஸ்துதின்னு நினைக்கப்பிடாது சார்.

அதுமாதிரி கதை, அது மாதிரி படம், இந்த மலையாள ஃபீல்டில எண்ணி அஞ்சு தேறாது. கேட்டேயா வேணு, படத்தைப் பாத்த புரோக்கருங்க நாலஞ்சு பேரு என்ன படம் இது, தலைவிரிச்சு போட்டுட்டு ஒரு பொண்ணு அலைஞ்சிட்டிருக்கு ஒரு வாரத்தில் வாரி அடச்சிட வேண்டியதுதான்னாங்க. அதைக் கேட்டுட்டு டிஸ்ட்ரிபியூட்டர் அடிமாட்டு வெலை பேசினார். மேனோன் சாருக்கு நம்பிக்கை இருந்தது. அவரே ரிலீஸ் பண்ணினார். அது வாரிச்சு பாரு வாரல். ஒரு மாசம் கழிஞ்சு மேனோன் சார் ராமன்பிள்ளை சார் கேட்டார் என்ன ஆச்சுடே படம்னு. வள்ளம் நிறைஞ்சு போச்சு சாரே, இனி மூழ்காம கரை சேந்தா போதும்னு சொன்னார். அப்படியொரு வாரல். ஆனா ஒண்ணு, சொன்னா கோபம் வரப்பிடாது. இண்ணை தேதி வரை சாரோட வேற ஒரு படமும் அந்த ரேஞ்சுக்கு வரலை. அது சொல்லாம இருக்கப்பிடாது...''

அவன் பெருமூச்சு விட்டான். ''உண்மைதான், அந்தப்படம் என் ஆத்மாவில் இருந்து வந்தது. மிச்சமெல்லாம் நட்டும் போல்ட்டும் போட்டு முறுக்கிப் பொருத்தி எடுத்தது. அந்த வித்தியாசம் கண்டிப்பா இருக்கும்'' என்றான். ''அன்னைக்கு சின்னக்குழந்தையா பாத்த இந்தக் கன்னியாகுமரி, வாழ்க்கையில் உள்ள முக்கியமான ஒரு துக்கத்தை என் மனசில அடையாளப் படுத்தியிருக்கணும். அது இன்னதுண்ணு தெரியாமலேயே மனசு அதை அறிஞ்சிருக்கணும். அன்னைக்கு இருட்டின பிறகு திரும்பிப் போகும்போது அம்மாகிட்ட தேவி ராத்திரியில எங்கு போவான்னு கேட்டேன். ராத்ரி இருட்டில் அலையடிச்சு ஆர்ப்பரிக்கிற கடற்கரையில தன்னந்தனியா ஒரு கன்னிப் பொண்ணு நின்னுட்டிருக்கா. எத்தனை பயங்கரமான விஷயம் இல்லியா? மகா காவியங்களில் வாறது மாதிரி ஒரு கற்பனை. அந்த தனிமை, அந்தக் காத்திருப்பு, 'ஏகயாய ராஜகுமாரி' - பேரைப் பாத்தாலே தெரியும் அந்தக் காவிய துக்கத்தைச் சொல்ற துக்கான ஒரு முயற்சி அந்தப்படம்.''

''சரிதான் சார். அந்தப் படத்திலே - இப்ப நினைச்சாக்கூட எனக்கு புல்லரிக்குது - ஹீரோயின் கடல் முனைப் பாறையில நிப்பா. காற்று அடிச்சு அவள் உடையெல்லாம் ஒண்ணொண்ணா

பறந்து போகும். அப்பிடியே கருத்து இருண்டு ஒரு பாறை யாயிடுவா. பாறைமேல அலை வந்து அடிக்கும். காதலர்கள் வந்து பாறைமேல உக்காருவாங்க. கடைசீல ஒரு சின்னக்குழந்தை - ஆண்குழந்தை - வந்து அந்தப் பாறையைத் தொடும்போது பாறை சதைமாதிரி மாறி புல்லரிக்கும். பெருமூச்சு விடும். பையனை மடியிலெ ஏத்தி வச்சிக்கிடும். அப்ப கடல் அமைதியா ஆயிடும். அடாடா... சினிமாக்காரன் கற்பனையா இது? காளிதாசன் சினிமா எடுத்தா இப்படி எடுப்பான். அது படம். நான் கடசீல அப்பிடியே அழுதிட்டேன் சார். கண்ணீர் மாலை மாலையா மடியில் கொட்டுது. நம்ம அர்ஜுனன் சார்தான் பக்கத்தில இருந்தது. பிள்ளே என்ன இது, சின்னக்குழந்தை மாதிரின்னார்..."

நாராயணன் பேச்சை அவன் முறித்து உட்புகுந்தான். "ஒரு விஷயம் சொல்ல மறந்துட்டேன் பிள்ளைசார். ஆறுமுகன்ட்ட அடுத்தமாதம் பாதிக்குமேல அவன் டேட்ஸ் என்னான்னு கேக்கணும். அவன் சாயந்தரமாத்தான் வீட்ல இருப்பான்."

"இப்ப கூப்பிட்டிடலாமே..."

"என் குரல் கேக்க வேண்டாம். நீங்க வெளியே போய் ஒரு தடவை விரிவா பேசிடுங்க. அப்புறம் பிரவீணா கிட்ட முடிஞ்சா பேசிருங்க..."

"சரி சரி... நான் பாத்துக்கிடறேன்" என்றபடி நாராயணன் எழுந்தார். மேஜைமீது கிடந்த அவனது பர்ஸை உரிமையுடன் எடுத்து இரண்டு ஐநூறு ரூபாய்த் தாள்களை உருவிவிட்டு வெளியேறினார்.

"பேச ஆரம்பிச்சா நிறுத்தமாட்டார்" என்றான் வேணுகோபால்.

"நல்ல மனுஷன். இல்லாட்டி முப்பது வருஷமா இதே எடத்தில இருக்க மாட்டார். இங்கிதமும் தெரியும். என்ன பிரச்சினைன்னா முப்பது வருஷத்தில் அவருக்கு ஏகப்பட்ட அனுபவம். அந்த அனுபவங்களையெல்லாம் அவர் என்ன செய்ய முடியும்? அதையெல்லாம் பயன்படுத்திக்கிற விதத்தில் அவர் மேல போகவும் இல்ல. எல்லாத்தையும் கிடைச்ச சந்தர்ப்பத்தில் சொல்லி வக்கிறதுதான் ஒரே வழி" அவன்

கன்னியாகுமரி ⃝ 35

புன்னகைத்தான். "இளைய தலைமுறை தன்னோட அனுபவ சம்பத்தைப் பயன்படுத்திக்கலைன்னு பிள்ளேச்சனுக்கு ரொம்ப வருத்தம்..."

வேணுகோபால் பணிவுடன் சிரித்தான். சிரிப்பில் கூடத் தொடரும் பணிவு. எந்தத் தருணத்திலும் அது விலகுவதில்லை. அது நடிப்பு அல்ல. அத்தனை கவனமாக நடிப்பது. அதுவும் நடிப்பை இயக்குபவனிடம், சாத்தியமில்லை. சொல் நடிக்கும் போது கண் காட்டித் தந்துவிடும். கண்ணும் சொல்லும் இணைந்து கொண்டதெனில் உடல்மொழி காட்டிக் கொடுத்து விடும். இது உண்மையான பணிவு. சினிமா என்பது பிரம்மாண்ட மானதோர் யந்திரம். அதை வென்றவர்கள் சிலர். அதனால் நசுக்கி உறிஞ்சி சக்கையாகத் துப்பப்பட்டவர்கள் பலர். அச்சமூட்டும் பெரும் கவர்ச்சி அதற்குண்டு. ஏனெனில் லௌகீகம் என்ற தலைப்புக்குக் கீழே வரக்கூடிய அனைத்தையும் எடுத்துத் தொகுத்து இறுக்கிச் செய்யப்பட்ட யந்திரம் அது. கனகம், காமினி, கீர்த்தி... அந்த அச்சமே பணிவாகிறது. பணிவு தன் பின்னால் சூட்சும வடிவாக நின்று கொண்டிருக்கும் அந்த யந்திரத்தின் காட்சியால் உருவாக்கப்படுவது என்று அவன் அறிவான். ஆனால் ஒரேயொரு வெற்றி போதும், மளமளவென்று எல்லாம் சரிந்து இவ்வளவுதானா என்று ஆகிவிடும். உடலசைவில் சொற்களில் பணிவும் ஒவ்வொரு சொல்லிடைவெளியிலும் ஒவ்வொரு சிரிப்பிலும் ஆணவமும் - அதுதான் வெற்றிபெற்ற சினிமாக்காரனின் தோற்றம். இவன் வெற்றி பெறக்கூடும். அதற்கான தகுதிகள் உள்ளன. ஆனால், இவை வெற்றிக்கான உறுதி எதையும் தருவதில்லை. இவனுக்கு வாசல் திறக்காமலேயே போய்விடலாம். முதல் அடி சறுக்கி விடலாம். அல்லது எல்லாம் சரியாக அமைந்தும் ஒருபோதும் திட்டவட்டமாகப் புரிந்துகொள்ள முடியாத ஏதோ ஒன்றால் ஒவ்வொரு முறையும் குறி தவறிவிடக்கூடும். அல்லது முதல் முயற்சியிலேயே பட்டத்து யானை மாலையிட்டு, பிறகு ஒவ்வொரு தாவலும் படிப்படியான வீழ்ச்சியின் படிநிலைகளாக மாறக்கூடும். அனைத்திலும் மோசமானது இதுதான் என்று பட்டது. முதல் வெற்றி வேண்டிய அளவு பொறாமைக்காரர்களையும் எதிரிகளையும் உருவாக்கி

யிருக்கும். ஒவ்வொரு சரிவும் அவர்களுக்குக் கொண்டாட்டம். அவர்கள் கண்முன் மீண்டும் தன்னை நிறுவிக்கொள்ள வேண்டுமென்ற துடிப்பும் வெறியும் ஏற ஏற, தாவல்களுக்குப் பதற்றமும் பிழைகளும் ஏறுகின்றன. விழுந்த பிறகுதான் பிழைகள் தெரியும். தன்னையே சபித்துக்கொண்டு சில நாட்கள். பிறகு மீண்டும் ஆவேசம் ஊறி, மீண்டும் தயாரிப்பாளர்கள் தேடி, தரகர்களைப் பிடித்து, கதை தேடி, ஆள் சேர்த்து, கண்களில் தீப்பறக்க இரவு பகல் உழைத்து...

அதற்கு மேல் யோசிக்க சிரமமாக இருந்தது. வேணுகோபால், அவன் மௌனத்தைக் கலைக்காமல் பவ்யமாக அமர்ந்திருந்தான்.

உடல் முழுக்கப் பரவிய பதற்றத்தை வெல்ல வேண்டும் என்று பட்டது. எழுந்து ஃபிரிட்ஜைத் திறந்தபடி "என்னுடைய பிரான்ட் பொகார்டி ரம். ஆட்சேபணையில்லையே?" என்றான்.

"நான் குடிப்பதில்லை சார்" என்றான் வேணுகோபால்.

"இரண்டாவது படம் தொடங்குவதுவரை நான் ஒரு துளிகூட குடித்ததில்லை" என்று சிரித்தபடி அவன் மதுக்குப்பியையும் தண்ணீர் புட்டியையும் எடுத்துக்கொண்டு வந்து அமர்ந்தான். "இந்த ஃபீல்டில் இது இல்லாமல் தாக்குப்பிடிக்க முடியாது." மேஜைமீது வைத்தபடி அமர்ந்து குப்பியை உடைத்துத் திறந்தான். "ஆரம்பத்தில் ரொம்ப மைல்ட் ஆக ஏதாவதுதான் குடிப்பேன். படிப்படியா இதுக்கு வந்து சேந்துட்டேன். சரியாச்சொன்னால் நல்ல நாட்டு மாம்பட்டை சாராயம் குடித்தால்தான் ஏறும். ஆனால், குடிக்க முடியாது. அந்தஸ்து. சினிமாக்காரர்கள்தான் இந்தக் காலகட்டத்து பூலோகத் தெய்வங்கள் இல்லையா?" ஊற்றிக் கலக்கி ஒரு டம்ளரை அவனுக்கு நீட்டினான். சங்கடமான புன்னகையுடன் அவன் அதை வாங்கிக் கொண்டான். இரண்டு மிடறுகளுக்குப் பிறகுதான் தொட்டுக்கொள்ள ஏதும் இல்லை என்பது ஞாபகம் வந்து எழுந்து ஃபிரிட்ஜிலிருந்து வறுத்த முந்திரி பருப்பு பொட்டலங்களையும் பிளாஸ்டிக் தட்டுகளையும் எடுத்து வந்தான். வேணுகோபால் கையில் டம்ளரை உருட்டியபடி அமர்ந்திருந்தான்.

"ஜார்ஜ் குடிக்கிறதில் மட்டுமில்லை, குடிபற்றிய தத்துவங்

களை உதிர்க்கிறதிலும் பெரிய ஆள். குடிக்காத சினிமாக்காரன் போர்னோதான் எடுக்க முடியும்பார். அப்ப நாங்க ரொம்ப தோஸ்த். ஃபீல்டில என் குருநாதரே அவர்தான். ஒரே படம்தான் அவர்கூடவர்க் பண்ணியிருக்கேன். ‘எட்டாவது நாள்’, படு பிளாப் அது. அதோட அவர் ஓய்ஞ்சார். இடையிலேயே ஒரு ஹிட்டுக்குப் பிறகு ஒரு தடவைகூட அவரால எழ முடியலை. அவரையும் என்னையும் சிலர் ஒப்பிடறதுண்டு. என் நிலைமை இன்னும் கொஞ்சம் மேல். ‘சுவன்ன கடல்’ ஹிட்டாயிருக்கு. ‘நிலாவு வருன்ன நேரம்’ சுமாரா பண்ணியிருக்கு. சாப்பிடு. தயங்கிட்டிருந்தா முடியாது. இந்த ஃபீல்டில கம்பெனி ரொம்ப முக்கியம். ஒரு சரிவுன்னா கைதூக்கிவிட ரெண்டு மூணு பேராவது கண்டிப்பா இருக்கணும். அப்படியொரு இக்கட்டு வராத ஓராளும் ஃபீல்டில இதுவரை இருந்துமில்லை. குடிவழியா மட்டும்தான் இங்க உண்மையான நட்புகளை உண்டு பண்ணிக்க முடியும். இன்னொண்ணு, வாய வச்சிட்டு சும்மா இருக்கணும். வாயாலயே கெட்டவர் ஜார்ஜ். அது பெரிய கதை” மீண்டும் உறிஞ்சியபடி அவன் தளர்த்திக் கொண்டான். வேணுகோபால் மெல்ல உறிஞ்சினான். அவன் முகச்சுளிப்பையும் குமட்டலையும் கவனமாக மறைத்துக் கொள்வது வேடிக்கையாக இருந்தது.

“ரெண்டு வகை குடி சினிமாவில் உண்டுண்ணு ஜார்ஜ் சொல்வார்” என்றான் அவன். “ரதகஜதுரகபதாதிகளோட குடிக்கிறது. அது ராஜ குடி. தனியா உக்காந்து குடிக்கிறதுதான் வானப்பிரஸ்தம். ஜார்ஜ் இப்ப பத்து வருஷமா வானப் பிரஸ்தத்தில்தான் இருக்கார். நானும்கூட வந்து சேர்ந்தா நல்லா யிருக்கும்னு நினைக்கிறார். எனக்கென்னவோ இதுதான் கடைசி சான்ஸ்னு படுது.”

“நல்லா பண்ணிடலாம்னு படுது சார்” என்றான் வேணு கோபால்,

“நல்லா பண்ணியாகணும். நல்லா பண்றதுன்னா ஒரு சாதாரண ஒப்பேத்தல் இல்லை. ‘ஏகயாய ராஜகுமாரி’ மாதிரி ஒண்ணு. பச்சையா சொல்லப்போனா ஒரு சூப்பர்ஹிட். அதைத்தவிர வேற ஒண்ணும் என்னைக் காப்பாத்தப் போறதில்லை..”

"சூப்பர் ஹிட்டுன்னா..."

"உன் மனசுல ஓடறுது என்னன்னு புரியது. 'அக்னிரசம்' விழுந்தபிறகு மூணு படம் பண்ணினேன். மசாலாவோட எல்லா வெரைட்டியும் டெஸ்ட் பண்ணியாச்சு. ஏன் செமிபோர்னோ சரக்குகூட ஒண்ணு பண்ணினேன். மசாலா தேவைதான். ஆனா சூப்பா ஹிட்டுகளை வெறும் மசாலா சேத்து எடுக்க முடியாது. இதப்பத்தி நிறைய யோசிச்சாச்சு. ஒரு சூப்பர் படம் கோடிக்கணக்கான பேருடைய மனசத் தொட்டு உலுக்குதுண்ணா அது சாதாரண விஷயமில்லை. கோடிக்கணக்கான மக்களுக்குப் பொதுவானதாக இருக்கக்கூடிய ஒரு விஷயம் அதில இருக்கு. அப்ப அது ரொம்ப அடிப்படையான விஷயம். ரொம்ப ஆழமான விஷயம் நூத்துக்கு தொண்ணூறு சூப்பர்ஹிட் படங்கள் குருட்டாம் போக்கிலே வந்ததுதான். இது எப்பிடிடா இப்பிடி ஓடுதுண்ணு அதை எடுத்தவனே உள்ளுக்குள் பயந்து போயிடுவான். மேதை மாதிரி வேஷம் போட்டாலும் உள்ளூர கலகலத்துடுவான். அந்தப் படத்தையே போட்டுப்போட்டு பாத்து அதுமாதிரி இன்னொண்ணு செய்வான். இல்லாட்டி அதுக்கு நேர் எதிரா ஒண்ணு பண்ணுவான். தொடர்ந்து சூப்பர் ஹிட் குடுக்கிறவங்ளைப் பார்த்தேன்னா அவங்க அந்த அளவு புத்திசாலிகள் இல்லைன்னு தெரியும். ஒரு ஆவேசம் அவங்களுக்குள்ள இருக்கு. அந்தச் சக்தி தீர்ற வரைக்கும் வேகம் குறையாம ஓடி விழுந்துடுவாங்க. ஜார்ஜ் தன் ஒவ்வொரு படத்தையும் தீவிரமா பிரிச்சுப்போட்டு ஆராய்ச்சி பண்ணுவார். அதான் அவரால் அப்படி ஓட முடியலை..."

அறை இதமாகத் தளர்ந்து வெதுவெதுப்பும் மௌனமும் கொண்டது. அவன் நெகிழ்ச்சியும் உத்வேகமும் கொண்டவனாக ஆனான். "போனமுறை கன்னியாகுமரிக்கு வந்தபோது தோணின விஷயம் இது. 'சரயூநதி' அட்டர் பிளாப்புன்னு தெரிஞ்சாச்சு அப்ப ஜனங்களை அழ வைச்சா ஹிட்டு வந்திடும்ங்கிற நம்பிக்கையில எடுத்த படம் அது. ஒப்பாரிப்படம்னு முத்திரைகுத்தி ஒழிச்சுக் கட்டினாங்க. பத்து நாள் கன்னியாகுமரில குடிச்சுட்டு விழுந்து கிடந்தேன். கூட யாருமே இல்லை. ராத்திரி கடற்கரைல நடக்கப் போனபோது திடீர்னு மனசில ஒரு எண்ணம் வந்தது. இதே

கடற்கரைல அலைஞ்சு அலைஞ்சுதான் ஷாட்பை ஷாட்டா ஏகயாய ராஜகுமாரிய மனசில தயார் பண்ணினேன். அப்ப உள்ளேயிருந்து பொங்கிப் பொங்கி வந்த வேகமிருக்கே, அதைப் பிறகு ஒரு தடவைகூட அறிஞ்சதில்லை. பிறகு கோபக்கார புருஷனுக்கு சமையல் பண்ற பொண்டாட்டியோட மனநிலை தான். ஏகயாய ராஜகுமாரில இருந்தது ரொம்ப சின்ன வயசில இந்தக் கன்னியாகுமரியில எனக்குள்ள வந்த ஒரு கனவோட பிம்பம். அந்தக் கனவிலதான் என் கிரியேட்டிவிட்டி இருக்கு. பிறகு அதை விட்டுட்டு அந்த கிராப்ட்டை மட்டும் எடுத்து கிட்டேன். அதை வச்சுகிட்டு ஒரு நாளைக்கும் நான் ஒரு சூப்பர் ஹிட்டைக் கொடுக்க முடியாது. கோடிக்கணக்கான மக்களுடைய மனசுங்கிறது ஒரு பெரிய கடல் மாதிரி. அதில ஆயிரம் ரகசியங்கள் இருக்கும். அதில ஒண்ணு தற்செயலா ஒருத்தனுக்குத் தட்டுப்படுது. அதை மட்டும்தான் அவனாலே வெற்றிகரமா சொல்ல முடியும். இன்னொருத்தன் இன்னொரு விஷயத்தை வெற்றிகரமா சொல்லிட்டிருப்பான். அதை இவன் சொல்ல முடியாது. ஏகயாய ராஜகுமாரிதான் என் படம். அது எந்த இடத்தில் தொட்டதோ அதுதான் என் இடம். அங்க மறுபடியும் நான் தொட்டாகணும். அதுக்காக மறுபடியும் அதே படத்தை எடுக்க முடியாது. மறுபடியும் அதே மனநிலையில் அதே ஆவேசத்தில் நான் முயற்சி பண்ணணும். அதுக்காகத்தான் இங்க வந்தேன். நான் சொல்றது புரியுதில்லையா?''

''புரியது சார்.''

''எந்த அளவுக்கு நீ என்கூட வரமுடியுதுங்கறதைப் பொறுத்து இருக்கு எல்லாம்.'' அவன் எழுந்தான். ''நாம ஒரு வாக்கிங் போயிட்டு வரலாம். இந்த ரூம்ல உக்காந்து கதை சமைக்கத்தான் முடியும். நிஜமான கதை கடலில இருந்து வரணும்.''

''போகலாம் சார்.'' வேணுகோபால் டம்ளரை கீழே வைத்தான். முக்காற்பங்கு மீதமிருந்தது. புத்திசாலி என்று எண்ணிக் கொண்டான். வரவேற்பில் நாராயணனுக்குத் தகவல் சொல்லிவிட்டுக் கிளம்பினார்கள்.

❖

3

இருட்டின் கனத்த போர்வை கடலின் ஓசைக்குக் கார்வையைக் கட்டியிருந்தது. காற்றாலான பெரிய அருவி ஒன்று கடலில் இருந்து நிலம் நோக்கிக் கொட்டிக் கொண்டிருந்ததில் உடல் குளிர்ந்து நடுங்கி நிற்பதாக உணர்ந்தான். அந்நேரத்தில் கடற்கரையில் யாருமிருக்கவில்லை. ஒருவேளை படிகளின் மறைவுகளில் சிலர் இருக்கவும் கூடும். கடலின் இருண்ட பரப்பில் மீன்பிடிப் படகுகளின் விளக்குகள் வரிசையாக சிவப்புநிற ஆபரணம்போல நெளிந்தன. தொடுவானம் அப்போதும் மெல்லிய ஒளிக்கீற்றாகத் தெரிந்தது.

“எப்ப கண்மூடினாலும் இந்த கடல் சத்தத்த என்னால கேட்க முடியும். இங்க மட்டுமில்ல, எங்கயும்” என்றான். “இது தேவியோட குரல்னு நெனைப்பேன். சில சமயம் தேவி நம்மைத் தாலாட்டுவா. சில சமயம் அழுது புலம்புவா. சிலசமயம் புரியாத எதையோ திரும்பத் திரும்பச் சொல்லிட்டிருப்பா. முதல் தடவை இங்க வந்தப்ப ராத்ரில் தூக்கம் கலைஞ்சு எழுந்தப்ப இந்த சத்தம் பயங்கரமான வெறிக்கூச்சல் மாதிரி கேட்டது. எனக்கு உடனே வந்த ஞாபகம் என்ன தெரியுமா? எங்க ஊர்ல அப்பல்லாம் மாசம் ஒரு பெண்ணுக்குப் பேய் பிடிக்கும். பெண்களோட மனசோட கதவுப் பொருத்தில் சின்ன விரிசல் விழுந்தாக்கூடப் போதும், பேய் உள்ளே நுழைஞ்சிடும். அந்தக் காற்றிலயே பேய்கள் நிறைஞ்சு உலவிட்டிருக்கணும். பெண்பேய்கள்தான். யட்சிகள், மூதேவிகள், மூத்தம்மமார் அப்பிடி பலதரப் பேய்கள், எல்லாப் பேயும், ஒரு பேய்கூட விதிவிலக்கில்லை, கோபாவேச வெறியோடதான் இருக்கும். பேய் வந்திட்டா அந்தப் பெண்

தலைவிரி கோலமா எழுந்து அலறிக் கூவி வெறியாட்டம் போடுவா. பத்து பலசாலிகள் சேந்தாக்கூட அவளைப் பிடிச்சு நிறுத்த முடியாது. பெரிய ஆட்டுரலை ஒரு பெண் எடுத்து அலாக்காத் தூக்கி வீசறதப் பாத்திருக்கேன். ஒரே கையில் ஒருத்தனைத் தூக்கி பத்தடி தூரம் தள்ளி வீசறத பாத்திருக்கேன். தங்கப்பன் நாயர்னு என் சித்தப்பா ஒருத்தர் பேயாடிட்டிருக்கிற பெண்ணை - அது இவருக்கு மகள் முறை - அதட்டிட்டே பக்கத்திலே போயிட்டார். அவ பாய்ந்து அவரோட இடுப்புக்குக் கீழே அள்ளிப் பிடிச்சிட்டா. அலறித் துடிச்சு மயக்கமாயிட்டார். அப்படியே கசக்கி உடைச்சு வேட்டியும் கோமணமுமா ரத்தக்கூழா கையில எடுத்துட்டா. அந்த இடத்திலேயே ஆள் காலி. அந்த மாதிரி இருட்டில எங்கியோ தேவியும் பேய் பிடிச்சு அலறிக் கூத்தாடுறதா எனக்குத் தோணிச்சு. பயந்து போய் அம்மாவைக் கட்டிப் பிடிச்சிட்டேன். அலறலைக் கேட்டு அப்பா லைட்டப் போட்டார். அது கடல் அலையோட சத்தம்னு சொன்னார். வேணுமானா காட்டறேன்னு என்னை தூக்க வந்தார். அலறி அழுதுட்டு அம்மாவைக் கெட்டியாப் பிடிச்சுக்கிட்டேன்.''

''ஆனா கடலை நீங்க அதிகமாப் பயன்படுத்தலை சார்.''

''கடலை படத்தில் காட்ட முடியாது. அலைகளைத்தான் காட்ட முடியும். ஃபிலிம்ல ரொம்ப பௌதிகமான கடலா ஆயிடுது. ஏகயாய ராஜகுமாரிக்காக மூவாயிரம் அடிவரை கடல் சித்திரங்களை எடுத்து வச்சிருந்தேன். மொத்தம் பத்து ஷாட்டுக்கு மேல பயன்படுத்திக்கத் தோணல.'' அவன் பாறை மீது அமர்ந்து கொண்டான். வேணுகோபால் அருகே அமர்ந்தான். ''ஆனா கடலை எடுக்கணும். என் மனசுக்குள்ள இருக்கிற கடலை. இத்தனை காலமா திரும்பத்திரும்ப இந்தக் கடற்கரைல அலைஞ்சிருக்கேன். கடலை எவ்வளவு தூரம் அறிஞ்சிருக்கேன்னு பாத்தாகணும்.''

''பண்ணிடலாம் சார்'' என்றான் வேணுகோபால்.

''நான் எதை ஃபீல் பண்றேன்னு உங்கிட்ட சொல்லிக்காட்ட என்னால முடியாது. என் மீடியா, சினிமாதான். ஆனா மனசில வாறதையெல்லாம் சொல்றேன். அதிலயிருந்து நீ உன்

உள்ளுணர்வால நான் சொல்ல வாறதைப் புரிஞ்சுக்கிடலாம்னு தோணுது. உன் கதையை நான் தீர்மானிக்க விரும்பலை. அதை உன் இஷ்டப்படி எழுதலாம். ஆனா அதில என்னோட இந்த வேகம் இருக்கணும்...''

''சொல்லுங்க சார்...''

''கன்னியாகுமரியோட ஐதீகம் தெரியுமில்லையா?''

''தெரியும்.''

''தேவியைத் தாலிகட்ட ஸ்தாணுமாலயன் கிளம்பினார். பிரம்மாவும் விஷ்ணுவும் சிவனும் ஒன்றான மூர்த்தி. படைத்தல், காத்தல், அழித்தல், அதாவது கிரியாசக்தியே அவன்தான். ஆனா வந்து சேரலை வரப்போவதுமில்லை. தேவி இந்தக் கடல்முனையில கன்னியா காத்திருக்கா. யுகயுகமா. இன்னும் எத்தனையோ யுகங்களுக்கு எத்தனை பெரிய தனிமை, எத்தனை உக்கிரமான காத்திருப்பு இல்லையா?''

''ஆமா.''

''இதை நாம கடல்னு சொல்றோம். ஆனா இது கடல்கள். மூணு கடல்கள் ஒண்ணோடொண்ணு மோதிக் கலந்து கொந்தளிச்சிட்டிருக்கு. எனக்குத் தோணுது உள்ளே ஆழத்திலே அந்த கடல்களோட உக்கிரம் இன்னும் அதிகமா இருக்கும்னு. அதிபயங்கரமான மௌனத்திலே ஒரு துளி அசைவுகூட இல்லாம மூணு பிரம்மாண்டங்களும் மோதி உச்சக்கட்டத்திலே அப்பிடியே நின்னுட்டிருக்கும்னு. யுகங்களா அந்த உச்சகட்டம் நீண்டு போயிட்டிருக்கு.''

''கவித்துவ கற்பனைகளை சில சமயம் பார்க்கிறப்ப சினிமான்றது ஒரு மேலோட்டமான மீடியான்னு தோணுது சார்.''

''இல்லை, வளராத ஒரு மீடியா அவ்வளவுதான். ஒவ்வொரு மகத்தான சினிமாவும் இந்த மீடியால இன்னமும் கண்டுபிடிக்க எவ்வளவோ இருக்குன்னுதான் சொல்லிட்டிருக்கு. இந்த உச்சகட்ட மௌன அழுத்தத்தையே சினிமாவில் கொண்டு வாறது கூட சாத்தியம்தான். அப்படியொரு மேதை அமையணும். அவனுக்கு அதுக்குரிய சந்தர்ப்பங்களும் வசதியும் அமையணும்.

ஆனா சாத்தியம்தான்.''

“அந்த அளவுக்கு நான் படங்கள் பார்த்ததில்லை சார்.''

“நிறைய படங்கள் இருக்கு'' என்றான். மீண்டும் எழுந்து கொண்டான். போதை முற்றாக இறங்கிவிட்டிருப்பதை உணர்ந்தான். பசித்தது.

“இந்தக் கடற்கரைக்கு எத்தனையோ வருஷமா திரும்பத்திரும்ப வந்திட்டிருக்கேன். இங்க என்ன இருக்கு? கண்டிப்பா இது ஒரு அழகான கடற்கரை இல்லை. இன்னைக்கு இருக்கிற நிலைமைய பாத்தா உலகத்திலேயே அழுக்கான ஆபாசமான கடற்கரைகளில ஒண்ணுனுகூட சொல்லிடலாம். ஆனா இங்க என்னமோ ஒண்ணு இருக்கு. மத்த கடற்கரைகளில் இல்லாதது. இப்ப சொன்னேனே இந்தத் தரைக்கு அடியில மூணு பிரம்மாண்டங்கள் மோதற உச்சகட்ட மௌனம் இருக்கு. அதுக்கு மேல சித்தாடை கட்டிகிட்டு மூக்குத்தி ஒளியோட தூய கன்னியா தேவி காத்திட்டிருக்கா. இங்க உள்ள எல்லா பாறைகளிலயும் இங்க அடிக்கிற காத்திலயும் அந்தக் காத்திருப்போட உக்கிரம் படிஞ்சிருக்குன்னு தோணுறது. இங்கேருந்து ஒரு கூழாங்கல்லை எடுத்துப் பாத்தாகூட யுகயுகமா நின்ற ஒரு காத்திருப்புலதான் அதுவும் இருந்துட்டிருக்கிறதா தோணும்.''

காந்தி மண்டபம் அருகே படி ஏறினார்கள். கடைகள் பெரும்பாலானவை சாத்தப்பட்டிருந்தன. ஓரிரு கடைகள் முன்பு மட்டும் காடா விளக்குகள் எரிந்து கொண்டிருந்தன. மணலாலான பாதையில் வேர்க்கடலை தோல்களும் பொட்டலக் காகிதங்களும் பிற குப்பைகளும் பரவியிருக்க, நியான் விளக்கின் ஒளியில் அப்பகுதியே புதிய ஓர் இடம் போலத் தெரிந்தது.

“இவ்வளவு கடைகள் முன்னாடி இல்லை. ஒரு விதமான அமைதி அப்ப இருந்தது'' என்றான் அவன்.

“அப்பவும் இப்படித்தான் இருந்திருக்கும். இன்னும் கொஞ்சநாள் கழிஞ்சா இப்ப இருக்கிறதே மேல்னு தோணிடும்'' என்றால் வேணுகோபால்.

அவன் மீண்டும் தன் எண்ணங்களில் பொருந்திக்கொண்டான். "கி.ராஜநாராயணன்னு ஒருத்தர் தமிழ்ல ஒரு கதை எழுதி யிருக்கார், கன்னிமைன்னு. மலையாளத்திலேயும் வந்திருக்கு. படிச்சிருக்கியா?"

"இல்லை சார்..."

"இந்த கன்யாகுமரிக்கு வந்த அனுபவத்திலேருந்துதான் கதையை எழுதியிருக்கார். கன்னிப்பருவம்ங்கிறது பெண்ணோட வாழ்க்கையிலே மிக அற்புதமான ஒரு காலகட்டம்னு சொல்றார். அவ மானுடப் பிறவியாகவே இருக்கிறதில்லைங்கிறார். அந்தமாதிரி கள்ளங்கபடில்லாத பரிசுத்தமான ஒரு கன்னியை உருவாக்கிக் காட்டினார். அவ பேருகூட நாச்சியாருன்னு நினைக்கிறேன். பிற்பாடு அவளுக்கு அந்த தூய்மை படிப்படியா எப்படி இல்லாம ஆகி மண்ணுக்கு இறங்கிடறாங்கிறதுதான் கதை. அருமையான கதை. அந்த தனிப்பிராயத்தைத்தான் இங்க தேவியா உருவகிச்சு கோயில் கட்டியிருக்கான்னு வேற ஒரு இடத்தில் எழுதியிருக்கார் ராஜநாராயணன்."

"நல்ல கற்பனைதான்."

"அவர் சொல்றது சரிதான். கன்னித்தன்மைதான் இங்க தேவியோட அழகு. ஆனா சாதாரண கன்னி இல்லை. காத்திருக்கிற கன்னி. ஒரு நாளைக்கும் முடியாத காத்திருப்பு. ரெண்டையும் சேத்து யோசிச்சாத்தான் நாம தேவியைப் புரிஞ்சுக்கொள்ள முடியும்." அவன் பெருமூச்சு விட்டான். "வெறும் ரொமான்டிசிசமா இருக்கலாம். ஆனா எனக்குத் தோண்றது அந்த கன்னிமை பெண்களோட ஆழத்திலே அழியாம எப்பவும் இருந்திட்டே இருக்குன்னு. அவங்க காதலியா அன்னையா பாட்டியா எப்படி வேணுமானாலும் ஆகலாம். அந்தத் தூய்மையான காத்திருப்பு முடியறதேயில்லை. உளறிட்டிருக்கேன்னு படுதா?"

"இல்ல சார். ரொம்ப அந்தரங்கமான ஒரு விஷயத்த வெளியே சொல்றப்ப எப்பவுமே ஒரு செயற்கைத் தன்மை வந்துடும்."

"மேப்ல கன்னியாகுமரியை பார்த்துட்டு ஒரு நாளைக்கு

யோசிச்சேன். இந்தியாவைப் பார்த்தா ஒரு பெரிய மரம் மாதிரி இருக்கு. அதில் விதை மாதிரியோ, ஆணிவேர் மாதிரியோ, கன்னியாகுமரி. மரத்திலே எத்தனையோ ஆயிரம் தேவிகள். அதில கனிஞ்சு நிறைஞ்ச அன்னபூரணிகள் உண்டு. உக்கிரம் பூண்ட சாமுண்டிகள் உண்டு. கல்விக்கும் செல்வத்துக்கும் அதிபதிகளான அம்பிகைகள் உண்டு. ஆனா ஆழத்து நுனியில கன்னியோட காத்திருப்பு அப்பிடியே இருந்திட்டிருக்கு."

இருவரும் கடைவீதியைத் தாண்டி திரும்பினார்கள். அவன் தொடர்ந்து பேச வேண்டுமென்ற உத்வேகத்தையும் நிறைவுணர்வையும் ஒரே சமயம் அடைந்தான். "இதெல்லாம் வார்த்தைகள். நான் சொல்லிட்டிருக்கிறது இந்தக் கன்னியாகுமரி எனக்குத் தந்த ஒரு ஃபீலிங்கப் பத்தி. இளமையில் மனசு பரிசுத்தமா இருந்த காலத்தில் அந்த தரிசனம் கிடைச்சது. பிறகு தியானம் பண்ணிப்பண்ணி அதை மனசில தக்க வச்சிட்டிருக்கேன். எனக்குத் தோண்றது இந்த ஒருதுளிதான் என்னோட ஞானம்னு. பிரபஞ்ச பிரம்மாண்டத்திலயிருந்து எனக்கு ரேஷனா வந்தது அவ்வளவுதான். ஒரு புல்நுனிக்கு ஒரு துளி. அதில மொத்தப் பிரபஞ்சத்தையும் பிரதிபலிச்சுக்க முடியும் அதன் தியானம் வேணும் அதுக்கு. பனித்துளி நிர்மலமா சஞ்சலமில்லாததா இருக்கணும். அதை நான் இழந்துட்டேன்னா எங்கிட்ட ஏதுமில்லை. ஏகயாய ராஜகுமாரில இந்தக் கனவோ ஒரு பிம்பம் இருந்தது. மனித வாழ்க்கையோட அடிப்படையான துக்கத்தில் ஒரு மிடறு அதில இருக்குன்னு ஜார்ஜ் சொன்னார். அவருக்கு அது கிராப்ட் வகையில ரொம்ப குளறுபடியான படம்னு நினைப்பு. பிம்பங்களைக் கூட்டியிணைக்கவே தெரியலைம்பார். திரைக்கதை வெறும் கதையா இருக்கும்பார். இருந்தும் நல்ல படங்களில் ஒண்ணுன்னு சொல்வார். காரணம் விழுங்கவோ செரிக்கவோ முடியாத ஒண்ணு அதில இருக்கு. காரண காரியங்களுக்கு அப்பாற்பட்ட மானுட துக்கம் அதுன்னு ஜார்ஜ் சொல்வார். ரொம்ப அழகான சொல்லாட்சி இல்லியா? காரண காரியங்கள் உள்ள துக்கமெல்லாம் லௌகீகமான துக்கங்கள். அதையெல்லாம் மனுஷன் நிவர்த்தி செஞ்சிட முடியும். ஆதி துக்கம் மனிதனோட புரிதலுக்கு அப்பாற்பட்டது.

கடலையும் வானத்தையும் காற்றையும் போல அவனை பிரமிக்க வைக்கிற அளவுக்கு விரிஞ்சு கிடக்கக்கூடியது. கலை அதில ஒரு மிடறு. கடலில் ஒரு மிடறு. அப்பகூட அது கடல்தான். ஜார்ஜ் சொன்னதுதான் எனக்குக் கிடைச்ச மிகப்பெரிய பாராட்டு. என் வாழ்க்கையில் இதுவரை நான் அடைஞ்ச மிகப்பெரிய வெற்றின்னா ஜார்ஜ் முதல் முதலா அதை எங்கிட்ட சொன்ன அந்தத் தருணம்தான். ஜார்ஜ் படங்கள் பிடிக்குமா?"

"அவ்வளவா பிடிக்காது சார். எமோஷன்ஸ் தெளிவா இல்லைன்னு தோணும்."

"கதாபாத்திரங்களை எமோஷனாலாக்கிறதில ஜார்ஜுக்கு நம்பிக்கை இல்லை. எமோஷன்ஸ காட்சிப்படிமங்களா மாத்தி படத்துல நிறைச்சு வைப்பார். அதிலயிருந்து எமோஷன்ஸ் வளர்த்தெடுக்கிறவன்தான் என்னோட ரசிகன்பார். நம்ப ரசிகர்களுக்கு அந்தப் பழக்கமே இல்லை. படம் ஓடிட்டிருக்கிறப்ப நம்ப ரசிகர்களுடைய முழுக்கவனமும் நேரா நடிகன் மேலத்தான் இருக்கும். நடிகனோட அவன் தன்னை இணைச்சுக்கிறான். மேலான சினிமா ரசிகன் கேமராவோட இணைச்சுக்குவான்பார் ஜார்ஜ். அந்த மாதிரி ரசிகன் நம்மகிட்டயே இல்லைன்னா மத்த இந்திய மொழிகளைப் பத்தி சொல்லவே வேண்டியதில்லை. ஜார்ஜோட படங்களில் முக்காவாசி படங்கள் உண்மையில் மனுஷக் கண்படாத படங்கள் தான். 'மொகஞ்சதாரோ எழுத்து மாதிரிடா நான்; என்னைக்காவது படிச்சிடுவாங்க'ம்பார் ஜார்ஜ்."

அவன் கைகளைத் தூக்கி சோம்பல் முறித்தான். வானத்தில் நட்சத்திரங்கள் பரவியிருந்தன. மெல்ல அதிர்ந்தபடி, இடம் மாறிக் கொண்டிருப்பவை போலப் பிரமை தந்தபடி. "இப்ப ரொம்ப நம்பிக்கை பிறக்குது. பண்ணிடலாம்னு படுது. அந்தத் தூய்மையான காத்திருப்பை நாம் ஒரு நுனியாவது படத்தில் காட்டிட்டாப் போதும். வேற ஒண்ணும் வேண்டாம். கண்டிப்பா அது ஒரு மறக்க முடியாத படமாத்தான் இருக்கும். இங்க உள்ள ஒவ்வொரு பெண்மனசிலயும் அந்தப் பிம்பங்கள் துளை போடும். இங்க உள்ள ஒவ்வொரு ஆணும் அந்தரங்கமா பெண்ணோட அந்தத் தனிமைய அறிஞ்சவன்தான். அதுக்கேத்த ஒரு நல்ல பிளாட், அதான் எனக்கு வேணும்."

"எப்பிடின்னு சொல்லத் தெரியலை சார். ஆனா எழுதிடலாம்னு படுது."

"ஒரு நாட் கிடைச்சா போதும். மிச்சமெல்லாம் தானா வந்துடும்."

"பார்க்கிறேன் சார்."

மௌனமாக நடந்து விடுதியை அடைந்தார்கள். விடுதி முகப்பின் வாசலை வாட்ச்மேனைக் கூப்பிட்டுத் திறக்கச் சொன்னான் வேணுகோபால். விசித்திரமான ஓர் ஒலி கேட்டு அவன் திரும்பிப் பார்த்தான். பலநூறு பட்டாம்பூச்சிகள் சிறகடிப்பது போன்ற ஒலி எதிர்ப்பக்க முட்கம்பி வேலியிலிருந்து கேட்டது. நெருங்கி உற்றுப் பார்த்தான். வேலியெங்கும் பாலிதீன் உறைக்கிழிசல்கள் காற்றில் வந்து சிக்கியிருந்து அதிர்ந்து படபடத்துக் கொண்டிருந்தன. அதை ஒரு கணத்துக்குமேல் உற்றுப்பார்க்க அவனால் முடியவில்லை.

❖

4

வரவேற்பறையில் சிறுதொலைக்காட்சி ஓடிக்கொண்டிருந்தது. வரவேற்புப் பணியாளும் நாராயணனும் அதைப் பார்த்துக் கொண்டிருந்தார்கள். இந்திப்படப் பாடல் காட்சி. பெண்ணுடலின் அசைவுகள் இருவர் கண்களுக்குள் ஒளியாகியிருந்தன. நாராயணன் எழுந்து "இவ்வளவு நேரமா? எங்க போயிட்டிங்கன்னு குழம்பிட்டேயிருந்தேன். சரி அப்பிடி எங்க போயிடுவீங்கன்னும் தோணிச்சு. கதை ஏதாவது கிடைச்சிருக்கும். உற்சாகத்தில நேரம் போறது தெரியாது. கன்னியாகுமரியா சும்மாவா? கேட்டேரா, பல கிளாசிக் படங்களுக்கு கதைக்கரு இங்கதான் கிடைச்சிருக்கு. அப்பல்லாம் எம்.டி.கூட இங்கதான் ரூம் போடுவார். சீவியூவில. இப்ப வர்றதில்லை" என்று பேசியபடி வந்தார்.

லிப்ட்டுக்குள் நுழைந்ததும் "இன்னொரு ரூம் போட்டிருக்கேன். வேணு என்கூட படுத்துகிடட்டும்" என்றார். வேணு கோபால் முகத்தை உடனே பார்க்கத் தோன்றியது. கண்கள் சந்தித்ததும் ஒரு சொல் பார்வைகள் நடுவே உருண்டதும் அவன் முகத்தில் எந்த மாறுதலையும் ஏற்படுத்தவில்லை. கெட்டிக்காரன் என்று மீண்டும் மனதுக்குள் எண்ணிக் கொண்டான். தன் இளமையில் முகம் கண்ணாடிபோல் பிம்பங்களை வாரியிறைத்தபடியிருக்கும்.

அறைவாசலிலேயே நாராயணன் சாவியை நீட்டியபடி "நேரமாச்சு. பிரவீணா அப்பவே தூக்கம் வருதுன்னாள்" என்றார். "கிருஷ்ணா குருவாயூரப்பா" என்று கொட்டாவி விட்டார்.

வேணுகோபாலிடம் "உங்கிட்ட துண்டு லுங்கி எல்லாம் இருக்கில்லையோ?" என்று கேட்டபடி நடந்தார். அவன் "இருக்கு அண்ணா" என்றபடி பின்னால் நடந்தான். "எதுக்குச் சொல்றேன்னா நம்ம மாதிரி சினிமாக்காரங்களுக்கு நேரம் காலம்னு ஒரு இழவும் இல்லை. லாரி டிரைவர் பொழைப்பு. இதோ முப்பத்தெட்டு வருஷமாச்சு. பி.ராமன்தம்பி 'ஜீவிதந்தி' எடுத்தப்ப கூடச் செய்தேன். எடுபிடிதான். நாணுட்டின்னு ஒரு அதட்டல் போட்டா பதறி ஓடணும். 'ஜீவிதந்தி' பாத்திருக்கேல்ல..." என்றபடி விலகிச் சென்றார்கள்.

சாவியைப் போட்டு திறந்து உள்ளே போனான். சற்றுச் சலிப்பாக இருந்தது. அனுப்பிவிடலாமா என்று முதலில் தோன்றியது. ஆனால், இன்றிரவு தூக்கம் வரப்போவதில்லை. தனிமையில் விழித்திருப்பது இன்றைய மனநிலையில் பெரிய நரகம். காமம் போல சிறந்த திசைதிருப்பி வேறில்லை. கட்டிலில் படுத்திருந்த பிரவீணா எழுந்து புடவையைச் சரியாகப் போட்டபடி "கதை முடிவு பண்ணியாச்சா?" என்றாள்.

"பேசிட்டிருக்கோம்" என்றபடி சோபாவில் அமர்ந்தான். "சாப்பிட்டியா?"

"இல்லை."

மணியை அடித்தபிறகு "கடற்கரைப் பக்கமா ஒரு வாக்கிங் போனோம்" என்றான்.

அவள் தலைமயிரை நீவியபடி எதிரே வந்து அமர்ந்தாள். கனமான மங்கிய நிறம் கொண்ட காதிப் புடவை, சிறு முகப்பருக்கள் சிவந்து நிற்கும் மேக்கப் முற்றிலும் இல்லாத முகம், மெல்லிய உடல், ஏதோ செயற்கை உலோகத்தாலான மாலையும் தோடுகளும் - பல்கலைக்கழக ஆய்வு மாணவிக்குரிய தோற்றம். முதலில் அவனைச் சந்திக்க வரும்போதும் அப்படித்தானிருந்தாள். அவனைக் கவர்ந்ததும் அந்த அம்சம் தான். ஷைலஜாவை முதலில் சந்தித்த தருணம் பற்றி அன்று பிரவீணாவிடம் சொல்லிச் சிரித்தான். அப்போதுதான் வெள்ளையடித்த கிராமத்து வீடு போலிருந்தாள் ஷைலஜா. எங்கே தொட்டாலும் பவுடரோ கிரீமோ கண்மையோ ஒட்டியது.

போய் முதலில் குளி என்று சொல்ல வேண்டியிருந்தது. பிரவீணா மெலிதாகப் புன்னகை புரிந்தாள். அது அவள் இயல்பு. எந்தத் தருணத்திலும் நிதானமிழந்து சிரிக்க மாட்டாள்.

"இன்னிக்கு டேட் ஏதும் தரலியா?"

"பிரபாகர் படத்தில் ஒரு சீன் இருந்தது. ஹீரோயின் வரலைன்னு பத்து மணிக்கே பேக்கப் ஆயிட்டது. சும்மாதான் இருந்தேன்."

"அதென்ன புஸ்தகம்?"

"இது சும்மா... டைம் போறதுக்கு..."

"எடு பாக்கலாம்."

அவள் எடுத்து நீட்டினாள். பத்தொன்பதாம் நூற்றாண்டு கொள்ளைக்காரி ஒருத்தியைப் பற்றி எரிக்கா யங் எழுதிய நாவல். ஃபான்னி. பின் அட்டையைப் படித்தான். "ஃபான்னி யார்? ஃபான்னி ஹாக்கபவுட் - ஜோன்ஸ்? அனாதை, விபச்சாரி, வைப்பாட்டி, வழிப்பறிக் கொள்ளைக்காரி, வெற்றிகரமான சூனியக்காரி, கடற்கொள்ளைக்காரி, பிரபல எழுத்தாளர், அன்பான அன்னை, சிறந்த மகள், உலகப்பயணி, பேரழகி..."

"பிடிச்சிருக்கா...?" என்றான்.

"சுமாரா இருக்கு."

"இந்தம்மாவோட ஒரே நாவல்தான் படிச்சிருக்கேன். ஃபியர் ஆ ஃபிளையிங். அதுதான் அவங்களோட மாஸ்டர்பீஸ்னு கேள்விப்பட்டிருக்கேன்."

"அதைவிட இது பரவாயில்லை"

"அப்பிடியா?"

"அவங்க கிட்ட அப்பிடி ஒண்ணும் பெரிசா இல்லை. ஒரு சின்ன சீற்றம் இருக்கு. அது அந்த நாவலைவிட இதில் தீவிரமா வந்திருக்குன்னு படுது. இது ஒரு உண்மைக் கதைங்கிறது விஷயம். வெஸ்டர்ன் ஃபிக்ஷனுக்கு ரொம்ப அபூர்வமா குணம்னா நம்பகத்தன்மைதான்."

“எனக்கு காமத்தை இந்தம்மா கூர்ந்து கவனிக்கிற விதம் ரொம்ப முக்கியம்னு படுது” என்றான்.

“அதை எல்லாரும்தான் கூர்ந்து கவனிச்சிருப்பாங்க.”

“அப்ப ஏன் எல்லாரும் எழுதலை?”

“அதுக்கு எவ்வளவோ தடைகள். கூச்சம், பயம், தன்னகங்காரம், வர்ச்சிகரமான அசட்டுத்தனம். எவ்வளவோ இருக்கு. சொல்ல முயற்சி பண்றாங்கன்னு வேணுமானா சொல்லலாம்.”

“அது பெரிய விஷயம்லியா?”

“ஹென்ரி மில்லர் சொல்லிடறாரே?”

அவன் மில்லரின் எந்த நூலையும் படித்ததில்லை. எனவே பேச்சை மாற்ற விரும்பினான். ஆனால் உடனடியாக பேச்சை மாற்றினால் அவள் புரிந்து கொள்வாள். மிக நுட்பமான பெண். அவளை அஞ்சுவதும், வெறுப்பதும், மோகம் கொள்வதும், வெல்லத் துடிப்பதும் அதனால்தான். ஆனால் அவளை வெல்ல முடியாது. ஏனெனில் எந்தக் களத்திலும் அவள் எவரையும் சந்திப்பதில்லை.

“இசடோரா விங்தானே ‘ஃபியர் ஆப் ஃபிளையிங்’ல வாரவள். அவளை மாதிரி ஒரு கதாபாத்திரத்தை ஹென்ரி மில்லர்ல தேடினாக் கிடைக்காது...”

பிரவீணா புன்னகை செய்தாள். ஆட்டம் முடிந்து விட்டது. அப்படியே அவளை அடித்து நொறுக்க வேண்டும் என்று பொங்கி வந்தது. எழுந்து சட்டையைக் கழற்றிய போது வெளியே மணி அடித்தது. திறந்தான். பையன். “சாப்பிட என்ன இருக்கு?” என்றான். சற்றுப் பிந்திவிட்டது. நான்வெஜ் ஏதும் கிடைக்காது. “எனக்கு இரண்டு நான் இருந்தால் போதும்” என்றாள் பிரவீணா. “தந்தூரி நான் இருக்குமா?” இருந்தது. தொட்டுக் கொள்ள பீன்ஸ் கறியும் பனீர் குழம்பும் சொன்னான். பிரவீணா “எனக்கு விஜிடபுள் சாலட் மட்டும்” என்றாள்.

பையன் போனதும் “ஸ்டிரிக்ட் டயட்போல இருக்கே” என்றான். அவள் புன்னகை செய்தபடி தலைமயிரைப் பின்னால்

தள்ளினாள். அவன் ஃபிரிட்ஜிலிருந்து மீண்டும் ரம்மையும் தண்ணீரையும் எடுத்தான்.

"வாங்கி ஸ்டாக் பண்ணிடுவீங்களா?"

"ஆமா. நினைச்ச நேரத்தில இல்லைன்னா மூளைல நட்டு கழண்டுடும். சாப்டறியா?"

"இல்லை."

"நல்ல பெண்ணா?"

அவள் சிரித்தபடி "லிக்கர் எப்படியும் கண்ணுக்குக் கீழேயுள்ள சதையை பாதிக்கும். நடிகைக்கு அதுதான் மானிட்டர் மாதிரி."

"இருபத்து நாலு மணி நேரமும் நடிகைதானா?" என்றபடி வந்து அமர்ந்தான்.

"அப்படித்தான் ஆசை" என்றாள்.

"மேல போறதில்லையா?"

"மேலேன்னா?"

"பொண்ணா..."

"பொண்ணா ஆறதுக்கு கீழேல்ல இறங்கணும்..."

"ஒகோ" என்றான்.

"இப்ப பொண்ணா ஆகவா?" என்று அவன் கண்களை பார்த்தபடி இளம் சிரிப்புடன் கேட்டாள்.

அவன் தன் உடல் கிளர்வதை அறிந்தான். அவளுக்கு அந்தக் கலை தெரியும்.

"உடம்பை கவனமா வச்சுக்கிறே. சரி. ஆனா இது?"

"இதுக்கென்ன?"

"இது முகத்தில் தெரியாதா?"

"அதுக்குத்தான் எரிகா யங். இல்லாட்டி சிமோன் த பூவா ஆன்டிபயாடிக் மாதிரி."

கன்னியாகுமரி ○ 53

அவன் வாய்விட்டு சிரித்தான். "மாத்யூ பிலிப்பைப் பாத்தபிறகு நீ எல்லா டோஸும் சேத்து எடுக்க வேண்டியதுதான்..."

"அவருக்கென்ன, நைஸ்மேன்."

அவன் உள்ளூர சீண்டப்பட்டான். "செம்மீன்" என்றான்.

"ஸோ நைஸ்."

அவள் அவனைச் சீண்டுகிறாள் என்று புரிந்தது. "இன்னும் ஒரு கிராமத்து இன்னொசன்ஸ் இருக்கு அந்தாள்ட்ட" என்றான். மணியடித்தது. "எஸ்" என்றான். பையன் உணவு டிராலியுடன் வந்தான். ட்ராலியை டைனிங் டேபிளாக விரித்துப் பரிமாறினான். விடை பெற்று கதவைச் சாத்திக்கொண்டு போனான்.

"நல்ல இடம்" என்றாள் அவள். "பார்வைகள் இல்லை. போன தடவை டி.பி.ல... போர்..."

"பார்வைகள் மேல உனக்கு சுரணை இருக்கா?"

"அது பெரிய விஷயம் இல்லை. கூட வாரவங்கதான் தடுமாறி அபத்தமா ஆயிடுவாங்க. அதான் பிரச்சினை. அவங்களுக்கும் சேத்து நான் சிரமப்பட்டுக்கணும்."

அவள் அவனுக்குப் பரிமாறினாள். அவனுடைய வினோத வழக்கப்படி தண்ணீருக்குப் பதிலாக மது அருந்தியபடி அவன் சாப்பிட்டான்.

"கதை எங்க நிக்குது?" என்றாள்.

"அன்னைக்கு சொன்னேனே. அதுவரைக்கும்தான்."

"கன்னிமை?"

"கிண்டலா?"

அவள் சிரித்தபடி "சேச்சே" என்றாள்.

"நீ எப்படி அந்த ரோலை பண்ண முடியும்?"

"கன்னியைத் தேடிப்பிடிக்கப் போறீங்களா?"

"இல்லை, தேவியை..."

"எல்லாம் ஒரு பாவம்தானே?"

அவன் அவ்வரியால் தீவிரமாகப் பாதிப்படைந்து "உண்மை யாகவா?" என்றான்.

"ஆமா."

"உன்னால அந்த பாவத்தை அடைய முடியுமா? அதாவது நிஜம்மா..."

"நானே கன்னிதான்" என்றாள் அவள் திடமாக, அவன் கண்களைப் பார்த்தபடி,

அவன் ஆழத்தில் ஒரு பெருஞ்சுழிப்பு நிகழ்ந்து ஓய்ந்தது.

"பதறிட்டிங்களா?" என்றபடி அவள் சிரித்தாள்.

"நீ பிறவி நடிகை" என்றபடி அவனும் சிரித்தான். பையன் வந்து டிராலியை எடுத்துச் சென்றான்.

பிறகு மெல்ல அவனை அவனுடைய மனநிலையிலிருந்து விலக்கிக் கொண்டு சென்றாள். சுயப்பிரக்ஞையின் கடிவாளத்தை அவன் கைவிடும் போது தன்னைப் பற்றியே பேச ஆரம்பிப்பான். சாதனைகள் குறித்தும், திட்டங்கள் குறித்தும், பிறருக்குத் தன்மீதுள்ள பொறாமைகள், கோபங்கள், ஏக்கங்கள், மரியாதை ஆகியவற்றைப் பற்றியும். கவனமான கேள்விகளினூடாக அவனைத் தூண்டி உச்சகட்டத்திற்குக் கொண்டு சென்றாள். தன்னையே அருந்தி போதை ஏறி அவன் மிதக்க ஆரம்பித்தான்.

"பிரவீண், ஒரு விஷயம் சொல்லவா? உண்மை. நம்பினாலும் சரி, இல்லாட்டியும் சரி, என்னை உன்னளவுக்குப் புரிஞ்சுகிட்ட வேறு யாருமே இல்லை."

"அது எனக்குத் தெரியாதா? சொல்லணுமா?" என்று சிணுங்கினாள்.

"நீயும் நானும் சேந்து போய் தேசிய விருது வாங்குவோம். பாத்துட்டே இரு."

"வாங்கிட்டாப் போச்சு" என்று அவனை முத்தமிட்டாள். அவன் வெறியேறி அவளைச் சுற்றிக் கட்டிக் கொண்டான்.

மலைப்பாம்பு போன்ற உடல். அவளைக் களைந்து வெற்றுடலைத் தன்னுடன் இறுக்கிக் கொண்டான். எதையோ தேடுபவன் போல அவள் உடலைத் துழாவினான். அவளுடன் இணைந்த பின் யதேச்சையாகத் தூக்கிய பார்வையில் அவள் கண்கள் பட்டன. அவன் யந்திரத்தின் மிக மையமான விசைச்சுருள் விர்ர் என்று முறுக்கமிழந்தது. பிற பற்சக்கரங்களைப் பிரக்ஞையால் தாவிப்பற்றி நிறுத்தி இறுக்கத்தைப் பேண வேண்டியிருந்தது. முழு உயிராலும் எதிர்திசையில் முறுக்கி அதை நீட்டிக்க வேண்டியிருந்தது. எட்டி விளக்கை அணைத்தான். இருட்டில் அவள் வெறும் சதை. பெண் அல்ல சதை. சதைக்குகை. சதைத் திரட்சி. சதைக் கொடிகள். சதை நீரோடை, சதை நிலம், வயல், முளைகள்... பரவி முளைக்கின்றன என் எண்ணங்கள். மென் பசுமை நாற்றுக்கள் அசையும் வெஞ்சதுப்பு நாற்றடி. இது ஒரு மயிர்ப்படுகை. ஆர்ப்பரித்தெழும் அலைகடலோசை கேட்கிறது. ஒவ்வொரு கூழாங்கல்லில் இருந்தும் கிளம்பும் ஓசை. கடலோசையற்ற பொருளேதும் இக்கன்னியாகுமரியில் இல்லை. படிகளில் ஏறிக் கொண்டிருந்தான். தலைக்கு மேலே நுரை கொப்பளிக்க ஆர்த்தலைந்தது நீலக்கடல். வழுக்கும் பாசிப்பச்சை படர்ந்த படிகளில் ஏறி ஏறி ஏறி கடலை சிரம் தொட உடைத்து பளிங்குக் கண்ணாடி பிம்பப் பெருமழை பெய்து நிறையும் மலைச்சரிவில்... ஒலிகலவாத படத்துணுக்குகள். ஜார்ஜ், இந்த இடம்வரை நீங்கள் ஒருபோதும் வர முடியாது. ரமணியின் வயிற்றின் கனம், அவள் கழுத்தின் வியர்வை மணக்கும். கடல் பின்வாங்கிப் படிந்த மணல் வெளியில் வேணுகோபால் நடந்து போனான். மடிப்புக் கலையாத உடை. கச்சிதமான மீசை. ஒடுங்கிய இடுப்பு. அலை வந்து சுழித்துப் போகிறது. பொரித்த மீன் மணம் பரவிச் செல்ல ஒரு கண்டாமணியோசை ஒலித்தடங்க... இவள் ஒரு போதும் திறவாத ஒரு வாசல். இவள் உடலைத் துளைக்கலாம். மறுபக்கம் மெத்தை மீது தொட்டு வெறுமையை அடையலாம். முகப்பு முதல் புழக்கடை வரை திறந்த வாசல்களினூடாக ஒளி நீளும் பாதை போல மூடிய அறைகள், மௌன அறைகள், இருண்ட அறைகள், காலடிகள், கன்னிமை... கன்னியாகுமரி. கடலோசை. கடலோசை மூளைக்குள் இருக்கிறது. என் அடிப்படைத் தாளம் அது. அதை வெல்ல

முடியாது. கடலோசை பிடரியில் ஒரு குளிர்ந்த தொடுகை போல அதை உணர்ந்தான். பிரவீணாவின் தொடுகையுணர்வல்ல. மிக அந்தரங்கத்தில் அந்த மாமிசப் பிடிப்புகூட அவளுடையதல்ல. அவள் தலைமயிரைப்பற்றி வெறியுடன் நிமிர்த்தி அரையிருளில் அவள் முகத்தைப் பார்த்தான். ஜன்னல்மீது கடல் அலையோங்கி அறைந்து அறை அதிர்ந்தது.

கடலோசை. பாய்ந்து விளக்கைப் போட்டான். பிரவீணா வியர்த்த முகத்திலும் தோளிலும் கழுத்திலும் தலைமயிர் ஒட்டியிருக்க, ஒளிக்கு கூசி, முழங்கையால் கண்களை மூடிக் கொண்டாள். விலகி புரண்டு மல்லாந்து படுத்தான். அவள் ஒருக்களித்துப் படுத்து அவனிடம் புன்னகையுடன் "என்ன இன்னைக்கு ரொம்ப வேகம்" என்றாள்.

அவன் கைநீட்டி டம்ளரைத் தேடினான். காலியாக இருந்தது. எழுந்து தலையணையைப் பின்னுக்கு வைத்து சாய்ந்து அமர்ந்தபடி பெருமூச்சுடன் "சிலசமயம் ஒருமாதிரி பதற்றமாகி விடுகிறது" என்றான். சற்று கோணலாகச் சிரித்தபடி "வயசாகி வருதில்லையா?" என்றான்.

அவன் தோள் மீது ஒட்டியபடி தலைமயிரைக் கைவிட்டுக் கலைத்து "அப்பிடித் தோணலையே" என்றாள்.

அவன் மிக ஆழத்தில் கூசினான். அது ஒரு எதிர்பார்த்த, தயாரிக்கப்பட்ட பதில். அவளை இம்மிகூடத் தாங்க முடியாது என்று பட்டது. எழுந்து லுங்கியைச் சுற்றியபடி பாத்ரூமுக்குள் நுழைந்தான். தண்ணீரைத் திறந்ததும் அது வேகமாகப் பீறிட்டமை அவனை ஆசுவாசம் கொள்ள வைத்தது. நீர் சீறியபடி அடிக்க மனம் காலியாவது போலிருந்தது. மெதுவாக சமாதானம் செய்துகொண்டான். உடம்பு எத்தனை வியர்த்திருக்கிறது என்பது வியப்பாக இருந்தது. திரும்ப வந்து படுத்தபடி "நாளைக்கு உனக்கு டேட் இருக்கா?" என்றான்.

"இல்லை. கொஞ்சம் பாட்ச் ஒர்க் இருக்கலாம். ஃபோன் நம்பர் குடுத்திருக்கேன். இங்கியே கூப்பிட்டுச் சொல்வாங்க."

"இங்கயா?"

“உங்க பேர் சொல்லலை” என்றபடி எழுந்து பாத்ரூம் போனாள்.

மின்விசிறி சுழல்வதை உற்றுப் பார்த்தபடி படுத்திருந்தான். அந்த முகம்... அந்த உடல்...

அவள் வெளியே வரத் தாமதமாகியது. அவள் காலடியோசை கேட்டதும் தூங்குபவன் போலக் கண்களை மூடிக் கொண்டான். கண்களுக்குள் மின்விசிறி சுற்றுவது போலிருந்தது. அவள் வந்து விளக்கை அணைத்துக் கொண்டு கைகளை மார்போடு சேர்த்து வழக்கமாகச் சொல்லும் பிரார்த்தனையைச் சொன்னாள். கடிகாரம் ஓடும் ஓசையைக் கேட்டபடி அவன் சற்று நேரம் படுத்திருந்தான். உடம்பு கடுத்துத் திரும்பியபோது உறுத்தியது. எரிகாயங். இருளில் அதை எடுத்து சோபாவை நோக்கி விட்டெறிந்தான். குறிதவறித் தரையில் விழுந்தது. காற்றில் அது சடசடப்பது கேட்டது. புரண்டு படுத்தான். அதன் தாள் ஒலி கேட்டபடியே இருந்தது.

❖

5

படபடவென்று சிறகடித்த புறா ஒன்று இறங்கி வந்து மார்பு மீது அமர்ந்தது. அதன் கண்கள் உக்கிரச்சிவப்பாக, ஆனால் அர்த்தமின்றிப் பார்த்தன. குனிந்து அது மார்பில் கொத்தியது. மார்பெங்கும் அதன் சுரீர் வலி பாய்ந்து பரவியது. கொத்தி உதறி அது இழுத்த சதைத்துண்டு நீண்டு ரத்தத்தின் செம்மையுடன் விறைத்து நின்று ஆடியது. புறா சிறகடித்தெழுந்து மீண்டும் கொத்த, விழித்தெழுந்தான். உடம்பு நடுங்கிக் கொண்டிருந்தது. மார்பில் அந்த வலி இன்னமும் மீதமிருந்தது. மூச்சு வெகுவாகத் திணறியது. எண்ணங்கள் எங்கெங்கோ சிக்கி நின்று நகர முடியாது தவித்தன. சட்டென்று எதிர்ப்பக்க சன்னல் வழியாக வந்த தெருவின் விளக்கொளி சுவரில் விழுந்து கிடப்பதை அடையாளம் கண்டான். திரும்பி ஜன்னலைப் பார்த்தான். அதன் திரைச் சீலை எழுந்து நெளிந்தது. உடனே அறையின் அமைப்பும், படுத்திருந்த இடமும் தெளிவடைந்தது. தரையில் அரை வெளிச்சத்தில் அந்தப் புத்தகம் படபடவென்று ஒலி யெழுப்பிக்கொண்டிருந்தது. எழுந்து சென்று அதை எடுத்தான். வெளிச்சத்தில் திருப்பி பின்னட்டையைப் படித்தான். 'அனாதை, விபச்சாரி, வைப்பாட்டி, வழிப்பறிக்காரி, சூனியக்காரி, கடற் கொள்கைக்காரி, பெரும் படைப்பாளி, அன்னை, மகள், உலகப் பயணி, பேரழகி, அழிவற்றவள்...' ஃபான்னி ஹாக்கபவுட்.

அதைப் படிக்க வேண்டும் என்று பட்டது. படிக்க முடியாது என்றும் உடனே தோன்றியது. மேஜைமீது புத்தகத்தைப் போட்டுவிட்டு சோபாவில் அமர்ந்தான். நெஞ்சுக்குழியிலிருந்து தொடங்கி நடுமார்பு வரை சுளீர் சுளீரென்ற வலி இருந்தது.

பழக்கமான வலிதான். இடது கரத்திற்கும் பரவி நீள்கிறதா என்பது முக்கியம். பரவினால் அது வாயுப்பிடிப்போ அல்சரோ அல்ல. அது வேறு. சினிமாக்காரர்களுக்கு நாற்பதை ஒட்டிய வயதுகளில் வருவது. அது இப்போது வந்தால் என்ன ஆகும்? எவளோ ஒரு நடிகையுடன், அன்னிய ஊரில்... வெளியே தெரியாது. நாராயணன் சமாளித்து விடுவார். மாத்ருபூமியிலும் கேரள கௌமுதியிலும் சிறு செய்தி வரும். மனோரமா இன்னும் சற்று நாடகத் தன்மையுடன் செய்தி வெளியிடும். தலைவிரிக் கோலமாக ரமணியின் படத்தைக்கூட அது வெளியிடலாம். கலா கௌமுதியில் ஒரு படக் கட்டுரை; திரை விமரிசகர் ஒருவரின் அஞ்சலி; ஒரு திரைப்பட ஸ்டில்லுடன். கண்டிப்பாக அது ஏகயாய ராஜகுமாரி ஸ்டில்தான். ஏன், ஷைலஜா, தோளில் துவைத்து முறுக்கிப் போட்ட துணிகளுடன் மார்பில் கட்டப்பட்ட ஈரவேட்டியுடன் குனிந்து பேபி கருணாவைப் பார்த்துப் பேசும் ஸ்டில்லாகத்தான் அது இருக்கும். அதற்குத்தான் கறுப்பு வெள்ளையிலும் டெப்த் கிடைக்கும். அவ்வளவுதான். முடிந்து போகும். ஒரு முழு வாழ்க்கை. ஒரு வாழ்க்கை... சிறு வயதில்தான் எத்தனை பெரியதாக, எண்ணற்ற வாய்ப்புகளும் சாத்தியங்களும் கொண்டதாக, ஏன் முடிவுற்றதாகக்கூட, அது தோன்றுகிறது!

பெருமூச்சுடன் எழுந்து கொண்டான். அறையைவிட்டு வெளியே போய்விட வேண்டும் என்று பட்டது. அறைக்குள் அப்படி அசௌகரியம் தரும் என்ன இருக்கிறது? சுவர்களின் வெறுமை. அதில்லை. பாத்ரூம் குழாயில் நீர் சொட்டும் ஒலி. காற்றிலாடும் காலண்டரின் உரசல். அதில்லை. ஆடும் திரைச்சீலையின் பயமூட்டும் நிழல். அதில்லை. அது அவள்தான். பிரவீணாவை உள்ளூரத் தீவிரமாக வெறுக்கிறோம் என்று அப்போது பட்டது. அவளை வென்றாயிற்று என்று ஒரு கணம் தோன்றினால் போதும். பிறகு அவளைப்புழுப்போல தட்டிவிட்டு விடுவான். அவளுக்குள்ளிருக்கும் அந்த ரகசிய நுனியை தன் ஆண்குறியால் எம்பித் தொட்டுவிடுதல் - அதுதான் சவால். மீண்டும் மீண்டும் அதை அவள் மிக நன்றாக அறிவாள். மிக ஆழத்தில் தொடர்ந்து இடமாற்றப்படும் அந்தரங்கமொன்றில் அவள் அதை வைத்திருக்கிறாள். முயலுந்

தோறும் அது ஆழப்புதைந்து கொள்கிறது. தொடமுடியாது திரும்பும்போது சுய எரிச்சல், துவேஷம், ஆங்காரம் இன்னும் என்னென்னவோ. எல்லா பெண்களையும் அவன் அப்படித்தான் அணுகினானோ? ஷைலஜா மீது ஒரு காலத்தில் எத்தனை மோகம் இருந்தது. அவள் கழட்டிப் போட்ட செருப்புகூட மனதை அதிரவைத்து உடலெங்கும் பரபரப்பை நிரப்புமளவு. இன்று அவளுடைய புகைப்படங்கள் கூட எரிச்சலூட்டுகின்றன. ஏகயாய ராஜகுமாரியின் கதாபாத்திரமாக முதல் சில காட்சிகளுக்குப் பிறகு அவள் மாறிவிட்ட பிறகுதான் அவளைப் பார்க்கவே முடிகிறது. ஆனால் ரமணி... ரமணியை இன்னும் தொடவில்லையா? சொல்லப்போனால் ஷைலஜா தவிர எவரையும் அவன் வெல்லவில்லை. ஷைலஜா சிக்கல்களே இல்லா பிறவி. பௌடரை சுத்தமாகக் கழுவிவிட்டாள் என்றால், எந்தச் சமையலறையிலும் இரண்டறக் கலந்து விடுபவள். அப்படியானால் எனக்குரிய பெண் அவள்தான். அவள் முன் மட்டும்தான் ஆண்மகனாக உணர்கிறேன். பிற அனைவரிடமும் மீண்டும் மீண்டும் சீண்டப்பட்டு எகிறிப் பாய்கிறேன்.

அறைக்குள் நிம்மதியற்ற காலடிகளுடன் அவன் நடந்து கொண்டிருப்பதை உணர்ந்தான். இன்றிரவு தூக்கமில்லை. அது எப்போதோ தீர்மானித்தாகிவிட்டது. மாற்றிமாற்றி உணர்ச்சி கொட்டிச் சொற்களை வெளியே தள்ளியாகிவிட்டது. மனம் இம்மிகூட களைப்படையவில்லை. அத்தனை பாரங்களையும் இழந்து காற்றில் பாலிதீன் காகிதம் போல அலைமோதுகிறது. அந்த வேலியில் சிக்கி அமர்ந்த பாலிதீன் தாள்கள் ஞாபகம் வந்தன. நல்ல படிமம். ஆனால் எதற்கு?

வேணுகோபால் ஞாபகம் வந்தது - அவன் ஒரு கடற்கரையில் நடக்கிறான். ஏதோ வணிகப்படத்தின் பாடல் காட்சி. பாறைமீது புடவை பறக்க நடன அசைவு காட்டுவது பிரவீணா. சலித்துக் கொண்டு நின்று தலையில் கையால் தட்டிக் கொண்டான். மீண்டும் குடிக்க வேண்டும் போலிருந்தது. ஆனால் இனிமேல் தாங்காது. வயிறு இப்போதே எரிந்து மின்னுகிறது. இந்தப் பெண்ணை வெறுக்கிறேன். மிக அபாயகரமான சதிகாரி - அனாதை, விபச்சாரி, வைப்பாட்டி... புல்ஷிட். இவன்

வெறுக்கிறேன். ஒதெல்லோ போல இவளைப் படுக்கையில் கழுத்தை நெரித்துக் கொன்றுவிட வேண்டும். முகத்தைப் பார்க்காமலிருக்க விளக்கை அணைத்துவிட்டு... அந்தக் காட்சியைக் கற்பனையில் கிளர்ச்சியுடன் நிகழ்த்தியபடி அவளைப் பார்த்து சிறிது நேரம் நின்றான். ஆனால், டெஸ்டமோனாவின் முகம் களங்கமற்றிருந்தது. இவள் முகம். ஆம், இதனால் தான் இவளை வெறுக்கிறேன். கன்னிமையின் தூய்மையை ஒருகணம்கூட இவளில் நான் காண நேர்ந்ததில்லை. அதைப் பார்த்ததில்லை. ஒரே ஒருத்தியிடமன்றி. ஒரே ஒரு வாய்ப்பு. ஆண் மகனுக்கு ஒரே ஒரு முறைதான். அந்த வாய்ப்புக் கிடைக்கும் போலும்.

மனம் நெகிழ்ந்து கண்களில் ஈரம் பரவியது. விரல்களால் அழுத்தியபடி அமர்ந்துகொண்டான். கண்களை மூடி சோபாவில் படுத்துக் கொண்டான். அந்த முதல் காட்சி. முதல் ஹாஸ்டல் ஃபீஸ் கட்ட அவன் சைக்கிளில் கல்லூரி நோக்கிச் சென்று கொண்டிருந்தான். விரிந்த பாதையின் இருபுறமும் பெரிய கொன்றை மரங்கள் முதலையுடம்புடன் சாமரக்கொத்து இலைகளுடன், மஞ்சள் நிறப் பூக்குலைகளுடன் நின்றன. தரையெங்கும் மஞ்சள் நிறப்பூக்கள். பெண்கள் சிறு சிறு குழுக்களாகச் சென்று கொண்டிருந்தார்கள். ஒவ்வொரு பெண்ணிலும் அவன் பார்வை சென்று படிந்து இடம் மாறியது. பார்வையைக் கட்டுப்படுத்திக் கொள்ள வேண்டும் என்ற உள்பிரக்ஞையும் சற்றுக் கழித்து விலகிவிட, பெண் முகங்களில், கழுத்துச் சரும மென்மைகளில், முழங்கை மென்மயிர்களில், பின்னல்களின் முடிப்பிசிறுகளில், அலைபாயும் பாவாடைகளில் முற்றிலுமாகத் தன்னை மறந்திருந்தான். ஒரு பெண் தலையில் ஒரே ஒரு ரோஜா மலர் மட்டும் வைத்திருந்தாள். அதை அவள் ஓரமாக வைத்திருந்த விதம் மிகவும் கவர்ந்தது. கேரளப் பெண்கள் பூவைத்துக் கொள்வதில்லை. வைத்தாலும் மலர்ச் சரங்களைத் தொங்கவிடுவார்கள். இரு நுனி எடுத்து முடிந்து விரித்திட்ட கூந்தலின் நடுவே பூவோ துளசிக்கதிரோ சூடுவார்கள். அவன் அப்போது பார்த்த சினிமா ஒன்றில் நர்கீஸ் அம்மாதிரி ஒற்றை ரோஜாவைக் காதோரம் வைத்திருந்தாள். அந்தச் சிறு மாற்றம்

வழியாக ஒரு மலர் கொள்ளச் சாத்தியமான அழகெல்லாம் நிகழ்ந்துவிட்டிருந்தது. பரவசத்தில் அவன் கையில் சைக்கிள் பிடி வழுக்கியது. காலில் மிதிக்கட்டை நழுவியது. தொண்டை அடைத்தது. அந்தக் கணத்தில் அந்த மலரை அப்படியே பார்த்தபடிச் செத்துப் போய்விட வேண்டும் போலிருந்தது. சைக்கிள் வேகம் குறைந்து சரிய, காலை ஊன்றினான். அவள் திரும்பிப் பார்த்துவிட்டு தோழியுடன் முன்னால் நடந்தாள். முகம் நர்கீஸின் முகம் போலவே நீள்வட்டமாக இருந்தது. நீண்டு மேல்நுனி கூர்த்த சாந்துப் பொட்டும் அம்முகத்திற்குப் பொருத்தமாகவே இருந்தது. நர்கீஸ் என்று மனசுக்குள் சொல்லிக் கொண்டான். மிக ரகசியமாக, மூச்சோடு மூச்சாகச் சொல்லிக் கொள்ள ஏற்ற பெயர். அதற்கென்றே உருவாக்கப்பட்ட பெயர். நீளமான முகத்திற்கு, ஒற்றை ரோஜாவிற்கு. வெண்ணிறத் தாவணிக்கு, சிவந்த நீளமான விரல்கள் பாதங்களுக்கு மட்டுமாக ஏற்பட்ட பெயர். இவள் பெயரும் நர்கீஸ்தான். என்ன அபத்தம்? அது முஸ்லிம் பெயர். இவள் இந்து. இவள் பெயரும் அதுதான். எந்தப் பெயராக இருந்தால் என்ன? மன்றாடிக் கேட்டுக் கொள்ள வேண்டும். அவளைத் தனியாகக் கூப்பிட்டு அப்படியே காலில் மண்டியிட்டு கண்ணீருடன் கேட்க வேண்டும். உன் பெயர் நர்கீஸ். வேறு பெயர் உனக்குச் சாத்தியமில்லை. உனக்கு வேறு பெயர் என்றால் நான் செத்துவிடுவேன். அந்த பயங்கரமான பொருத்தமின்மையை, அபஸ்வரத்தை, தாங்க முடியாமல் உருகி மண்ணில் விழுந்துவிடுவேன். உன் நீளமான விரல்களுக்கு, சிவப்பு சாயம் பூசிய நீளமான நகங்களுக்கு, உனது பெரிய இமைகளுக்கு, உனது முழங்கையின் மென்மையான பூனை மயிருக்கு வேறு என்ன பெயர் இருக்க முடியும்?

அவன் பின்தொடர்வது அவளுக்கு அசௌகரியமாக இருந்தது போலும். இருமுறை திரும்பிப் பார்த்தாள். அவள் ஏதோ சொல்லியிருக்கக்கூடும். தோழி கண்களில் விஷமத்துடன் திரும்பிப் பார்த்தாள். அழகான பெண்களின் தோழிகள் எப்போதும் சாதாரணமானவர்கள். அவர்கள் அப்படித் தேர்வு செய்கிறார்களா? இல்லை, அவர்கள் அழகு தோழியை அப்படி மாற்றிவிடுகிறதா? ஆம், அதுதான். அவள்

அருகே வரும் எதுவும் அழகு பெறுகிறது. அவளருகே வரும் பிற பெண்கள் மட்டும் அழகிழந்து வெளிறிவிடுகிறார்கள். மீண்டும் அவள் திரும்பிப் பார்த்தபோது அவன் தன்னினைவு பெற்று சைக்கிளில் ஏறித் தாண்டிச் சென்றான். அவளைத் தாண்டிச் சென்றபோது அவள் பக்கமிருந்து மென்மையான மின்னதிர்வு காற்றில் பரவி அவன் உடலை வருடியது. அவன் உடல் முழுதும் பல்லாயிரம் கண்கள் திறந்து அவளைப் பார்த்து பிரமித்தன. அவன் திடீரென்று ஓர் அச்சத்தை அடைந்தான். யாராவது பார்க்கிறார்களா? வகுப்புத் தோழிகள், தோழர்கள், ஆசிரியர்கள்? வகுப்பில் அவன் வாயில்லாப் பூச்சி. வகுப்புப் பெண்களுக்கு அதட்டி வேலை வாங்கத் தோதான தம்பி. அதிலும் ஆனந்தகுமாரியைப் பார்த்தாலே அவனுக்குக் கிலி. "தம்பி டேய்" என்று ஆதுரத்துடன் அழைத்து கான்டீனிலிருந்து மசால்வடை வாங்கி வரச் சொல்வாள். அவனுடைய பால் வடியும் முகம் அவனைத் திறம்பட மறைத்துக் கொண்டிருந்தது. அதற்கிணையாக அவனுடைய புத்தகப்பித்தும். புத்தகம் படிப்பவர்கள் அசட்டுப்பிச்சுகள் என்ற நம்பிக்கை கல்லூரிகளில் எவரும் பரப்பாமலே பரவி சிரஞ்சீவியாக வாழ்ந்து வருகிறது. வேலையெல்லாம் ஏவிய பிறகு ஆனந்தகுமாரி பின்னலைச் சுண்டிப் பின்னால் எறிந்தபடி "தம்பி இனி நீ போய் கவிதை எழுதுடா" என்பாள். யாரும் பார்க்கவில்லை. அவன் நேராக கான்டீன் போய் ஒரு டீ குடித்தான். பையன்கள் கூட்டம் கூட்டமாக நின்று தோள்களில் குத்தியபடி உரக்கச் சிரித்தும், புதிதாக வந்து சேர்பவனை ஓவென்று கூவி வரவேற்றும் கொட்டமடித்துக் கொண்டிருந்தார்கள். அப்படி என்னதான் உற்சாகம் என்று அவனுக்குப் புரிவதேயில்லை. அவனுக்கு நண்பர்கள் இல்லை. லைப்ரரியில் சில அறிமுக முகங்கள் உண்டு. அவர்களும் அவனைப் போன்றவர்கள்.

ஃபீஸ் கட்ட கவுண்டர் முன்னால் நின்று கொண்டிருந்தபோது எதிரில் ஒரு பெண் வந்தாள். ஏதோ ஓர் அசைவு அவளை நர்கீஸ் என்று அடையாளம் காட்டியது. மனம் பொங்கியதில் நிற்பதே சிரமமாக இருந்தது. அவள் திருதிருவென்று விழித்தபடி நின்றுவிட்டு நேராக அவனை நோக்கி வந்தாள். அவன்

காதுகளில் வெப்பம் நிறைந்த ரத்தம் அழுத்தியது. உள்ளங்கால் வேர்த்து செருப்பு வழுக்கியது. அவள் அவனிடம் "எக்ஸ்யூஸ்மி" என்றாள். அந்தக் குரல் அவளுக்குரியது தான். அவளுக்கென்றே உலகின் கோடானுகோடி குரல்களிலிருந்து பொறுக்கி எடுக்கப்பட்டது. அவன் "எஸ் எஸ்" என்றான். "ஹாஸ்டல் ஃபீஸ் இங்கதான கட்டணுமா?" அவள் கன்னங்களில் இருந்த சிறு பருக்களைப் பார்த்தான். கழுத்து பாளைக்குருத்து போலிருந்தது. சிறிய பொற்சங்கிலியில் குருவாயூரப்பன் டாலர். "இல்ல இங்க பணம் கட்டணும்" என்றான். "அதான் ஹாஸ்டல் ஃபீஸ் கட்டற இடமா?" "ஆமாம்" "எப்ப திறப்பாங்க...?" அவன் அவளை ஏறிட்டுப் பார்க்க முடியாமல் அவள் கரங்களைப் பார்த்தான். நீளமான விரல்கள். நர்கீஸ் வீணை வாசிக்கும்போது தந்திகள்மீது நடனமிட்டு மனதை வருடி வருடி வருடி இன்ப வேதனையை நிரப்பும் விரல்கள். "எப்ப திறப்பாங்க?" "இப்ப திறந்திடுவாங்க. பத்து மணிக்கு." "இதை கொஞ்சம் ஃபில்லப் பண்ணித் தரமுடியுமா?" படிவத்தை வாங்கினான். கையில் பணமும் சுவரில் வைத்த பிறகு "பேரு?" என்றான். "விமலா." அவன் பேனாவுடன் அவள் முகத்தைப் பார்த்தான். என்ன சொல்கிறாள்?"விமலா. ஆர். ஆர் ஃபார் ராஜா" என்றாள். அவன் அறுபட்டு அப்பெயரை எழுதினான். பிற கட்டங்களை நிரப்பினான். எஸ்.ஸி. ஜுவாலஜிக்கு வந்து சேர்ந்து ஒரு மாதமாகியிருந்தது. அதற்குள் ஏழெட்டுப் பெண்கள் வந்தார்கள். பணம் கட்டி முடித்து அவள் போனபிறகுதான் அவன் பணம் கட்டினான். வகுப்பில் அமர்ந்து விமலா விமலா என்று சொல்லிக் கொண்டிருந்தான். எத்தனை சாதாரணமான பெயர். அவளைப் போன்ற ஒரு பெண்ணுக்குரிய பெயரா அது? ரோஜாவைக் காதோரம் சூடக் கூடிய பெண்ணுக்குரிய பெயரா அது? விமலா. விமலா விமலா விமலா... அந்த கர்ச்சீப் சுருக்குள் ரூபாய் - அவை தான் எத்தனை கசங்கலை அடைந்திருந்தன சூடிய மலர் அவள் படுக்கையில் மறுநாள் காலையில் அப்படிக் கசங்கிக் கிடக்கக்கூடும். வியர்வையுடன், மென்மையான வெப்பத்துடன், மிக அந்தரங்கமாகக் கசங்கிய கர்சீப். அதை வைத்து மேலுதட்டை அடிக்கடித் துடைத்துக் கொண்டாள். காதோர மயிர்ச்சுருள்கள் பறந்தசைய தலையை ஆட்டி ஆட்டிப் பேசும்போது காதில்

சிறு ஜிமிக்கி ஆடியாடி மென்மையான கன்னக்கீழ் கதுப்பைத் தொட்டசைந்தது. விமலா, விமலா. எத்தனை மர்மமான பெயர்.

அதைவிட மடக்குக்கத்தி விரிவது போல வி-மலா. இல்லை மென்மையான உவமை தேவை. மரமல்லி மொட்டு கை தொடப்பட்டென்று விரிவது போல. வி-மலா. விமலா என்று எல்லோரும் அழைப்பார்கள். அவள் தோழிகள், அபத்தமான அசிங்கமான பூலோகப் பெண்கள், சர்வசாதாரணமாக அழைப்பார்கள். வருகைப் பதிவேட்டிலிருந்து தலைதூக்காமல் ஆசிரியர்கள் எந்திரத்தனமாக அழைப்பார்கள். விமலா. படிவங்களில் அப்பெயர் மீண்டும் மீண்டும் நிரப்பப்படும். எவருக்கும் தெரியாது எத்தனை மென்மையான பெயர் அது என்று. எத்தனை நுட்பமாக மடக்கவிழிந்து மனதில் விரிந்து கொண்டு, கூர் நுனி பளபளக்கும் மந்திரம் அது என. விமலா... விமலா... விமலா...

அவன் மிகுந்த மனநெகிழ்வுக்கு ஆளானவனாகத் தன்னை உணர்ந்தபடி சுய உணர்வு பெற்றான். கண்களின் ஓரம் ஈரமாகக் கசிந்திருந்தது. மீண்டும் ஒருபோதும் திரும்ப முடியாத ஓர் இடம். இளமை - அது எத்தனை வேகமாக மறையும் கனவு. ஒவ்வொன்றையும் இன்னொருமுறை பார்ப்பதற்குள், ஒவ்வொரு சொல்லையும் இன்னொரு முறை சொல்வதற்குள் எல்லாம் மறைந்துவிடுகின்றன. அனைத்தும் அந்த விசேஷ ஒளியை இழந்து வெறும் ஜடப் பொருள்களாக மாறி வெறிச்சிட்டு விடுகின்றன. இளமையின் மிகப்பெரிய சோகமே இளமைக்குரிய மிதமிஞ்சிய உத்வேகம் இளமையை முழுதும் அனுபவிக்க முடியாதபடி செய்கிறது என்பதுதான். அந்த சீமைக் கொன்றை மரங்களை, முட்கம்பிவேலிமீது படர்ந்தடர்ந்த பச்சைக் கொடிகளை, பல்வேறு பெயர்கள் ஆணியால் செதுக்கப்பட்ட மேஜை பெஞ்சுகள் நிரம்பிய கூரை உயர்ந்த பழைய கட்டடங்களின் விரிந்து நீண்ட வராண்டாக்களை - எதையும் அவன் அன்று கவனிக்கவில்லை. எங்கும் அவள் மட்டும்தான் இருந்தாள். அவள் காலடிகளை உள்ளங்கை நீட்டி வாங்கிப் புல்லரித்து தளிர் பூத்து மணம் பரப்பிக் கொண்டிருந்தது அவனுடைய மனம். வேறு ஏதுமேயில்லாத ஒரு வெளி. கொன்றை மரக்காடுபோல. கொன்றை மலர்கள்

மலைமலையாகத் தரையில் குவிந்து கிடந்தன. செம்மஞ்சளும் வெண்மஞ்சளுமாக திசைதிசையாக நிரம்பியிருந்தன காற்றைத் தீவிர மணமாக மாற்றியிருந்தன. அந்தக் காலம் - அதை எண்ணும் போதே அடிவயிற்றிலிருந்து பொங்கி வந்து உதட்டை இறுக வைக்கும் ஒரு விம்மல்போல ஏக்கம் எழுந்து வருகிறது. அவள் எப்படி அதை உணர்கிறாள்? அவள்...

அவள் இப்போது, இவ்விரவில், இந்த நகரில் இருக்கிறாள். இந்தக் காற்றில் அவள் உடலின் தொடுகை இருக்கிறது. அவள் பொருட்டுதான் கடல் தரைமீது தலைமயிர் சுழற்றி அறைந்து ஓலமிடுகிறது. அவளும் இந்நேரம் தூங்காமல் கடலோசையைக் கேட்டபடி, எண்ணங்களின் மந்தையை அரைவிழிப்பில் பின் தொடர்ந்தபடி, நிழலும் ஒளியும் பரவிய வினோத மலைச்சரிவில் இறங்கியிறங்கிச் சென்று கொண்டிருப்பாள். அதில் ஐயமே இல்லை. அவள் தூங்க முடியாது. கன்னியாகுமரியில் அவள் ஒருபோதும் தூங்க முடியாது. ஒருவேளை அவனை எண்ணிக் கொண்டிருக்கக்கூடும். அவன் குரலை, அவன் முகத்தை...

பரபரப்புடன் எழுந்து மேஜை விளக்கைத் திருப்பிப் போட்டுக் கொண்டு டெலிபோன் டைரக்டரியை எடுத்தான். அவளைக் கண்டுபிடிப்பது மிக எளிது. அது உள்ளூர அவனுக்குத் தெரியும். அதனால்தான் அவள் போனபோது பின்தொடராது திரும்பினான். இனிமேல் அவளைச் சந்திக்கவே போவதில்லை என்று சொல்லிக் கொண்டான். பெரும் கனவால் உந்தப்பட்ட படைப்பாளி போல வேடமிட்டுக் கொண்டான். மொத்தமே மூன்று உயர்தர விடுதிகள்தான் இந்நகரில். அதில் ஒன்றில் அவள் தங்கியிருக்கிறாள். காலி செய்து போனால்கூட விலாசம் இருக்கும். அவளுடன் வெளிநாட்டுக் கணவன் இருப்பதால் பாஸ்போர்ட் விலாசம்தான் கொடுக்க முடியும். 'ப்ளூசீ' ஓட்டலில் வரவேற்புப் பெண் தூக்க கலக்கமின்றி பதிலளித்தாள். விமலாவா? விமலா கந்தசாமி, விமலா பாணிக்ராகி, விமலா தேவி வைகுண்ட். நன்றி. ஓட்டல் த்ரீவேவ்ஸில் விமலா என்று யாருமில்லை.

ஓட்டல் மிருத்யுஞ்சய்யில் "விமலாவா? டாக்டர் விமலா ஃப்ரம் யூ.எஸ்.ஏ-தான் இருக்கிறார்கள். கணவர் பெயர்

கணவரா இருங்கள். எஸ். மிஸ்டர் தியோஃபிலஸ்சிஃபர் யா இருவரும் இருக்கிறார்கள். வெல்; நீங்கள் யார் என்று தெரிந்து கொள்ளலாமா?'' ''என் பெயர்...'' மனம் சொன்ன பெயர்மீது இன்னொரு பெயரைப் போட்டு மூடினான். ''ஹரி, எம்.கெ. ஹரி குமார். நான் டாக்டர் விமலாவின் கல்லூரி நண்பன். அவர்களிடம் பேச ஆசை.'' ''ஆனால் இது நள்ளிரவு...'' ''பரவாயில்லை. நாளைக் காலை நான் ஃபிளைட் பிடிக்க வேண்டும்.'' அறைக்குள் தொடர்பு கொடுக்கப்பட்டது. மணி அடித்தது.

கையிலிருந்து ரிஸீவர் நழுவிவிடும் போலிருந்தது. காதோடு இறுக்கியதில் தலைவலித்தது. ஒவ்வொரு மணியோசையும் மிக மெல்லிய சதைப்பரப்பில் சாட்டையால் பளீர் பளீர் என்று அறைவது போலிருந்தது. கிளிக்கென்ற ஒலியுடன் ரிஸீவர் எடுக்கப்பட்டபோது மார்பில் அந்தச் சுளுக்குவலி அறைந்தது. அது அவளாக இருக்க வேண்டும். அவள்தான். ஐயமில்லை. அவளை என்னால் உணர முடிகிறது. ''ஹல்லோ'' அமெரிக்கக் குழைவு. அவள் குரல்தான். ''எக்ஸ்யூஸ் மி... ஹாஸ்டல் ஃபீஸ் இங்கதான் கட்டணுமா?'' சிவந்த உதடுகள் பிரிந்து வெளித்தெரியும் வெண்பறகளின் நுனிவரிசை கழுத்தில் அசையும் நீலமென்நரம்பு. சிரிக்கும் கண்களில் துள்ளும் ஒளி ''என்ன பார்வை, பேசறப்ப? பேக்கு மாதிரி. சரியான கிராக்குன்னு பிரண்ட்ஸ் சொல்றாங்க.'' கண்கள் இடுங்க கருமணியின் ஆழத்தில் ஒரு ரகசிய வாசல் திறக்க ''என்னப் பத்தி அப்படியா நினைச்சிட்டிருக்கே?'' குழந்தைத்தனமான மலர்ச்சியுடன் மாறாத குரலில் ''எனக்கு ரொம்ப ஆசை! கடலில் கப்பல் போயிட்டே இருக்கணும். எந்த ஊர்லயும் பத்து நாளைக்குமேல தங்கக்கூடாது'' போனில் அழைக்கும் போது கிரீச்சிட்டு காதைக் குறுகுறுக்க வைக்கும் குரல். ''வெள்ளிக்கிழமை வரை இருக்க மாட்டேன். குடும்பத்தோட குருவாயூர் போறோம். ஆமா, குருவாயூர்... வெள்ளிக்கிழமை'' போனின் உள்தகடு மெல்ல சதைப்பரப்பாக நெகிழ மிக அந்தரங்கமான கிசுகிசுப்பு. அவள் மார்போசைகூட கேட்கிறதென்ற பிரமை. ''போன்லயா சீ...'' தொண்டைக்குள் சிறுகுமிழியாக கிளம்பும் சிரிப்பு. ''மாட்டேன், மாட்டேன் - மாட்டேன்னா அவ்வளவுதான். சீ ஆசைதான் -

வவ்வவ்வே - மாட்டேன்னு அப்பவே சொல்லிட்டேன்ல - இப்ப என்ன? - எவ்வளவு வாட்டி சொல்றது - அய்யோ; ரொம்ப நேரமாவுது. ஏய் பிளீஸ்பா - அப்பவே சொல்லிட்டேன்ல - அதெல்லாம் தப்பு - சீ மாட்டேன் - வச்சிடவா? - கண்ணுல - ராஜால்ல - வச்சிடப் போறேன் - வைப்பேன் - ஆமா - முடியாது - என்ன நீ, ஒண்ணு சொன்னாப் புரிஞ்சுக்காம? - மாட்டேன்னு சொன்னா சொன்னதுதான் - அப்ப நான் இனி கூப்பிடவேயில்ல போதுமா - சீச்சி விளையாட்டுக்குச் சொன்னேன் கண்ணா - அது மட்டும் முடியாது - அப்பிடித்தான் - தப்புடா - வைச்சிடறேன் - எவ்வளவு நேரம் - வேணாம் - வேணாம் - மாட்டேன்னு எத்தனை தடவை சொல்றது? - கோவிச்சிட்டியா? - ரொம்பக் கோவமா? - என்ன இது, புரிஞ்சுக்கவே செய்யாம? - சரி - சரீன்றேனில்ல - உம் - சரி - சுத்தமோசம் - பொறுக்கி...'' முத்தங்கள். தூய வெண்மலர்கள் ஒவ்வொன்றாக உதிர்ந்து மேலே விழுவது போல. மூச்சிறைப்பின் சீறல் ஒலி. கம்மிய ஆழ்ந்த குரல். போதுமா - போதாதா - போடா - கடிகிராக்கு - இன்னுமா? - ப்ச் - அவ்வளவுதான் - அவ்வளவுதான் - பை - சிரிப்பு. கொலுசொலி போன்ற நாதம். அப்படியானால் அதுவரையிலான தயக்கங்களெல்லாம் பாவனைதானா? கையில் ரீஸிவரும் புன்னகையுமாக அவன் நிற்க... ''ஹல்லோ'' அவள் குரல்தான். குரல் சற்றுக் கனத்திருக்கிறது. மிக வெள்ளைக்காரத் தனமாக இருக்கிறது. ஆனால் அவள் குரல்தான். ''ஹல்லோ...'' விமலா இது நான்தான் ரவி. ஞாபகமிருக்கா. எதிர்முனையின் மௌன அதிர்வு தெரிந்தது. ரவி நீதானா? இல்லை. ஒரு சொல்கூட உதட்டிலிருந்து கிளம்பவில்லை. உதடு காய்ந்து வாய் வறண்டு இருந்தது. நாவால் உதட்டை நக்கிக் கொண்டான். ''ஹலோ'' அவள் ஃபோனை வைத்துவிட்டாள். இறுகக்கட்டி இழுத்த ஒரு சரடு அறுபட்டது போல அவன் ஆசுவாசத்துடன் பின்னால் சரிந்தான். உடம்பு இறுக்கம் இழந்து தனித்தனி உறுப்புகளாக சோபாவில் பரவியது. தாகமாக இருந்தது. எழுந்து சென்று பிரிட்ஜைத் திறந்து ஐஸ் வாட்டரை எடுத்து மடமடவென்று குடித்தான். தண்ணீர் மார்பைக் குளிரவைத்தபடி இரைப்பையில் நிரம்பி குளிர்ந்த இரும்புக் குண்டு போலக் கனத்தது.

அவளைக் கூப்பிட்டு முதலில் என்ன சொல்வது, எப்படி அறிமுகம் செய்துகொள்வது, எந்தத் தோரணையை மேற்கொள்வது போன்றவற்றை முடிவு செய்தபிறகு கூப்பிட்டால் இந்தப்பதற்றம் இருக்காது என்று பட்டது. ஆமாம், இம்முறை பேசாதது கூட நல்லது தான். ஏதாவது அசட்டுத்தனமாக உளறியிருக்க நேரும். வெறும் ரவியாக அவளைக் கூப்பிடுவதில் அர்த்தமில்லை. முகமும் அடையாளமும் வேண்டும். ஆணுக்கு வெற்றிதான் அடையாளம். அதிகாரம் மட்டும் தான் பலம். "எக்ஸ்யூஸ்மீ, நான் ரவிக்குமார். சினிமா டைரக்டர் பேசறேன்." வேண்டாம், அது நேரடியாக ஆகிவிடும். வெறுமே அடையாளப்படுத்த முண்டியடிப்பதாகத் தோன்றும். எளிய அறிமுகம், மரியாதைச் சொற்கள். "நீங்கள் என்ன செய்யறீங்க ரவி?" சலிப்புடன் கவனமில்லாமல். "ஏழெட்டு சினிமா டைரக்ட் செஞ்சிருக்கேன். தொழில்னா அதைச் சொல்லணும்" "சினிமாவா நீங்களா?" "ஏன் ஆச்சரியமா இருக்கா?" "இல்லை பெரிய கவிஞன் ஆறது தான் லட்சியம்பீங்க" "இப்பக்கூட கவிஞன்தானே சினிமான்றது நவீன யுகத்தோட கவிதை" அவள் கண்களில் பிரமிப்பு மெல்ல ஓர் எச்சரிக்கை. "ஆனா நான் எடுத்ததில ஒண்ணுதான் சுத்தமான கவிதை. மத்ததெல்லாம் ட்ராஷ். நான் என்னோட படங்களை இனிமேத்தான் எடுக்கணும்" "அந்தப் படம் எது?" "ஏகயாய ராஜகுமாரின்னு ஒரு படம் கேள்விப்பட்டிருப்பே" "ஆ... அது அந்தப்படம் நீங்களா? ரவி மடம்பூர் நீங்களா? நான் அந்தப்படத்தை எட்டுமுறை பாத்தேன். தேசிய விருது கூடக் கெடச்சுதே..." "படத்துக்குக் கிடைக்கலை. ஆக்ட்ரஸுக்கு ஷைலஜாவுக்கு" அவள் குரலில் மட்டும் ஒரு நிழல் பரவும். "அழகான பெண்" "மக்கு, ரப்பர் பொம்மை மாதிரி. அவளுக்குள்ளே ஏறி நாம நடிக்கணும்." "பத்து வருஷமாச்சு இப்பவும் ஃப்ரேம் ஃப்ரேமா கண்ணுல நிக்கிற படம். நீங்கதானா அது? கிரேட்..." அவள் அமெரிக்காவிலிருப்பதால் அதைப் பார்த்திருப்பாளா? பத்து வருடம் முன்பு இங்குதான் இருந்திருப்பாள். கட்டாயம் பார்த்திருப்பாள். 'ஏகயாய ராஜகுமாரி'யைப் பார்க்காதவர்கள் குறைவு. ஒருவேளை அவனை அவள் அறிந்திருக்கவும் கூடும். பத்திரிக்கை படங்களில் பார்த்திருக்கலாம். வெற்றி என்பது இந்நூற்றாண்டில் புகழும்

பணமும் மட்டும் தான். திரைப்படக்காரர்கள் மீது உள்ளூர பிரமிப்பு இல்லாத எவரும் இல்லை. அவன் இந்தப் பத்து வருடங்களில் சந்தித்த எவரும் அப்பிரமிப்பு இல்லாமல் அவனை ஏறிட்டதில்லை. பிரமிப்பை அப்பட்டமாக வெளிக்காட்டுபவர்கள் பெண்கள். ஆனால் அது ஒரு பாவனையும் கூட. ஆணின் அகங்காரம் தான் பெண்ணின் தூண்டிலைத் தாவி விழுங்குகிறது. இளைஞர்கள் தங்களைச் சினிமாவால் கவரப்படாத நக்ஸலைட்டுகளாகக் காட்டிக் கொள்வார்கள். இலக்கியம், ஓவியம், அரசியல், படிப்பு ஆகியவற்றில் ஒன்றில் ஆர்வமும் தீவிரமும் கொண்டவர்களாகவும்; சினிமா தங்கள் மேலோட்டமான பொழுதுபோக்கு மட்டும் தான் என்றும் பாவனை செய்து கொள்வார்கள். எழுத்தாளர்கள் சமூகத்தால் உதாசீனம் செய்யப்பட்ட சமூகப் போராளிகள் வேடத்தை அணிவார்கள். "எனக்கு கமர்ஷியல் சினிமா மேல ஒண்ணும் விரோதம் இல்லை. ஜனங்களுக்குப் பொழுதுபோக்கு கேளிக்கை எல்லாம் தேவைதான். ஆனா..." அரசியல்வாதிகளுக்கு இம்மிகூட நேரமிருப்பதில்லை. நான் கைநொடித்தால் உன் சீட்டுக்கோபுரம் சரியும் தெரியுமா என்ற பாவனையுடன் "எங்க இதெல்லாம் வாரிப்போட்டுட்டு எங்கயாச்சும் ஓடிப்போயிடலாம்னு இருக்கு. உங்க ஒரு படம் அது என்ன அந்தப் பெண் ஷைலஜாதானே பேரு ஆங் அந்தப்படம் கூட பாதிதான் பாத்தேன். அதுக்குள்ளே ஒரு கரடி ஏறி வந்தது. பாத்தீங்களா இதான் நம்ம வாழ்க்கை" எல்லா முகங்களுக்கு அப்பாலும் கருகிப்போன ஒரு தன்னகங்காரத்தின் புகை மணம். அதிலிருந்து பாதுகாத்துக்கொள்ள மீண்டும் மீண்டும் பணிவும் சுயமறுப்பும் தேவையாகிறது. அவனுக்கு இப்போது எடுக்கப்படுபவை எல்லாமே படங்களேயில்லை. ஒப்பேற்றல்கள் படம் எடுக்கிற சூழலும் இப்போது இல்லை. எல்லாம் வெறும் வியாபாரம் ஒன்று கொட்டகை வியாபாரம் இல்லாவிட்டால் ஃபெஸ்டிவல் வியாபாரம். கலை உணர்வே இல்லாத வியாபாரம் வேறு என்ன எதிர்பார்ப்பது? என்ன இந்தப் போலிக்கவுரவம். அவர்களைப்போன்ற சிலர் அடையாளம் கண்டுகொள்வது இதெல்லாம் தான் லாபம். ஆனால் உள்ளூர சுயம் நிமிர்ந்து நிற்கும். "சினிமாக்காரன் மனசுக்குள் ஒரு ஆண்குறி இருபத்துநாலு மணி நேரமும் எந்திரிச்சி நிக்குதுடா"

என்பார் ஜார்ஜ். கோமாளிகளாக மாறாது பொது இடத்தில் வர முடிந்த சினிமாக்காரர்கள் குறைவு. “இங்கயே இப்பிடின்னா தமிழ்லயும் தெலுங்கிலயும் என்னடா கதி? யோசிச்சா பரிதாபமா இருக்கு. ஊட்டில ஒரு தடவை ஒரு தமிழ் நடிகனைப்பார்த்தேன். அந்தியிருட்டில கூட அந்த அப்பாவியால கூலிங்கிளாஸை கழட்ட முடியலை” ஜார்ஜ் ஒருமுறை சொன்னார்.

படிப்படியாக மனவேகம் அடங்கி முற்றிலும் இயல்பு நிலைக்கு வந்த பிறகு திரும்பி வந்து ஃபோனை எடுத்தான். வெற்றிகரமான சினிமாக் கலைஞனின் வேடம், அதுதான் எங்கும் செல்லுபடியாகக் கூடியதாக தன்னிடம் இருக்கும் ஒரே நாணயம். எண்களைச் சுழற்றும் போதுதான் நள்ளிரவுக்குப் பிறகு போனில் கூப்பிட்டு இயல்பாகப் பேசுவது பற்றிய கற்பனையின் அபத்தம் உறைத்தது. போனை வைத்துவிட்டு சோபாவில் கால்நீட்டிப் படுத்தான். படுக்கையில் போய் வசதியாகப் படுக்கலாம் என்று பட்டது. ஆனால், பிரவீணா அருகே படுக்கப் பிடிக்கவில்லை. கடலின் ஓசையையே கேட்டு கொண்டிருந்தான். எதிர்ப்பக்கச் சுவர் அவ்வொலியை எதிரொலித்தது மெல்ல அதுவே அலையடிக்கும் வெண்நீலநிறக் கடலாக ஆகியது. அதில் அவன் பார்த்திருக்கும்போதே வெண்ணிற ஒளி நிரம்பிப் பரவியது. அதன் கரையில் நின்று கொண்டிருந்தான் வெகுநேரம்.

❖

௬

காலையில் எழுந்தபோது அறைக்குள் இளவெயிலின் பிரகாசம் நிரம்பியிருந்தது. சோபாவில் படுத்திருந்ததனால் உடம்பு வலித்தது. பிரவீணா எழுந்து எங்கோ சென்றிருந்தாள். பாத்ரூமிலும் ஒலி கேட்கவில்லை. மேஜைமீது பார்த்தான். சிறு குறிப்பு இருந்தது. 'கடற்கரையோரமாக சிறிது ஜாக்கிங் போய் வருகிறேன். காலை டிபனுக்கு எதிர்பார்க்க வேண்டாம். நான் ஒரு இளநீரும் விஜிடபிள் சாலட்டும் வெளியே சாப்பிட்டுக் கொள்வேன். ரொம்ப இனிய, தீவிரமான இரவு.' குறிப்பைக் கசக்கிப் போட்ட பிறகு டாய்லட் போய் வந்தான். சோம்பல் முறித்து உடல்வலியைப் போக்கிக் கொள்ள முயன்றான். முகம் கழுவிவிட்டு வந்து அழைப்பு மணியை அடித்தான். பையன் மெல்லிய காலடியோசையுடன் வந்ததும் 'காபி' என்றான். உடனே ஓர் எண்ணம் ஏற்பட்டது. "அந்த அறையில் யார் இருக்கிறார்கள்." என்றான். வேணுகோபால் இருக்கிறானா என்று தன் மனம் துழாவுகிறது என்று தெரிந்தபோது கசப்பாக இருந்தது. "ரெண்டு பேரும் வெளியே போயிருக்காங்க" என்றான் பையன். "சேந்தா, இல்லை தனித்தனியாகவா?" "சேந்துதான்." அது ஓர் உத்தி. நாராயணனுக்கு வேணுகோபால்மீது ஒரு பிரமை. பெரிய ஆளாக வந்துவிடுவான் என்ற நம்பிக்கை. அவனுக்காக எதுவும் செய்வார். அவரே திட்டமிட்டுக் கொடுத்தால்கூட ஆச்சரியமில்லை.

பெண்டாட்டியைச் சந்தேகப்படுவது போலத்தான் என்று சுயநிந்தனையுடன் எண்ணிக் கொண்டான். ஆனால் அதில்லை பிரச்சினை, இது இவளுடைய ஒழுக்கம் பற்றியதல்ல. இதில் ஓர் அதிகாரம் உள்ளது. அதை அவன் மீறுகிறானா என்பது பற்றிய

கவனம் இது. புல்ஷிட். ஒவ்வொரு மனிதனும் மிக அதிகமான சொற்களைத் தன்னை நோக்கித்தான் ஏவிக் கொள்கிறான் போலும், புல்ஷிட் புல்ஷிட். காலையில் இந்தத் தலைவலி, வயிற்றின் அமிலக்குமட்டல் உடல்சோர்வு மனதில் படர்ந்து எழும் விரக்தியும் சுயவெறுப்பும் நிரம்பிய எண்ணங்கள். காபி வந்தது. அதை அருந்திய போது சற்றுத் தலைவலி குறைவது போலிருந்தது. அது ஒரு பாவனைதான் என்றும் தோன்றியது. எழுந்து தலையைத் திருப்பித் திருப்பி உதறிக் கொண்டான். காதில் ஓர் அபத்தமான ரீங்காரம் கேட்டபடி இருப்பது போலிருந்தது. அனிச்சையாக, மூச்சுபோல, மனசுக்குள் புல்ஷிட் என்ற சொல் எழுந்து கொண்டிருந்தது. எழுந்து சென்று உடைகளை அணிந்து கொண்டான். ஃபோன் அடித்தது. ரமணிதான். முகமன் ஏதும் இல்லாமல் நேரடியாகவே "எஸ். கெ.எம். கூப்பிட்டிருந்தார்." என்றாள் "என்னவாம்?" என்ற உடனே அவனுக்கு அந்த உத்தி புரிந்தது. காலையில் ஃபோனை பெண் குரல் எடுக்கிறதா என்று பார்க்கும் நோக்கம்தான் அது. அந்தத் தூண்டிலில் பிரவீணா சிக்கமாட்டாள் என்று தெரியாத அளவு மோட்டாவானவள் ரமணி. ஷைலஜாதான் அவளுக்கேற்ற எதிரி. அசட்டுத்தனமாக மாட்டிக் கொண்டு முசுமுசு என்று அழுவாள். பிறகு சர்வ சாதாரணமான பத்து புகழ் மொழிகளில் மனம் தேறி சிரிக்கத் தொடங்கிவிடுவாள். ஷைலஜாவுடன் இருந்த நாட்களில்தான் அவன் அதிகபட்ச தன்னம்பிக்கையுடன் இருந்திருக்கிறான். ரமணி ஏதோ சொல்லிக் கொண்டிருந்தாள். பின்னணி ஓசைகளில்தான் அவள் செவிப்புலன் அப்போது முனை கொண்டிருக்கும். அவனுடைய குரலின் மடிப்புகளில் உள்ள மௌனங்களை வருடி வருடித் தொட்டுவிட அவள் மனம் முயன்று கொண்டிருக்கும். பாவம் ரமணி, நேற்று இரவில் அவளுடைய கடைசி நினைவு இந்த அறையாக இருக்கும். காலையின் முதல் நினைவு இதுவாகவே இருக்கும். போன் அருகே தயங்கி, இனி இல்லை என்று இதற்கு எடுத்துக்கொண்ட சுயசபதங்களை நினைவு கூர்ந்து, இதுவே இறுதி முறை என்று சமாதானம் செய்து ஃபோனை எடுத்து படபடக்கும் மனதுடன் சுற்றி அந்த இழிவு குறித்து சுயபரிதாபமும், அதிலிருந்து அவள்மீது மூளும் துவேஷமும் கொண்டு... பாவம். ஆனால்

அப்படி தந்திரம் முனைகூர்ந்த முகத்துடன் ஃபோனை காதில் சேர்த்து சுவரில் சாய்ந்து நிற்கும் ரமணியின் தொந்தி சரிந்த தடித்த உருவமும் கழுத்தும் ஞாபகம் வந்தபோது அருவருப்பே எழுந்தது. அழகில்லாத பெண்கள் ஆண்களைக் குரூரமானவர்களாக, அற்பமானவர்களாக நீதியுணர்வே இல்லாதவர்களாக ஆக்கும் விதத்திற்கு இணையான ஒன்றைக் கூற வேண்டுமெனில், மான்குட்டியை அடித்துக் கிழித்துத் தின்னும் சிங்கத்தின் இயற்கையான குரூரத்தைத்தான்.

காலையில் இது என்ன தத்துவ சிந்தனை என்று எண்ணியபடி எழுந்து கதவை மூடி லிஃப்டை நோக்கி நடந்தான். சிறு தலைச்சுற்றல் இருந்தது. உடம்பின் பொது ஆரோக்கியம் மிக மோசமான நிலையில் இருக்கிறது என்று எண்ணிக் கொண்டான். காலையில் அவன் குரலை மட்டும் கேட்டதில் ரமணி ஆறுதல் கொண்டிருப்பாளா? வாய்ப்பேயில்லை. மாறாக ஒருவேளை அவள் பிரவீணாவைக் கையும் களவுமாகப் பிடித்து வசைபாடியிருந்தால் அது முடிந்தபிறகு மனம் ஆறி அமைதி கொண்டிருக்கக்கூடும். இப்போது அவளுடைய புத்திசாலித்தனம்கூட சீண்டப்பட்டுவிட்டது. பிரவீணா அப்படி மாட்டிக் கொண்டிருந்தால் எப்படி எதிர்வினையாற்றியிருப்பாள்? கண்டிப்பாக அழ மாட்டாள். திருப்பி வசைபாடுவாளா? அதுவும் அவள் இயல்பல்ல. ஆணவம் என்றோ சதிகாரியின் இறுக்கம் என்றோ தோன்றக்கூடிய மர்மமான, பிளக்க முடியாத மௌனத்திற்குச் சென்றிருப்பாள். ஆனால், அதற்கு வாய்ப்பே அமையவில்லை. அவள் மாட்டிக் கொள்ளவே மாட்டாள். அதிகாலையில் எழுந்து அவள் கிளம்பி விட்டதுகூட அதனால்தான் போலும். எது எப்படியிருந்தாலும் நள்ளிரவில் வந்து கதவைத்தட்டி மூன்றாம் மனிதர் அறியும்படி ஆக்கிக்கொள்ள மாட்டார்கள் மனைவிகள். இயல்பாக வருவதுபோல விடியும் தருவாயில்தான் வருவார்கள். அப்படியானால் பிரவீணா மனைவிகள் மனதை மிகநுட்பமாக பின் தொடர்கிறாள். மனைவி களுடன் சேர்ந்து அவள் மனதில் ஒரு மூலையும் வாழ்கிறது.

கன்னியாகுமரியின் வணிகம் களைகட்டியிருந்தது. நிறைய பேர் நெற்றியில் சந்தன பிரசாதத்துடன் கோயிலில் இருந்து

திரும்பிக் கொண்டிருந்தார்கள். காந்தி மண்டப விளிம்பில் மனிதத் தலைகள் பின்னணியின் கண்கூசும் கடல் ஒளியில் தெரிந்தன. கடல் தீப்பற்றிச் சுடர்வது போலிருந்தது. கடலுக்கு எதிராகத் திரும்பி நடக்க வேண்டும் என்று எண்ணிக் கொண்டான். ஆனால், கடலை ஒட்டி இணையாகச் சென்ற சாலையில் மெதுவாக நடந்தான். கடலுக்குள் துருத்திய பாறையில் சிறு வண்ணக்குவியல்போல, சுற்றுலா கும்பல் நின்றிருந்தது. அது மிக அபாயமான பாறை. அதை ஒவ்வொரு முறையும் பலரும் ஞாபகப்படுத்துவார்கள். சுற்றுலாப் பயணிகளுக்கு அப்பாறைமீது ஒரு விசேஷக் கவர்ச்சி ஏற்படவே அந்த எச்சரிக்கை வழிவகுக்கும். அப்பாறையின் கரியமௌனம் நிரம்பிய, சவால் போன்ற, கடல் நீட்சியில் நம்மைப் பெரிதும் கவரக்கூடியதும் ஆழத்தில் ஒரு தொந்தரவைத் தரக்கூடியதுமான ஏதோ ஒன்று உள்ளது. 'ஏகயாய ராஜகுமாரி'க்காக அதைப் பல கோணங்களில் எடுத்தான். பிறகு படத்தில் ஒரு படிமமும் கதாபாத்திரமும் ஆகியது. அந்நிலையில் கதையின் எளிமைக்கும், கதை நடக்கும் சிறுகிராமப் பின்னணிக்கும் அப்பாறை பொருத்தமில்லாமலாயிற்று. பிறகு அதே போன்ற பாறையொன்றை தேடி அலைந்து கோவளம் அருகே கண்டுபிடித்தான். ஆனால், அது வேறுவகையான பாறை என்று படம் பார்த்தபோது தோன்றியது. கடற்கரையில் தனிமையும் துயரமும், எவராலும் கவனிக்கப்படாத ஒன்றாக, நின்று கொண்டிருக்கும் சிறிய மென்மையான பாறை அது. இந்தப் பாறை கடலுக்கு எதிராகக் கிளம்பிய ஒரு கரிய முஷ்டி. ஒரு சவால். அலைகள் அறைந்து அறைந்து உருவான அதன் முகத்தில் கடலின் ஆத்மாவுக்குள் உறங்கும் ரகசியமொன்று உள்ளது. தன் சிருஷ்டிகரத்தின் கணங்களின் அலைக்கொந்தளிப்பு மூலம் நூற்றாண்டுகளாய் கடல் செதுக்கிய சிற்பம்.

கடற்கரை சாலையோரமாகப் பல புதிய விடுதிகள் முளைத் திருந்தன. பெரிய வண்ணக் குடைகள் பரவிய ஒரு திறந்தவெளி ரெஸ்டாரென்ட் இருந்தது. அதில் நுழைந்து ஒரு பிளாஸ்டி நாற்காலியில் அமர்ந்து கொண்டான். சற்றுத்தள்ளி அந்தச் சிறுசாலை பிரிந்து சென்று வண்ணம் உதிர்ந்த பழைய விடுதியை அடைந்தது. 'ஓட்டல் சன் ஷைன்' என்ற போர்டு புதியதாக

இருந்தது. இது இளநீற நிறத்தில் சுவர்களுக்கு டிஸ்டெம்பர் அடித்திருக்கிற கடலீரத்தில் சுவர்களில் உப்பு படிவங்கள் பூத்து, காரை இற்று அதை மிகப் புராதனமான ஒரு கட்டடம் போல மாற்றிவிட்டிருக்கிறது. கன்னியாகுமரியில் மிகச் சிறப்பாக பேணப்படும் விடுதிகள் தவிர பிற கட்டடங்களெல்லாம் உப்புபூத்து உதிர்ந்த சுவர்களுடன்தான் இருக்கின்றன. அப்போது இந்தபெரிய போர்டு இல்லை. தொலைவிலிருந்து பார்த்தால் அது விடுதிபோலத் தோற்றம் தருவதில்லை. எனவே, அவன் அந்தச் சாலைச் சந்திப்பில் நின்று தயங்கினான். அன்று அந்தப் பகுதியில் கடைகளும் இல்லை. சாலை அந்த மதிய நேரத்து வெயிலில் வெறிச்சிட்டுக் கிடந்தது. அன்றும் கடல் இதேபோல ஒளி பீறிட நுரைத்துக் கொண்டிருந்தது.

கன்னியாகுமரிக்குப் போவது என்ற திட்டமே இருக்கவில்லை. அதற்குமுன் கன்னியாகுமரிக்கு வந்தது மிகச்சிறிய வயதில். கன்னியாகுமரி பதற்றம் தரும் மனப்பாடங்களாக அந்தரங்கத்தில் நிரம்பியிருந்தது. ஆகவே, காலத்தைக் கொண்டு மூடி மூடி மிக ஆழத்தில் புதைத்துவிட்டிருந்தது, பிரக்ஞை. எப்போதாவது கன்னியாகுமரி என்ற சொல்லைக் கேட்டால், படித்தால், மிக ஆழத்தில் மெல்லிய தந்தியொன்று அதிரும். உடனே அலைகள் பொங்கி அந்த அதிர்வை மூடி மறைத்துவிடும். சொற்களாலான அலைகள். சித்தம் சொற்கடல். தன்னிச்சையான திட்டங்களும் போக்கும் கொண்ட கடல். கோவளத்திற்குப் போகலாமா என்றுதான் அவளிடம் கேட்டான். அவள் பல்கலைக்கழகக் கல்லூரியில் சிறப்புப் பயிற்சி வகுப்புக்காக வந்திருந்தாள். இரண்டு வாரப்பயிற்சி. நடுவே சனி ஞாயிறு விடுமுறை. அவன் சனிக்கிழமை காலையிலேயே எர்ணாகுளம் பாசஞ்சரில் வந்து விட்டிருந்தான். ஒன்பது மணிக்கு முன்னால் கூப்பிட வேண்டாம் என்று சொல்லியிருந்தாள். ஒன்பது மணியாகும் பொருட்டு ரயில் நிலையத்தில் காத்திருந்தான். மனத்தில் எந்த எண்ணமும் முழுமை பெறாமல் முறிந்த சொற்கூட்டுகளாக உதிர்ந்து கொண்டிருந்தன. அமரவோ நிற்கவோ முடியவில்லை. மீண்டும் மீண்டும் கடிகாரத்தைப் பார்த்தான். வேறுவேறு கடிகாரங்களில் நேரத்தை ஒப்பிட்டான். கேரள கௌமுதியில்

படிக்க ஏதும் இல்லை என்று பட்டது. நானாவில் திரைப்பட ஸ்டில்களைப் பார்த்தான். மார்பு நடுப்பள்ளம் திரைப்படங்களில் தோன்ற ஆரம்பித்திருந்த காலம். மார்பகங்களின் அளவை ஊகிக்க வைக்க அப்பள்ளத்தை எப்படிப் பயன்படுத்துவது என்ற அளவில்தான் சினிமா டைரக்டர்களின் கற்பனை செயல்படுவதாக அவனுக்குப்பட்டது. கைப்பக்கமாக செயற்கையாக ஓர் அழுத்தம் தருவது வழியாக மார்பகங்கள் பிதுங்கி இணைந்திருப்பதாகக் காட்ட முடியும் என்று கண்டுபிடித்திருந்தார்கள். அதை அப்படியே அத்தனை பேரும் பின்பற்றினார்கள். பால்வடியும் முகத்துடன், மெல்லிய தோள்களும் புஜங்களுமாக நின்ற சியாமளகலாவின் மார்பு நடுப்பள்ளம் கூட விசித்திரமாக இடுங்கி இருந்தது. படங்களை ஆர்வமின்றிப் புரட்டிவிட்டுப் போய் இன்னொரு சினிமா இதழ் வாங்கினான். அதிலும் அதே படங்கள். ஒவ்வொரு காலகட்டத்திலும் உள்ள சினிமா ஸ்டில்களை வைத்தே அப்போது புழக்கத்திலிருந்த சினிமா மொழியைக் கூறிவிட முடியும் என்று பட்டது. சினிமா மொழியில் ஒருசொல் கண்டடையப்படுகிறது. உடனே தேய்ந்து பொருளிழக்குமளவு அதை எல்லாரும் திரும்பத் திரும்ப பயன்படுத்துகிறார்கள். கதாநாயகன் கதாநாயகியை தொடைகளைப் பிடித்து அணைத்துத் தலைக்கு மேல் அண்ணாந்து தூக்க, அவள் வானைப்பார்த்து சிரித்தபடி பறப்பதுபோல கரங்களை விரிக்கும் ஸ்டில் எத்தனை அற்புதமான ஒன்று. அப்படத்தைப் பார்ப்பவர்கள் மீண்டும் மீண்டும் அகங்காரம் புண்படுத்தப்பட்டு, சிறுமையுணர்வையே தன் இயல்பான ஆளுமையாகக் கொண்டு, சமையலறையில் உழலும் பெண். அந்தக் கதாநாயகி கதாநாயகனின் தலைக்கு மேல் எழுந்துவிட்டாள்; பறக்கிறாள். அவள் தலைக்குமேல் வெண்மேகம் பரவிய வானம். அவள் உடைகள் காற்றில் பறக்க அடுத்த கணத்தில் அவளும் பஞ்சு மேகமாக காற்றில் எழுந்து வானை அடைந்துவிடக்கூடும். வாய் திறந்து கழுத்து புடைக்கக் கூவிச்சிரித்தபடி இருக்கிறாள். மகிழ்ச்சியின் உச்சகணத்தில் தன்னை மறக்கையில்தான் அத்தனை வெளிப்படையாகப் பெண்களால் சிரிக்க முடியும். ஒரு சமையலறைப் பெண் ஒரு போதும் அப்படிச் சிரித்திருக்க வாய்ப்பில்லை. அப்படி ஒரு

கணம் பகற்கனவுக்கு வெளியே அவளுக்குச் சாத்தியமேயில்லை. எத்தனை மகத்தான ஸ்டில்! அதை முதலில் எடுத்தவன் கவிஞன். ஆனால், அதைத் திரும்பத் திரும்ப எடுத்து, நசீர் ஜெயபாரதியை நெருங்கினாலே அள்ளித் தூக்கப்போகிறார் என்று ரசிகர்கள் ஊகித்து, கேலியாக விசிலடிக்கும்படி செய்து... ஒன்பது மணிவரை சினிமா பற்றிய எண்ணங்களும் கடிகாரமும் அவனை அலைக்கழித்தன. ஒன்பது மணிக்குக் கூப்பிட்டான். என்கேஜ்ட். மீண்டும் மீண்டும். "ஹலோ" அவள் குரல்தான். குரலில் கூட கிராமியத்தனமும், உற்சாகமும் தன்னம்பிக்கையும் தெரியும். "ஹலோ நான்தான்." அவன் குரல் கேட்டதும் அவள் சிறியதாகச் சிரித்தாள். ஒவ்வொரு முறையும் குரல் கேட்டதும் அந்தச் சிரிப்பு ஒலிக்கும். தூய மகிழ்ச்சியிலிருந்து எழும் சிரிப்பு. "எப்ப வந்தே?" "காலை "அய்யோ." "வாரியா?" "எங்க?" "நேரா பஸ்பிடிச்சு தம்பானூர்ல இறங்கு. நான் அங்க நிக்கறேன்." "எங்கே?" "பஸ் நிக்கிற இடத்துல" மௌனம். தயக்கம். உள்ளுணர்வின் நெருடல் போல. பிறகு "எனக்குப்பயமா இருக்கு." "என்ன பயம்? எங்கிட்டயா?" "அதில்லை..." "வா பேசாம." அவள் தயங்கி விடுவாளோ என்ற ஐயம் ஏற்பட்டு அவன் ஃபோனை வைத்துவிட்டான்.

மீண்டும் சினிமா இதழ்களைப் புரட்டியபடி பஸ் ஸ்டான்டில் நின்றான். பதேர் பாஞ்சாலி பற்றிய கட்டுரை ஒன்று 'சினிமா லோக'த்தில் இருந்தது. 'விஸ்வோத்தரம்' என்ற சொல் பலமுறை திரும்பத் திரும்ப வந்தது. நல்ல படம். அழகிய படம். நுட்பமான படம். ஆனால், அதற்குமேல் அது என்ன? அது மனசாட்சியைத் தொடவில்லை. அழகுணர்வின் உச்சநிலைகளை நோக்கி மனதைச் செலுத்தவில்லை. உன்னத கணமென ஏதும் நிகழ வில்லை அதில். ஆயிரம் வருட நாடக மேடையில் கோர்த் தெடுக்கப்பட்ட கதையையும், கோர்த்துருவாக்கப்பட்ட சம்பவங் களும் யதார்த்தமான புழக்க அசைவுகளும் பெரும் விடுதலையாக இருக்கின்றன போலும். அவ்வளவுதான் கலையா? கதகளி தன் மனோதர்மத்தின் உச்சத்தில் அடையும் ஆழ்ந்த பரவச நிலையை ஏன் சினிமா அடையக் கூடாது? கர்ணனிடம் வரம் வாங்கி, அவனை வென்று, விடைபெறுகிறாள் குந்தி. மாவேலிக்கரை

சிவசங்கரன் நாயரின் குந்தி. கிளம்பியவள் சட்டென்று மனம் பொறாது திரும்பி ஏதோ சொல்ல முனைந்து, அடக்கி, உடைந்து, இறங்கிச் செல்கிறாள். என்ன சொல்ல வந்தாள்? ஒரு அன்னை மகனை நோக்கிச் சொல்லச் சாத்தியமான அதிகபட்ச சொற்களை. ஆனால், சொல்லவில்லை. கேட்கக் கர்ணனுக்கு விதி இருக்கவில்லை. சொல்லியிருந்தாளெனில் மகாபாரதமே திசை திரும்பியிருக்கும். பலகோடி மானுடர்களின் தலைவிதி பெரும் சக்தியாகத் திரண்டு அவள் சொற்கள் மீது ஏறி அமர்ந்து கனத்தது. அன்று உடல் புல்லரிக்க, கண்கள் பனிக்க, கால இடம் ஏதுமின்றி, தாண்டி வந்த அந்தப் பெரும் நடை திறப்பின் தரிசனத்தை ஒரு சினிமாவும் தந்ததில்லை. சினிமா ஒரு எளிய தொழில்நுட்ப விளையாட்டு. ஒரு கேளிக்கைப் பொருள் படிப்படியாக இப்போதுதான் கலையாக மாறுகிறது. ஆனால்...

அவள் வந்திறங்கிய போது, அவள் மஞ்சள் புடவையின் ஒளியைத் தொலைவிலேயே கவனித்த பிறகும்கூட, இவள் இன்னும் தாமதித்து வந்திருக்கலாகாதோ என்று ஒரு கணம் எண்ணுமளவு மனம் வெதுவெதுப்பான பகற்கனவுகளில் ஆழ்ந்திருந்தது. அவனுக்கேயான ஒரு பிரத்யேக சினிமா. என்றாவது அவன் அதை எடுப்பான் மாவேலிக்கரை சிவ சங்கரன் நாயரின் மனோதர்மத்தின் உச்ச கணங்களை மட்டும் மணிகளாகக் கோத்து உருவாக்கிய மாலைபோல. அவளும் அந்தப் பயணமும், அவன் எதிர்பார்த்து ஒரு மாதமாக தூங்காது தவித்துக் காத்திருக்கும் அந்த நாளும் வெறும் மண்ணில் அற்பமாகக் கிடந்தன. அப்படியே பின்வாங்கி ஒளிந்து கொள்ளலாமா என்று கூடப் பட்டது. அவளுடன் அவனுடைய பகற்கனவுகள் எதையும் பகிர முடியாது. அவை அவளுக்குச் சிரிப்பு தவிர, அவன்மீது இளக்காரம் பரவிய பிரியம்தவிர, எதையம் அளிப்பதில்லை. ஆனால், அவன் கால்கள் அவனை அவளிடம் இட்டுச் சென்றன. அவனைப் பார்த்ததும் அவள் கண்கள் சிரித்தன. பிறகு வேறு எங்கோ பார்த்தபடி, முகத்தின் சிரிப்பின் தொலைதூர பிரதிபலிப்பு மட்டும் ஒளிர, அவனை நோக்கி வந்தாள். அவன் சில அடிதூரம் நடந்து அவளை அடைந்து வியர்த்த உள்ளங்கையை பான்ட் பைக்குள் விட்டுத்

துடைத்தபடி "ஏன் இவ்வளவு நேரம்?" என்றான். அவள் முழுப்புடவை கட்டியிருப்பதுதான் அவள்மீது ஒரு விலகல் ஏற்படக் காரணம் என்று பட்டது. அவளை கம்பீரமும் முதிர்ச்சியும், எனவே ஆழமும் கொண்டவளாகக் காட்டிற்று அது. புடவையில்தான் அவளுடைய தோள்களின் திரட்சியும் முழுமையும் வெளித்தெரிவதாகப் பட்டது. அவளுக்குப் புடவை கட்டிக் கொண்டு, கையில் ஒரு பெட்டியும் எடுத்துக் கொள்ள வேண்டும் என்ற முன்யோசனை ஏற்பட்டது. அதன்மூலம் தெரியவந்த அவளுடைய தந்திரமும் ஆழமும், அவனுக்கு அச்சத்தையும் மனவிலகலையும் ஏற்படுத்தின. அவள் அவனிடம் "கோவளம் வேண்டாம்" என்றாள். "ஏன்..." "ரெண்டு கேஸுங்க அங்க போயிருக்குன்னு படுது." "உங்க கிளாஸ்லயா?" "ஆமா." "பையங்ககூட உண்டா?" "ஆமான்னு தோணுது." "பெரிய கள்ளியா இருப்பாங்க போலிருக்கே. அவள் முகம் சுளித்தபோது முதல் முறையாக அவளுடைய அழகற்ற முகபாவனையைக் கண்டான்."அப்படீன்னா?" என்றாள் "பேச்சுக்குச் சொன்னேன்." "பேச்சுக்கு இல்லை, உன் மனசில என்ன இருக்குன்னு இப்ப தெரிஞ்சுபோச்சு." "என்ன இது. "சும்மா விளையாட்டுக்குச் சொன்னா..." "விளையாட்டுதான். உன் மனசு எனக்குத் தெரியாம இல்லை. ஆனா நீ பேசறப்ப என்னால் நம்பாம இருக்க முடியலை." "ப்ளீஸ் விமி என்ன இது? யோசிச்சுப் பாரு, உன்னைப் பத்தி அப்படியா நினைப்பேன்?" "உன் தங்கச்சி இப்படி ஒரு ஆம்பிளைகூட போனா என்ன நினைப்பே?" அவன் மனம் சீண்டப்பட்டது. ஆனால், தந்திரமாக அதை அடக்கினான். "அவ உண்மையா இருந்தா அதில் தப்பில்லை" என்றான். "உண்மை காதல்னா என்ன?" "அதுக்கு மறுபக்கம் சாவு மட்டுந்தான் இருந்தா அதுதான் காதல்."

"கவிதை பேச மட்டும் சொல்லியே தரவேண்டியதில்லை." அவள் சமாதானமாவது தெரிந்தது. "இதோபாரு, அப்பவே சொல்லிட்டேன். உனக்கு இஷ்டமில்லைன்னா வேணாம்." "இஷ்டமில்லாம இல்லை." "பின்னே?" "எதுக்கு அவசரப் படணும்?" "அவசரமில்லை. இது ஒரு சந்தர்ப்பம். அப்புறமா நாம எங்க வேணுமனாலும் போலாம். என்ன வேணுமானாலும்

பண்ணலாம். அது வேற. இது.. இது ஒரு அபூர்வமான சந்தர்ப்பம்..'' அப்போது உண்மையாகவே அவன் அதை நம்பி விட்டான். எனவே சொற்களில் உணர்ச்சி வேகம் ஏறியது. "நீயும் நானும் மூத்து நரைச்சு, பேரனும் பேத்தியும் எடுத்து, குழிநோக்கி கால்நீட்டி இருக்கும் பிராயத்தில் நினைச்சுப் பாத்தா இந்த ஒரு நாள் மட்டுந்தான் அபூர்வமா அற்புதமாக நினைவில இருக்கும். ஏன் தெரியுமா?'' முகம் உணர்ச்சியால் சிவந்து கண்களைத் தாழ்த்தியபடி "ஏன்?'' என்றாள். "ஏன்னா நம்ம மனசு ஒண்ணு சேர்ந்தது இயற்கையா நடந்த விஷயம். காட்டில மிருகங்கள் ஒண்ணு சேர்ர மாதிரி. ஆண் குயிலும் பெண் குயிலும் சேந்து பாடற மாதிரி. எப்படி நாம சந்திச்சோம்? எப்படி எந்த நிமிஷத்தில் மனசை கை மாற்றம் செய்து கிட்டோம்? ஒண்ணுமே நம்ம கையில இல்லை. இயற்கையோட விதி அது. நம்மை மீறி அதுவா எல்லாம் நடக்கிறது மாதிரி இருக்கு. அப்ப கல்யாணம்னா வெறும் சடங்கு. ஊர் உலகத்துக்காக, சட்டத்துக்காக நாம செஞ்சுக்கிறது. நாம இணையறது இயல்பா பூமேல வண்டு உக்காரர மாதிரி நடக்கணும். அதை நாம மட்டும்தான் அறியணும். மத்தவங்க மேளதாளம் கொட்டி விருந்து சாப்பிட்டுவிட்டு வாழ்த்தறப்ப, போங்கடா மடையங்களான்னு நாம மனசுக்குள்ள நினைச்சுக்கணும்..'' அவள் காதோரம் புல்லரித்ததைக் கண்டான். புல்லரிப்பு கழுத்து ரோமங்களைப் புள்ளிகளாக மாற்றியது. பெருமூச்சில் அவள் மார்பகம் எழுந்தமர்ந்தது. எச்சில் கூட்டி விழுங்கியபடி, மேலுதட்டை இழுத்துக் கடித்தபடி, சற்று கலங்கிய கண்களால் வேறெங்கோ பார்த்தபடி, கசங்கிய அடிக்குரலில் "கோவளம் வேண்டாம்'' என்றாள். வேறு கடற்கரைதான் ஞாபகம் வந்தது. "கன்னியாகுமரி போகலாமா?'' "கன்னியாகுமரியா? ரொம்ப தூரம்ல?'' "சீச்சி ரெண்டு மணி நேரம்தான்.'' "சரி கன்னியாகுமரி.'' மனம் அதிர்ந்து அடங்கியது. சம்பந்தமற்ற படங்களாக பல மனதில் வந்து போயின. கடல், பாறைகள், விரித்த தலை மயிருடன் கண்களில் வெறியுடன், ஒரு பெண் - அது ஏதோ திரைப்படத்தில் பார்த்தது. பிறகு அம்மா முகம். கன்னியாகுமரி தேவி. "கன்னியாகுமரிலதான் இது நடக்கணும். அப்ப ஏன் எனக்கு தோணாம போச்சு. கன்னியாகுமரி கோயிலில போயி

தேவிய கும்பிடுவோம். கடற்கரைல உக்கார்ந்து அஸ்தமனத்தைப் பார்ப்போம். முக்கடல் சங்கமத்தில்தான் எல்லாம் நடக்கணும். கொடுத்து வச்சிருக்கணும்; இல்லியா?" அவள் சட்டென்று சகஜமாகிச் சிரித்தபடி "நாவல் படிக்கிற மாதிரி இருக்கு உன் பேச்சு" என்றாள். "நாவலா? நீயா? நீ எங்க நாவல் படிச்சே? நீ படித்ததெல்லாம் படக்கதையும் தொடர்கதையும்தானே?" "அடிப்பேன். நீ பெரிய படிப்பாளி. போடா." "முட்டத்து வர்க்கி" "போடா..."

பஸ்ஸில் அவள் அவன் கையிலிருந்த இதழ்களைப் பார்த்து "இதென்னது சினிமாப் பத்திரிகை?" என்றாள். "நீ வாறது வரை படிச்சிட்டிருந்தேன்." "இந்தக் குப்பைகளையா? வேறு வேலையில்லையா உனக்கு." "ஸ்டில்ஸ் பாத்தேன்." அவள் கழுத்தை அழகாக நொடித்தாள். அவன் நசீர் ஜெயபாரதியைத் தூக்கி உயர்த்திய அந்த ஸ்டில்ஸைக் காட்டிப் பேச ஆரம்பித்தான்.

"இப்பல்லாம் உனக்கு எப்ப பார்த்தாலும் சினிமா பத்தித்தான் பேச்சு" என்றாள் அவள். "சினிமாவுக்கு போகப் போறியா?" அவனுக்கு ஆம் என்று சொல்வது சிரமமாக இருந்தது. நிலவுக்குப் போகிறேன் என்பது போல. சிரித்தான். பிறகு வேறு பேச்சுக்கு நடுவே "சினிமாலதான் மிக அற்புதமான ஒரு சாத்தியம் இருக்கு. கவிதய காட்சியாவும் காட்டலாம். என் கவிதைகள் எல்லாமே படங்களா இருக்குன்னு குஞ்ஞிகண்ணன் மாஸ்டர் சொன்னார். சினிமாவில் இந்த வரிகள்கூட படங்களும் வந்தா இரண்டும் சேர்ந்து அபூர்வமான ஒரு அனுபவத்தை குடுக்கும்னு படுது." "கவிதையில் எவ்வளவோ படங்கள் மனசில வரும். சினிமால ஒண்ணைத்தானே காட்ட முடியும்." "ஆமா, ஆனா அந்த ஒரு படம் தொடர்ந்து எத்தனையோ படங்களை நம்ம மனசில உருவாக்க முடியும். எனக்கென்னவோ சினிமாப்பாட்டு தான் இனி நம்ம காலகட்டத்தோட கவிதைன்னு படுது. பல சினிமா பாட்டுகள் தனியா எடுத்துப் பார்த்தா சர்வசாதாரண வரிகள். ஆனா அவை நம்ம மக்களோட மனதை உலுக்கிடுது. ஏன்? கூட வார சித்திரங்கள்தான். இதோ இந்த ஸ்டில்லோட சேர்த்து சும்மா என் கனவின் சிறகுகள் விரியும் வானில் இணைப் பறவையாக நீயும் வருவாயா? என்று ஒரு பெண் குரல் தாபத்துடன் பாடினால்

கோடிக்கணக்கான மலையாளிப்பெண்களின் ஆத்மாவின் குரலா அது ஆயிடும்.''

''நல்ல வரி. இப்ப யோசிச்சியா?''

''ஆமா.

''பரவாயில்லை. சினிமாக் கவிஞன் ஆயிடுவே.'' ''அய்யோ இல்லை. சினிமாக் காவியகர்த்தாதான்னு சொல்ல வந்தேன்.''

சண்டையிட்டும் சிரித்தும் பேசியபடி சென்றார்கள். கவிதை சினிமா விமலா மூன்றும் ஒரு புள்ளியில் சந்தித்தன அவனுள். அப்புள்ளி ஒரு புயலின் மையம் போல அவ்வளவு அழுத்தம் மிக்கதாக இருந்தது. அதை நெருங்கும் தோறும் அவன் மனதின் அத்தனை கிழிசல்களும், பீறிட்டுப் பொங்கி சிறகுகளாக மாறித் துடித்துப் படபடக்க ஆரம்பிக்கும். அவன் மனமே பிய்ந்து பறந்து செல்லப் பரிதவிக்கும். அம்மையம் அவன் உடலில் ஒவ்வொரு அணுவையும் பதற அடித்து இழுக்கும். அதை மடங்கு கனம் கொண்டுவிடும். உடலைத் தக்க வைத்திருப்பதே சாத்தியமில்லை என்றும், அழுத்தம் தாளாது வெடித்துச் சிதறி துகள்களாக காற்றில் சுழன்று பதறப் போகிறோம் என்றும் படும். ஆனால் ஒரு போதும் நெருங்க முடியாது. பொங்கி அலைக்கும் பெருங்கடலுக்கு அப்பால் அம்மையம். கரைவரைக்கும்தான் செல்ல முடியும். கடலின் வெறிமிக்க அடிகளை முகத்தில் ஏற்றபடி நிற்க மட்டுமே முடியும். கன்னியாகுமரியில் இறங்கிய போது முன் மதியம். அந்தச் சுளீர் வெயில் ஒருவிதப் பதற்றத்தையும் வெறுமையையும் தந்தது. கன்னியாகுமரி அத்தனை நெரிசலாக அழுக்காக இருக்கும் என்று அவன் எதிர்பார்க்கவில்லை. பணமும் அதிகமாக இருக்கவில்லை. ''தள்ளிப்போய் ஓரமா ஒரு லாட்ஜ் பாப்போம் என்ன?'' என்றான். அவள் முகத்தில் பதற்றமும் படபடப்பும் தெரிந்தது. ''பயமா இருக்கு'' என்றாள். ''என்ன பயம்?'' என்றபடி அவன் அவள் கரங்களைப் பற்றினான். நீள விரல்கள் ஈரமாக மெல்ல நடுங்கிக் கொண்டிருந்தன. ''எனக்கு என்னமோ ஒரு பயம் இருந்திட்டே இருக்கு.'' ''கடலைப்பார். பயம் போயிடும். கடல்தான் நம்ம சாட்சி.'' கடற்கரைப் பாதை வழியாக நடந்தார்கள். ''நம்ம முடிவைக் கடல்கிட்ட சொல்லணும். அலைகள் வந்து

நம்மை ஆசீர்வதிக்கணும்." "வேணாம் ரவி. போயிடலாம். பயமா இருக்கு." "என்ன நீ, அதையே சொல்லிகிட்டு. வா பேசாம." அந்தச் சாலை வளைவில் நின்று, "அந்த லாட்ஜ் பரவாயில்லை இல்லையா?" "ரொம்ப ஒதுக்குப்புறமா இருக்கே." "பின்ன திருவிழாக் கூட்டத்திலயா இருக்கணும்? நாம ரெண்டு பேரும் மட்டும் இருக்கக்கூடிய இடம். சரியா சொல்லப்போனா ஒரு குகைதான் நமக்கு வேணும். உடைகளை கூட கழட்டி வீசிட்டு இலைகளால உடைசெஞ்சு போட்டுக்கணும்."

"எனக்கு பயமா இருக்கு ரவி" "உனக்கு இலைகளால இல்லை, பூக்களால உடை செஞ்சு போடணும்." "யாரோ பாக்கிறாங்க." "அது வாட்ச்மேன் வா..." "லாட்ஜ் மாதிரியே இல்லியே." "வா கேட்டுடலாம்." அவள் முகத்தில் கன்னத்திலும் நெற்றியிலும் வியர்வைச் சருமத்தில் கலைமயிர் வரிகள் ஒட்டியிருந்தன. கூந்தலைக் காற்றில் லாவகமாகச் சுழற்றி பின்னால் தள்ளியபடி நடந்து வந்தாள்.

7

வெயில் ஏறிய பிறகு உடல் வியர்த்துத் திரும்பினான். கடற்கரையின் உப்பு உடம்பு மீது படிந்து வியர்வையுடன் கலந்து உடலை அரிப்பதுதான் இம்சையான அனுபவம். தோலை சட்டை போலக் கழட்டி வீசிவிட வேண்டும் என்று தோன்றுமளவு எரிச்சல். வரவேற்பறையில் நாராயணனும் வேணுகோபாலும் இருந்தனர். நாராயணன் நீளவாட்டில் சந்தனக்கீற்று அணிந்து காதில் துளசி அரளிமலர் சூடி பக்தி கனிந்து இருந்தார். வேணு கோபால் வழக்கம்போல கச்சிதமான உடைகளுடன் புதிய தோற்றத்துடன் இருந்தான்.

"எங்க வாக்கிங்கா?" என்றபடி நாராயணன் எழுந்து வந்தார். "கோயிலுக்குப் போயிருந்தோம். அடாடா காலைல தேவிய பாக்கிறதுக்கே, அது ஒரு அனுபவம். என்னமோ ஒரு.. ஒரு.. எப்படிச் சொல்றது! தேவி குளிச்சிட்டு தலைல துளசிக்கதிர் சூடி ஈரம் மாறாம வாறத பாக்கிறது மாதிரி..."

பிரவீணா வந்து விட்டிருப்பாளா என்பதுதான் அவன் மனதில் எழுந்த எண்ணமாக இருந்தது. வேணுகோபாலைப் பார்த்தபடி புன்னகை யுடன், "பிரவீணா வந்துவிட்டாளா?" என்றான். அவன் முகம் மாறாமல் "கொஞ்ச முன்னால் வந்து உங்களைத் தேடிட்டுப் போனாங்க" என்றான்.

"குளிச்சிட்டு வாரேன். உடம்பெல்லாம் ஒரே கசகசப்பு. கடற்கரைல வாக்கிங் போனால் இப்பிடித்தான். நீங்க எந்தப் பக்கமா போனீங்க?"

“ரெண்டு பேருமா தேவிய தரிசனம் பண்ணிட்டு அப்பிடியே கைப்பிடிச்சுவர் மேலே உக்காந்திட்டு வந்தோம். தம்பிக்கு மனசில நிறைய கற்பனைகள். திடுதிப்பினு அண்ணா கன்னிமை ன்னா என்னான்னு கேட்டாரே பாக்கணும். அதெங்க எனக்குத் தெரியும். நாம் பாத்ததெல்லாம் செகன்ட் ஹான்ட், தேர்ட் ஹான்ட், தௌசன்ட் ஹான்ட்டுன்னு சொன்னேன். ஹெஹெஹெ...”

“பிரவீணாவையும் நீ சந்திச்சு பேசலாம் வேணு” என்றான் அவன். கண்கள் வேணுவின் பார்வை முனையைத் தொட்ட போது அவை விலகவில்லை. “இப்போதைக்கு அவளைத்தான் ஹீரோயினா நினைச்சிட்டிருக்கேன். அவகிட்ட ஒரு தீ இருக்கு. பெரிய நடிகையா வந்திடுவா.”

“ஆமாமா” என்றார் நாராயணன். “இங்கிதமும் தெரியுது. ஒரு ஒரு கழுதைகள் மாதிரி இல்லை.”

“அவளைப் பாக்கிறப்ப, பேசிட்டிருக்கிறப்ப ஒரு பொறி கிளம்பினாலும் கிளம்பும். ஏகயாய ராஜகுமாரியே ஷைலஜாவைப் பாத்து கிளம்பின பிளாட்டுதான்னா அது உண்மை. இங்க தங்கியிருக்கிறப்ப ஒரு நாள் காலைல அவ அந்த தற்கொலைப் பாறைமேல ஏறி நின்னுட்டிருந்தா. அவ உடைகள் காத்தில் பறந்திட்டிருந்தது. சட்டுன்னு மனசு பொங்கி வந்தது. அப்பதான் அந்த பிளாட் வந்தது.”

வேணுகோபால் முகபாவனை மாறாமல் “பாக்கலாம்” என்றான்.

“இப்ப வந்திடறேன்” என்று படியேறினான். லிஃப்ட் விஷயம் பிறகுதான் ஞாபகம் வந்தது. மூச்சிரைக்க படி ஏறுகையில் பாஸ்டர்ட் பாஸ்டர்ட் என்று மூச்சுக்கொரு முறை மனம் வசை பாடியது. அவன் முன் எதையோ நிரூபிக்கத்தான் படிகளில் ஏறினோம் என்று தோன்றியதும் சுயவெறுப்பில் மண்டையைச் சுவரில் முட்டிக் கொள்ள வேண்டும் போலிருந்தது.

பிரவீணா குளித்து முடித்து கூந்தலை ஃபேன் காற்றில் உலர்த்தியபடி ஃபான்னி படித்துக்கொண்டிருந்தாள். அலையலை யான கரிய கூந்தல் மெத்தை மீது விழுந்து பரவியிருந்தது.

அவனைப் பார்த்ததும் சிரித்தபடி "ரொம்ப தூரம் போயிட்டிங்களா?" என்றாள்.

"ரொம்ப" என்றபடி சட்டையைக் கழட்டினான். "குளிக்கணும்"

"ஆமாமா. ஒரே கசகசப்பு காலைல. மழை வரும்."

"அதுக்குள்ள வேணுகோபாலும் நாராயணனும் குளிச்சு ரெடியா உக்காந்திருக்காங்க."

"அவங்க முன்னாடியே வந்திட்டாங்க. பக்கத்தில் கோயிலுக்குத் தான் போனாங்க போலிருக்கு."

பிட்ச் பிட்ச் என்றபடி பாத்ரூமிற்குள் நுழைந்தான். தண்ணீர் நுரை போன்ற மென்மையுடன் உடம்புமீது கொட்டியபோது சற்று ஆறுதல் ஏற்பட்டது. உடம்பு குளிர்ந்ததும் மனம் அடங்கியது. சோப்பு போட்டுக் கொள்ளும்போது ஏன் இத்தனை எரிச்சல் என்று தனக்குத்தானே கேட்டுக் கொண்டான். ஹாங்ஓவர். கண்டிப்பாக. காலை நேரங்களை இம்சை மிக்கதாக ஆக்குவதில் அதற்குப் பெரும் பங்கு உண்டு. இன்னொன்று யாருக்காக அஞ்ச வேண்டும்? இந்த எண்ணங்கள் என்னுடையவை. பிரவீணாவிற்கு நேற்றுத் தீவிரமான சில உறவுச்சங்கள் நிகழ்ந்திருந்தால் இன்று என் மனநிலை இப்படி இருந்திருக்காது. அவளுக்கு உண்மையில் அது வருவதேயில்லை. ரமணி இறுகி இறுகிப் போய் பாறையாக ஆகிவிடுவாள். அவன் அவளைத் தொட்டதுமே அவள் முகம் சுண்டிவிடும். அவனை அவள் அனுமதிப்பது தன் அம்புகள் படும் எல்லைக்குள் அவன் வருவதற்காகத்தான். அம்புகள் தீர்வதேயில்லை. ஆனால், சொற்கள் மூலமும் சரணாகதி மூலமும் பெரும்பாலானவற்றை அவன் தடுத்த பிறகு அவள் செயலற்றுத் திகைத்துவிடுவாள். அப்போது அவன் முன்னேறி கோட்டை முகப்பை அடைவான். அதன்மீது பறக்கும் கொடிகள், அதனுள் ஒலிக்கும் நகர ஓசைகள், அதன் அரண்மனையின் ஒளிரும் கோபுர உச்சி எல்லாம் தெரியும். இதோ சில எட்டுகள்தான் என்று மனம் தாவும் சில கணங்களில் எதிர்பாராத ஒன்றில் அகழி மீதிருந்து பாலம் எழுந்து கதவாக மாறி கோட்டை வாசலை இறுக மூடிவிடும். ஓசைகள் அவிந்து கோட்டை பயங்கரமான ஆபத்தான அமைதி கொண்டுவிடும். பதுங்கிடங்களிலிருந்து

பல நூறு முனைகளும் விஷ அம்பு முனைகளும் அவனைக் குறி பார்த்திருப்பதை உடலெங்கும் உணர முடியும். அகழிக்கு இப்பால் வழி தேடித் தவித்து பின் எரிச்சலுடன் திரும்பிவிடுவான். அவனை வென்றுவிட்ட பூரண திருப்தி ஏற்பட்டதும் அவள் சிறு சலுகையென அவனை அணைக்கவோ. ஓரிரு சொற்களால் கொஞ்சவோ செய்வாள். அந்தச் செயல்போல அவனை இம்சை செய்வது வேறு ஏதுமில்லை.

கல்லறைமீது பூக்களையும் சொற்களையும் வைப்பதுபோல. ஆனால், அந்த இறுதி வெற்றியை அவளுக்குத் தர ஒரு போதும் அவன் தயாராக மாட்டான். அவளை உதற, அடித்துத் துவைத்தபடி நிந்திக்க மனம் தாவினாலும் மிக சகஜமாகவும் சரசமாகவும் ஏதாவது பேசிய லௌகீக உலகுக்கு வந்து அவளுடன் புழங்க ஆரம்பித்து விடுவான். இது ரமணியைக் குழம்ப வைக்கும். உள்ளூரத் தன்னை அவன் பொருட்படுத்துவதேயில்லையோ என்று சஞ்சலமும் எரிச்சலும் கொள்ள வைக்கும். அதை அவன் அறிந்தால் இறுதி வெற்றி அவனுக்குக் கிடைத்துவிடும் என அஞ்சுபவள்போல - அதை அவன் மிக நன்றாக அறிவான் - அவளும் சகஜ பாவனை கொண்டு லௌகீகத்தின் கடைத்தெரு வில் அவனுடன் கரம் கோர்த்து நடப்பாள். பிறகு எரிச்சலில் மனம் காந்தலெடுக்க இருவரும் தங்கள் உலகுக்குத் திரும்புவார்கள். அவன் கண்களை மூடி ஷைலஜாவை, ஆம் அவளையன்றி வேறு எவரையும் அல்ல, நினைவில் கொண்டுவந்து மனக்கனவுகளின் உலகில் உலவத் தொடங்குவான். ஷைலஜா மெல்லிய சுள்ளி களாலும் வலிக்காத முட்களாலும் வேலியிடப்பட்ட சிறுதடாகம். சடசடவென்று முறித்தபடி சிறு சிராய்ப்புகளுடன் புகுந்து குளிர்ச்சுனையை அடைந்து இறங்கிவிட வேண்டியதுதான். ஆழத்து மென்படுகைகூடத் தெரியும் அதிதுல்லியம். ஆனால், எருமைபோல அதைக் கலக்கி நீர்ப்பூக்களை உழுது புரட்டிக் கரையேறுகையில் வலிமை ஒவ்வொரு அசைவிலும் தெறிக்கும் மூர்க்கமான வனமிருகமாக தன்னை உணரும் கணமே அவனு டைய காமத்தின் உச்சி. அவளைப் புண்படுத்தி, அழவைத்து, பிறகு கொஞ்சி மீட்டு, பிறகு படிப்படியாக மலர வைத்து அடைவதில்தான் அவர்கள் உறவின் சிறந்த தருணங்கள்

நிகழ்ந்திருக்கின்றன. அழுது முடித்த பிறகுதான் அவளால் அப்படிகளில் தாவி ஏற முடியும். நொண்டிக் குழந்தைக்காக நெருக்கிப் போடப்பட்ட வட்டாட்டக் கட்டம் அவள் என்று ஒரு முறை யோசித்துப் புன்னகை புரிந்து கொண்டதுண்டு.

ஆனால் இவள்... இவள் அனுமதிப்பதேயில்லை. போலி வாசல்களை மிகுந்த மரியாதையுடனும் நளினத்துடனும் திறப்பவள். நுழைய முற்பட்டால் சுவர் என்று காட்டி முகத்தில் அறையும் வாசல்கள் அவை. நுழைவது போன்ற மறுபாவனைக்கு மேல் ஏதும் சாத்தியமில்லை. உடலுக்குள் அவனை அவள் அனுமதிப்பது கூட தன்தனிமைக்குள் அவன் நுழையவே முடியாது என்று தெரிவிப்பதற்காகத்தான். ரமணியும் அப்படித்தான். இப்போது ரமணி வந்தால் ஒருவேளை முதல் மோதலுக்குப் பிறகு இருவரும் சகஜமாகி நட்பு கொள்ளக் கூடும். ஒரு சுவருக்கு இருபுறமும் நின்று அளவளாவி திடீரென ஒரு சன்னலைக் கண்டுபிடித்துத் திறந்துவிடவும் கூடும். இவளை அவன் உடலால் வென்றுவிட்டிருந்தால்கூடப் போதும், இந்த முடிவற்ற எண்ணத்தின் இறுதி வாக்கியத்தை அமைத்துவிடலாம். ஆனால் எந்தப் பெண்ணையும் வெறும் உடலால் வென்றுவிட முடியாது என்று அவனுக்குத் தெரியும். அது சாத்தியமேயில்லை. ஏனெனில் பூட்டின் பொறி அவர்களுடைய அந்தரங்கத்தில், மிக ரகசியமான ஓர் இடத்தில் இருக்கிறது. அதை தற்செயலாகத்தான் - அத்தற்செயலை நிகழ்த்துவது கூட அவர்களுடைய அக விருப்பம்தானா? - ஒருவன் கண்டு கொள்ள முடியும்.

இம்மாதிரி சிந்தனைகளுக்கு எந்த அர்த்தமும் பயனும் இல்லை என்று திடீரென்று தோன்றியது. ஒருவேளை உடலின் தீவிரம் குறைவதனால் இச்சிந்தனைகள் அகத்தில் வலுப்பெறுகின்றன போலும். மனதிற்கென்று எந்த நிலைப்பாடும் இல்லை என்று ஒரு வரி எழுந்தது. இளமையில் உடல் இச்சையும் உயிர்த் துடிப்பும் கொண்டிருக்கையில் மனம் உடலுக்குத் தேவையான உணர்வுகளையும் நியாயங்களையும் உருவாக்கி அளிக்கும் தொழிற்சாலையாக முழு நேரமும் இயங்குகிறது. பின்பு உடல் தன் தீவிரத்தை இழக்கும் போது இச்சை மட்டும் வெட்ட வெளியில் அலைகையில் உடலை நிராகரித்துக் காற்றில் பீடமேறி

அமரத் தேவையான உணர்வுகளையும் தருக்கங்களையும் மனம் உருவாக்க ஆரம்பித்துவிடுகிறது. அவனுடைய பகற்கனவுகளில் கூட எத்தனை நுட்பமான மாறுதல் நடந்துவிட்டிருக்கிறது. கருணையும் பெருந்தன்மையும் வீரமும் மூலம் பெண்களைக் கவரும் காதலனாக இருந்த அவன் பெண்களில் குரூரமான வதைக்கும் இச்சையை எழுப்பி, அவர்களால் வதைக்கப்பட்டு, அதன் குற்றவுணர்வை அவர்களில் தீவிரமாக எழுப்பி, அவர்கள் கொள்ளும் பிராயசித்த மனஎழுச்சியின் கண்ணீரை ருசித்து அருந்தி விடாய் தீர்க்கும் கோழையாக மாறிவிட்டிருக்கிறான். இன்னொரு படிமம் மனதில் எழுந்தது. முன்பு கதவுகளைத் தள்ளித் திறந்து நிமிர்ந்த தலையுடன் அறைக்கன் அறைக்குள் நுழையும் அல்சேஷனாக இருந்தான். இன்று இடுக்கு கிடைத்ததும் உள்ளே புகுந்து சுவரோரமாகப் பதுங்கி விரைந் தோடி பிராண்டியும் அறையெங்கும் சுழன்று வரும் பெருச்சாளி ஆகிவிட்டிருக்கிறான். வெறுமே உடலுக்கு வயதாவதன் விளைவான மாற்றம் மட்டும்தானா இது? இந்த எரிச்சல், இந்தச் சுயத்தை நேற்று பிரவீணாவைத் தூண்டி எழுப்பியிருந்தால் இது இருந்திருக்காதா? எதிர்பாராத இடத்திலிருந்து பிடரியில் விழுந்த அடிபோல அந்த எண்ணம் ஏற்பட்டது. உண்மையை அவன் மனம் நன்கு அறியும். அது வேறு காரணம். அந்தச் சுயநிந்தை குடியேறிய கணம், அதை இப்பதினெட்டு வருடங்களில் பல்லாயிரம் காதம் தொலைவுள்ள எண்ண ஓட்டங்களால் இம்மிகூட ஜீரணித்துக் கொள்ள முடியவில்லை. 'ஏகயாய ராஜகுமாரி'யின் மிகச் சிறந்த காட்சியை முதன் முதலில் கற்பனையில் கண்ட அந்த அதி உச்ச தருணம் முதல், ரமணியின் கல்லூரி ஆட்டோகிராப் நோட்டை அவள் பெட்டிக்கு கள்ளச்சாவி போட்டுத் திறந்து எடுத்து, ஒவ்வொரு வரியாக துழாவித் துழாவிப் படித்த கீழ்மையின் கடைசிப்படிவரை. இப்பதினெட்டு வருடங்களில் அவன் மனம் செய்த ஒவ்வொன்றும் அந்தக் கணத்தில் முளைத்த சுயவெறுப்பை விழுங்கிச் செரித்துக் கொள்ளும் முயற்சியின் விளைவுகளே. அது சாத்தியமில்லை. கன்னியாகுமரியை கடல் கொள்ள வேண்டும். விமலா இறந்து, மறக்கப்பட்டு விட வேண்டும். இல்லை, அதன் பிறகும் அவன் இருப்பான். அவன் சாக வேண்டும். சிதையில் கடைசிச் சதையும் பிரக்ஞையும் எரிந்தழிய வேண்டும்.

அதுவரையில் இது அழியாது. இந்த மலினத்தை ஒருபோதும் என் ஆத்மாவிலிருந்து கழுவிவிட முடியாது.

வெளியே வந்து உடைமாற்றிக் கொண்டபோது பிரவீணா தலைதூக்கி "என்ன இவ்வளவு நேரம் குளியல்?" என்றாள்.

"புழுக்கம்."

"வெளியே ரெண்டுபேர் காத்திருக்காங்க. வேறுவிதமா ஏதாவது நினைச்சுக்கப் போறாங்க" என்று அவள் நமுட்டுச் சிரிப்புடன் சொன்னாள்.

அவன் கண்ணாடியில் அவளைப் பார்த்துத் தலைசீவியபடி "வேணுகிட்ட கதையை உன்னை வைச்சு எழுதச் சொன்னேன்." என்றான்.

அவள் உதட்டை இலேசாகச் சுளித்தபடி "அப்படியா?" என்றாள்.

"நல்ல பையன் இல்லையா?"

"திறமைசாலி."

"உனக்கு அவனை பழக்கமுண்டார்"

"பழக்கம்னா?"

"பழக்கம்தான்."

"தெரியும்."

அவன் தன்னைத் திடப்படுத்திக் கொண்டுவந்து அவளுக்கு நேர் எதிரில் அமர்ந்து அவளை உற்றுப் பார்த்தபடி "பின்னாடி பெரிய ஆளா வருவான். ஒரு கொக்கி போட்டுக்க" என்றான்.

"பெரிய ஆளா வரட்டும், பாக்கலாம்" என்று சிரித்தாள்.

"ஏன், நம்பிக்கையில்லையா?"

"அப்பிடி வரச் சாத்தியம் உள்ளவங்க நூறு பேராவது எனக்குத் தெரிய இருக்காங்க. அவ்வளவு கொக்கிக்கு நான் எங்க போறது?"

"ஆள் பாக்க ஹீரோ மாதிரி இருக்கான்."

“உங்களுக்கு என்ன பிரச்சினை? அவன்கிட்ட எனக்கு ஏதாவது லைன் இருக்கான்னு தெரிஞ்சுக்கணுமா?

அவன் கோபம் கொண்டு, அதை அடக்கியபடி “ஆமான்னு வச்சுக்க” என்றான்.

“இப்ப அவன் பொம்பிளைன்னு வச்சுக்குங்க. அவன் எங்க இருப்பான்.”

“எங்க?”

“இந்தக் கட்டில்ல.”

அவள்மீது கொலைவெறி கொண்டான் அவன்.

“அவன் ஒரு தூண்டில் போட்டிருக்கான். நான் ஒரு தூண்டில் போட்டிருக்கேன். தூண்டிலும் தூண்டிலும் மாட்டி ஒருத்தொருக் கொருத்தர் இழுத்துக்கிடறதுக்கா? படத்தை அவன் டைரக்ட் செய்றான்னா வேற கதை.”

“நீ ஒரு தேவிடியா. பக்கா தேவிடியா.”

“தேவிடியாக்களில் பக்கா நாழின்னு தனித்தனி உண்டா என்ன?”

அவளை இழுத்து அறைந்து மிதித்து துவைத்து அவள் கதறியபடி தன்காலில் விழுந்து மன்றாடுகையில் எற்றி எறிவ தாகக் கற்பனை செய்தான் அவன்.

“என்னை அடிக்கணும்னு நினைக்கறீங்க.”

“சிலசமயம் அடிச்சாலும் அடிப்பேன்.”

“அடிங்க” என்று சிரித்தாள். “அது ஒரு பாண்ட்ல கையெழுத்து போடற மாதிரி.”

அவன் சிரித்து விட்டான்.

“ஒரு விஷயம் ஏன் புரிஞ்சுக்க மாட்டேன்கறீங்க. நீங்க இன்னைக்கு மார்க்கெட்ல உள்ள டைரக்டர் இல்லே. இந்த படம் ஃபிளாப்புன்னா பிறகு நீங்க இன்டஸ்ட்ரில யாருமேயில்லை. ஒருவேளை இந்தப் படத்தோடவே நானும் அவுட் ஆயிட

வாய்ப்பிருக்கு. இண்டஸ்ட்ரில ராஜா மாதிரி இருக்கிற ஒரு மூணு பேரயாவது எனக்குத் தெரியும். அவங்களில் ஒருத்தர கெட்டியா பிடிச்சுகிட்டா நான் ஒரு நல்ல கமர்ஷியல் படத்தில் மார்பையும் காலையும் காண்பிச்சுட்டு லட்ச ரூபாய் சம்பளம் கேட்க முடியும். ஏன் தமிழ்லகூட காலை நீட்டிட முடியும். அதை விட்டுட்டு இங்க வந்து ஏன் உக்காந்திருக்கேன்?''

அவன் மெல்ல ஒரு நம்பிக்கை சுரப்பதை அறிந்தான்.

"நான் வேசிதான். ஆனா வெறும் வேசி இல்லை. அதை நீங்க புரிஞ்சுக்கணும். நான் ஒரு நடிகை. அந்தக் கனவு எங்கிட்ட இருந்துட்டே இருக்கு. எனக்குப் பணம் வேணும். கண்டிப்பா நான் மார்பும் தொடையும் காட்டி ஆடுவேன். ஆனா அதுக்கு மேல் என் சினிமாமேல ஒரு வெறியும் இருக்கு. நீங்க பாத்த அளவு சினிமா நானும் பாத்திருக்கேன். ஒருவேளை உங்களைவிட நாலு கிளாசிக் ஜாஸ்தியாவே பாத்திருப்பேன். உங்களைவிட எனக்கு ஜார்ஜ் மேல பக்தி உண்டு. ஃபிரேம் ஃபிரேமா அவர் படங்களை என்னால் சொல்ல முடியும். 'ஏதென் தோட்டம்' வந்தப்ப அறுபது பக்கத்துக்கு ஒரு கடிதம் எழுதியிருக்கேன். உன்னை மாதிரி ஒரு ரசிகைக்காக இன்னும் நாலு புரட்யூசரை மொட்டை போட்டு இன்னும் நாலு ஏதென் தோட்டம் எடுப்பேன்னு ஜார்ஜ் எனக்கு எழுதினார். அந்த லெட்டரை என் சேஃப்ல பத்திரமாக வச்சிருக்கேன்.''

"ஐயம் சாரி'' என்றான்.

"பரவாயில்லை. உங்க மனநிலை எல்லா ஆண்களுக்கும் உள்ளதுதான்.''

நான் எழுந்து வந்து அவளைப் பற்றி அவள் கண்களைப் பார்த்தபடி "ஐயம் சாரி, நிஜம்மாத்தான் சொல்றேன். எனக்கே ரொம்ப வெட்கமாத்தான் இருக்கு...'' என்றான்.

"ஏகயாய ராஜகுமாரி மாதிரி ஒரு படத்தில் நடிக்கணும். அது என் கனவு. அது மாதிரி ரோல் ஒரு நடிகைக்கு சாதாரணமாக் கிடைச்சிடாது. ஷைலஜா பிறகு ஒரு நல்ல ரோல்கூட பண்ணலை. படத்துக்குப் படம் மூதேவிக் கோலம் கட்டறா. ஆனா

இன்னைக்கும் அந்தப் படத்தோட வெளிச்சம் அவளைத் தூக்கி நிறுத்திட்டிருக்கு. இன்னைக்கும் ஒரு படு மசாலாப் படத்தில் அவ கடற்கரைல நின்னா ஜனங்க வேறு ஒரு மனநிலைக்கு போயிடறாங்க. அது மாதிரி ஒரு ரோல் எனக்கு வேணும்...'

அவன் அவளை ஆவேசத்துடன் அணைத்தபடி "கண்டிப்பா, நாம இந்தப் படத்தப் பண்றோம். எடுத்து முடிச்சதும் ஜார்ஜுக்கு ஒருமுறை போட்டுக் காண்பிக்கணும். தனியா அவருக்கு மட்டுமா ஒரு பிரிவியூ. பாத்திங்களானு ஒரு வார்த்தை கேக்கணும். கேக்க வேண்டாம். ஏறிட்டு ஒரு பார்வை பாக்கணும். ஓடிப்போய் கடலில வழுந்து சாகணும். அதான். கடலில் விழுந்திடணும். பிறகு இருக்கக் கூடாது. ஜார்ஜ் ஏன் சாக மாட்டேங்கிறார்; ஏன் குடிச்சு சீரழிஞ்சு உக்காந்திருக்கார்னு எத்தனையோ ராத்திரிகளில் என் மனசுக்குள்ள புலம்பியிருக்கேன். என்னைப் பற்றி யாரும் அப்பிடி நினைக்கக் கூடாது. நீ ஜார்ஜை பாத்திருக்கியா?"

"ஏதென் தோட்டத்தில் கடைசியில கேமராவும் கண்ணுமா வருவாரே. அதான் பாத்தது."

"நாம சேந்து போயி பாப்பம்."

"பாக்கணும். இப்ப இல்லை."

"பின்ன"

"பிறகு" என்றாள். அவள் முகத்தில் அவன் அதுவரை கண்டிராத ஒரு பரிதாபக் குறி தோன்றியது.

"ஏன்?" என்றான்.

"இப்ப நான் யாரு? இப்பிடியே போய் அவரைப் பாக்கிறதா?"

"ஜார்ஜ் அப்படிப்பட்டவரில்லை."

"வேணாம். உங்க படம் வரட்டும்."

அவனுக்கு முதல்முறையாக அவள் மீது பரிதாபம் ஏற்பட்டது "சுத்தமா பிடிக்கலைன்னு எதுக்கு இதைப் பண்றே?" என்றான்.

"பிடிக்காம இல்லையே."

"பொய்."

“ஆல் இன் த கேம்” என்று சிரித்தாள்.

“சொல்லு.”

“ஏகயாய ராஜகுமாரிய நீங்க எடுக்கிற காலகட்டத்தை ஞாபகப் படுத்திக்கிடுங்க. அப்ப நீங்க பெண்ணா இருந்தா என்ன பண்ணி யிருப்பீங்க? சரி, அந்த புரட்யூசர் ஒரு கே'யா இருந்தார்னா?”

அவன் கூசிப்போய் அவளை விட்டு விலகினான்.

“ஐ ஆம் சாரி” என்றாள்.

“உண்மைதான்” என்றான் அவன். அது ஒரு வெறிதான். அவள் மீது மிகுந்த நெருக்கவுணர்வு ஏற்பட்டது. வாழ்வில் ஒரு பெண்ணிடமும் அந்தத் தோழமையுணர்வை அவன் அடைந்த தில்லை. அவளுடைய அருகாமையே மிகுந்த மனநிறைவைத் தருவது போலப்பட்டது. தோளில் கைபோட்டு அவளை அணைத்துக்கொண்டான்.

“உடனே மனம் நெகிழ்ந்து போயிட வேணாம். ஸ்டில் ஐயாம் எ வோர்” என்று அவள் சிரித்தாள்.

“நானும் யோக்கியனில்லை” என்றான் அவன். “அப்பிடிப் பாத்தா நான் ஒரு பிம்ப். ரெண்டுக்கும் சரியாப் போச்சு.”

“இதுதான் சரியான டயலாக்” என்றாள் அவள்.

அவன் மெத்தைமீது கால்நீட்டிப் படுத்துக் கொண்டான். மனதில் எண்ணங்கள் விரைந்தோடின.

“பிரவீண், எனக்கு ஒரு பிரச்சினை.”

“என்ன?”

“கன்னியாகுமரில என் இளமைக்கால காதலியை நேத்து பாத்தேன்.”

அவள் சரிந்து படுத்து, “நேத்து ராத்திரி ஃபோன் பண்ணி னீங்களே விமலா?” என்றாள்.

“கேட்டியா?”

“காதில் விழுந்தது.”

"அவதான்."

"காலேஜ் லவ்வா?"

"ஆமா."

"அதுக்கென்ன? போய் பாத்து ஹலோ சொல்லி பழைய விஷயங்களை கொஞ்சநேரம் பேசி சிரிக்க வேண்டியது. அப்ப பாக்கலாம்னு சொல்லி விடைபெற வேண்டியது. இனிமையான வலி. சில ரகசியப் பார்வைகள். சில தர்மசங்கடங்கள். ரொம்ப நல்ல அனுபவம்தானே அது? எத்தனை பேருக்குக் கிடைக்கும்?"

"அதில்லை."

"கைவிட்டுட்டிங்களா?"

"அய்யோ இல்லை. இது வேறு மாதிரி."

அவள் அவனை அணைத்து, "பெரிய அவமானம்னு ஒரு பிரயாத்துல தோண்றது பிறகு ரொம்ப சாதாரணமா ஆகிடும். போய்ப் பேசுங்க. அவங்க சிரிப்பாங்க."

"அவ என்னை அவமானப்படுத்தலை..." உடனே அந்தக் கற்பனையின் சாத்தியம் அவனுக்குப் புரிந்தது. "அவ எடுத்த முடிவு சரிதான். அப்ப அவளுக்கு நான் போதுமான ஆள் இல்லை. பைசா பெறாத கவிஞன்"

"இப்ப நீங்க அப்படி இல்லியே."

"அவ இப்ப அமெரிக்கால டாக்டர்."

"அப்பிடியா?"

"அவளை நான் இன்னும் சந்திக்கலை. சந்திக்கிறப்ப அவள விட ஒரு படி மேலா நான் இருக்கணுமனு தோணுது. அவளை சாதாரணமா பாத்து ஒரு நாலு வார்த்தை குசலம் விசாரித்துவிட்டு முன்னால நகர்ந்துடணும். அப்பதான் என் மனம் ஆறும். இல்லாட்டி..."

"அவங்க உங்களை அப்பிடி பார்த்ததும் அப்பிடியே மனம் புழுங்கிப் போயிடுவாங்கன்னு நினைக்கிறீங்களா? குற்ற உணர்வு வந்து ராத்திரி தூங்காம இருப்பாங்கன்னு தோணுதா?"

கன்னியாகுமரி ○ 97

"அப்பிடி இல்லை."

"அவங்க இப்ப இருக்கிற உலகம் சுத்தமா வேற. அங்க அவங்களோட ஆர்வம், சவால், சந்தோஷம் எல்லாம் வேற. அவங்க மனசில உங்களுக்கு எடமே இருக்க வாய்ப்பில்லை. அனாவசியமா கற்பனை பண்ணிக்க வேண்டாம்."

"அப்பிடி இல்லை. இது எனக்காக. என் மனம் திருப்தி அடையறதுக்காக."

"அதுக்கு என்ன? சினிமாக்காரங்களுக்குதான் இந்த தேசத்தில் எப்பவும் ஒரு கிரீடம் உண்டே."

"உண்டு. ஆனால் அது இங்க செல்லுபடியாகாது. இது வந்து.. இது ஒரு மாதிரி ஹை இன்டலக்சுவல்."

"சோடாப்புட்டி மாட்டிக்குங்க."

"அதில்லை பிரவீண். அதாவது... எனக்கு ஒரு மனைவி வேணும்... சிரிக்காதே. விமலாவைவிட இளமையா, அவளை விட அழகா, அவளைவிட படிப்பாளியா, வேறு ஒரு தளத்தில் அவளை மாதிரியே எதையாவது சாதிச்சவளா, அதான்..."

"கேட்கவே வேடிக்கையா இருக்கு... அதுக்காக ரமணிக்கு ஜீன்ஸ் மாட்டியா விட முடியும்?"

"நீ என் மனைவியா வரமுடியுமா?"

"ரெண்டாந்தாரமா?" என்று சிரித்தாள்.

"விளையாடாதே. ஒரு ரெண்டு நாளைக்கு. அவகிட்ட உன்னை நான் என் மனைவின்னு அறிமுகப்படுத்தறேன்."

"பாராட்டுக்கெல்லாம் நன்றி. ஆனால், நான் நடிகை இல்லையா?"

"சாதாரண நடிகை இல்லை. பூனா இன்ஸ்ட்டிட்யூட் மாணவி. கலைப்படங்களில் மட்டும் நடிக்கிறவ. என்.எப்.டி.ஸிக்கு ஸ்கிரிப்ட் குடுத்திட்டு காத்திருக்கிறவ. பெர்க்மன் பத்தியும் ரித்விக் கட்டக் பத்தியும் நுட்பமா பேசறவ. உலக அறிவுத் துறைகள் பற்றி ஒரு புரிதல் உள்ளவ."

"பிரமாதமான கேரக்டரா இருக்கும் போலிருக்கே."

"ப்ளீஸ்"

"சரி. நடிப்புன்னாகூட அப்படி இருக்கிறது சந்தோஷமான விஷயம்தான். ஆனா அவங்களை சந்திச்சதும் உடனே ஆரம்பிச்சுடணுமா பெர்க்மன் பத்தி? இல்லை ஆர்ட் பட கதாநாயகி மாதிரி ஸ்லோமோஷன்ல திரும்பிப் பார்த்து ஒத்தை வார்த்தைகளில பேசணுமா?"

"உனக்கு தமாஷா இருந்தா வேணாம்."

"என்ன கோபம்? சும்மா சொன்னேன்."

"நீ பேசாம வந்தாப் போதும். உன் தோற்றமே எல்லாத்தையும் சொல்லிடும்."

"அப்படியா?"

"ஆமா, பிளீஸ்"

"இதுக்குப்போய் கெஞ்சணுமா. சரின்னு அப்பவே சொல்லிட்டேன்ல."

அவளை இழுத்து முத்தமிட்டான். அவள் சற்று அந்தரங்கமாக அம்முத்தத்தைப் பெற்றுக் கொள்வது போலிருந்தது. அது தன் மனப்பால் என்று எண்ணினாலும் அகம் அதை நம்பாது அவளுக்கு அளித்த முதல் முத்தம் அது என்று பரபரப்பு கொண்டது. எழுந்து தலையை சீவி உடைமாற்றிக் கொண்டான். மனம் நிறைவாக இருப்பதை திடீரென்று உணர்ந்தான். ஏன் என்று கேட்டுக் கொண்டான். முன்பு விமலாவுடன் கல்லூரிச் சாலையில் நடக்கும் போது இதே போன்ற மனநிறைவு ஏற்பட்டிருக்கிறது. பிரவீணா தன் மனைவியாக நடிப்புக்காகவென்றாலும் - கூட வருவதன்மூலம் உருவாகும் நிறைவு அது என்று புரிந்து கொண்டான். நம்பிக்கையூட்டக்கூடிய வலுவான ஆளுமை ஒன்றின் துணையைப் பெற்றுக் கொண்ட உணர்வா அது? புன்னகையுடன் கதவைத் திறந்தான்.

❖

8

கதை "விவாதம்" என்ற பெயரில் செலவழிக்கப்பட்ட நேரமே தன் வாழ்வில் அதிகம் என்று தோன்றுமளவுக்குச் சலிப்பு ஏற்பட்டிருந்தது. மதிய உணவுக்குப் போகும்போது வெளியே எங்காவது போய் அசைவ உணவு சாப்பிடலாம் என்று வேணுகோபால் சொன்னபோது பிரவீணா மறுத்துவிட்டு சுக்கா சப்பாத்தி பழச்சாறுடன் அறையிலேயே இருந்துவிட்டாள். நடந்து சென்றபோது தலைமீது வெயிலின் வெம்மை கொட்டி காதுமடல்கள் எரிந்தன. கடற்காற்று அப்போது நின்றுவிட்டி ருந்தது. வேணுகோபால் சலித்துப் போனவன் போல் பேசாமல் வந்தான். நாராயணன்தான் கதை விவாதங்கள் உண்மையில் எப்படி நடக்க வேண்டும் என்பது குறித்த தன் அபிப்பிராயங் களைச் சொல்லியபடியே வந்தார்.

எப்படி நடத்தினாலும் கதை விவாதங்களில் ஆவது ஏது மில்லை என்று அவனுக்குப் பலமுறை தோன்றியிருந்தது. அப்போது மீண்டும் உறுதிப்பட்டது. எத்தனை கொச்சையாக கடைசியில் தென்பட்டாலும் சினிமா ஒரு கலைப்படைப்பு. கலைப்படைப்பு தொடர்புறுத்தக் கூடிய மையம் அக்கலைப் படைப்பு வழியாகவே பிறருக்குச் சென்றடைய முடியும். அது கலைப்படைப்பாக வெளிப்படும்வரை ஒரு மனிதனின் அந்தரங்கத்திற்குள் அவனுக்கே தெரியாத ஓர் உணர்வாக மட்டும்தான் அது இருக்க முடியும். கலையை ஒருபோதும் விவாதித்து உருவாக்க முடியாது. இது இளம் ஆர்வலனாகக் கதை விவாதங்களில் பங்கு கொள்ளத் தொடங்கிய போதே அவனுக்குள் உறுதிப்பட்டுவிட்ட ஒன்று. ஆயினும் கதை

விவாதம் தேவைப்படுகிறது. ஒரு சிறு களியாட்டம். 'சினிமாவைக் கொண்டாடுதல்' என்பார் மதுக்கோப்பையுடன் ஜார்ஜ். இனம் புரியாது மனதில் முரண்டும் கருவை காட்சிப் பிம்பங்களாக மாற்ற ஒரு தொடக்கத் தருணம் தேவைப்படுகிறது. அத்தருணம் நிகழ்வதை எதிர்பார்த்து அதன் பிராந்தியத்தில் காத்துக் கிடக்க வேண்டியுள்ளது. காத்திருப்பின் சலிப்பையும் வெறுப்பையும் வெல்ல அரட்டை, குடி போகம் பலசமயம் கதை விவாதம் என்பது சக சினிமாக்காரர்கள் குறித்த வம்புகளை அலசுவதுடன் நின்றுவிடும். வேறு படங்களைக் கிண்டல் செய்தல், சுயபிரலாபம், துதிபாடல் என்று நீள்வதுமுண்டு. வெறும் வேறுவேறு கதைக் கட்டமைப்புகளைக் கலந்து கலந்து போட்டு புதிய அமைப்புகளைச் செய்து பார்ப்பதுமுண்டு. அதில் பல படங்களாகவும் வரும். ஆனால், நல்ல படம் எப்போதும் கதை விவாதத்திற்குச் சற்றும் சம்பந்தமில்லாதபடி எழுந்து வருவதாகவே இருக்கும்.

அதை வேணுகோபால் உணர்ந்திருக்க வேண்டும். ஏழெட்டு கதைகள் சொன்னான். சொல்லத் தொடங்கிய முதல் கணங்களிலேயே அதன் எல்லைகளைப் புரிந்து கொண்டு படிப்படியாக சுருதியிழந்து இறுதியில் வேண்டாவெறுப்பாகச் சொல்லி முடிப்பான். அவன் ஏதும் பதில் கூறத் தேவை இருக்காது. நாராயணன்தான் ஊடே புகுந்து சிலாகித்து, மிதமிஞ்சி புல்லரித்து, அவன் முடிவை எதிர்பார்ப்பார். "வேறு மாதிரி பார்க்கலாமே வேணு" என்று அவன் சொன்னதும் வேணுகோபால் சற்று ஆசுவாசம் கொள்வது போலிருக்கும். பிறகு ஒரு மௌனம் நிரம்பிய வெறுமை. அதைத் தவிர்க்க ஏதாவது அசட்டு நகைச்சுவைகள் அல்லது வம்புகள். மீண்டும் ஒரு கதை. மதியமானதும் இனிமேல் நாளை பார்க்கலாம் என்று அவன் கூறிவிட்டான்.

மிகச் சுமாரான கோழிக்கறியுடன் சாப்பிட்டுவிட்டு திரும்பும் போது கடற்காற்று தொடங்கிவிட்டிருந்தது. தூக்கம் வந்து மேலே அழுத்தம் அறையில் பிரவீணா தூங்கிக்கொண்டிருந்தாள். மின்விசிறிக் காற்றில் காதோர மயிர்ப் பிசிறு அசைந்தபடி இருந்தது. சிப்பி போன்ற இமைகளுக்குள் கருவிழியின் புடைப்பு

தெரிந்தது. பெரிய கண்கள் அவளுக்கு. சிறிய உதடுகளுடன் அவை இணையும்போது குழந்தைத் தனமும் குறும்புத்தனமும் மிகுந்த தோற்றம் ஏற்படுகிறது.

வெறும் சதையமைப்பு அவ்வாறு ஒரு தோற்றத்தைக் கொடுப்பது விந்தைதான். அவளை அழகி என்று கூறமுடியாது. அதேசமயம் மிகவும் கவர்ச்சியான பெண் என்று தோன்றிய படியே இருக்கிறது. மூக்கு, தாடைச் செதுக்கல் எல்லாக் கோணங்களிலும் கச்சிதம் கொண்டிருந்தது.

ஒரு மேக்கப் நிபுணன் அவளைத் திரையில் மொகலாய ஜனானாக்களில் மட்டும் காட்சிதரச் சாத்தியமான பேரழகியாகக் காட்டிவிட முடியும். அவளுடைய நெற்றிக் கூந்தல் அமைப்பில் ஏதோ ஒரு மாற்றம் தேவை. அது என்ன என்று அவனால் கூற முடியவில்லை. நெற்றி சற்று பெரிதாகத் தெரிகிறது என்று ஒரு சமயமும் உந்தியிருக்கிறது என்று இன்னொரு சமயமும், கூந்தல் விளிம்பின் அமைப்பில் ஒரு கோணல் இருப்பதாகவும் தோன்றியது. அவள் மார்புகள் மிகவும் தட்டையானவை என்றும், வலது மார்பு இடது மார்பைவிட சற்று மேலேறி இருப்பதாகவும் தோன்றுவதுண்டு. இது இந்தியத் திரைப்படத்தில் ஒரு பிரச்சினையே இல்லை. ஆனால், ஒவ்வொரு முறை அவளைப் பார்க்கும்போதும் அவனுக்கு அதுவும் ஞாபகம் வந்துவிடுகிறது.

அவளருகே கட்டிலில் ஓசையின்றிப் படுத்தான். அருகாமையில் அவள் கழுத்து மடிப்புகளில் வேர்வையின் சிறுகோடு மனக் கிளர்ச்சியூட்டும்படித் தெரிந்தது. கழுத்தில் அவளை முத்தமிடவேண்டும் என்று பட்டது. அவளை எழுப்ப வேண்டாம் என்ற எண்ணம் தடுத்தது. அவள் தூங்கிக் கொண்டிருப்பது அவனுக்கு எப்போதும் அவள் மீதிருந்த படியே இருக்கும் சிறு அக எரிச்சலை இல்லாமல் செய்து விட்டிருப்பதைக் கவனித்தான். கைக்கடக்கமானவளாக, பிரியத்திற்குரியவளாக, ஏன் சற்றுப் பேதையாகக்கூட அவள் தெரிந்தாள். அவன் புன்னகை செய்து கொண்டான். அச்சம், மடம், நாணம், பயிர்ப்பு... ஆண்களுக்குத்தான் எத்தனை பயம்! அவள் தூங்கியபடி இருக்கையில் அத்தூக்கத்தில் அவனை அவள் அறிகையில், அவளைப் புணரவேண்டும் என்று கற்பனை

செய்தான். அவள் ஒவ்வொரு முறையும் அவனிடம் ஏற்படுத்தும் துவேஷம் இன்றி அவளுடன் இணைய அது உதவும். எவ்வளவு அர்த்தமற்ற கற்பனை.

மீண்டும் அவள் முகத்தைக் கூர்ந்து பார்த்தான். சிறிய அழுந்திய உதடுகள் தூக்கத்தில் சிவந்த பாலிதீன் உறைத்தாள் போல உலர்ந்து சுருங்கியிருந்தன. இவளுக்கு என்னதான் வேண்டும்? எவ்வளவு படிக்கிறாள்! எவ்வளவு கணக்காகப் பேசுகிறாள்! திட்டமிட்ட காலடிகளுடன் படிகளில் ஏறியபடியே இருக்கிறாள். 'ஏகயாய ராஜகுமாரி'வரை அவனும் அப்படித்தான் இருந்தான். அவள் எதை அடைய முடியும்! அடைந்த பிறகு திரும்பிப் பார்க்கையில் இழந்தவையெல்லாம் விலை மதிப்பற்றவை என்று அவள் உணர நேர்ந்தால் என்ன ஆகும்? அப்படி அவள் எண்ணுவது குறித்த மனக்கனவு ஒன்று எழுந்தது. சற்று நேரத்தில் அது தன் ஆசைதான் என்றும், அவள் அதை எப்போதோ தாண்டிவிட்டாள் என்றும் தோன்றியது. அப்படி ஓர் இழப்புணர்வும் குற்ற உணர்வும் கொள்ள சாத்தியமில்லாத பெண் இப்போதேகூட அவனுக்கு அன்னியமானவள்தான். கனமான அட்டைகளுடன், சிறிய எழுத்துக்களுடன் தயாரிக்கப்பட்ட சில கனத்த ஆங்கில நூல்களைப் பார்க்கும் போது ஏற்படும் உணர்வுதான் ஏற்பட்டது. விலகிப் படுத்துக் கொண்டான். தலையணையொன்றை எடுத்து அருகே வைத்துக்கொண்டு உடலைத் தளர்த்திக்கொண்டான். ஷைலஜா நினைவு வந்தது. அவள் இந்நேரம் ஏதோ ஷூட்டிங்கில் இருக்கக்கூடும். கதறியழுது வசனம் பேசியபடி, ஒரே நடன அசைவை மீண்டும் மீண்டும் செய்தபடி, டச்சப் பெண் முகத்தை ஒற்ற தூங்கி வழிந்தபடி... ஷைலஜா வெகுதூரம் சென்றுவிட்டாள். அவனைப் பார்த்தால் ஓடி வருவாள். படபடவென்று பேசி கண்ணீர் துளித்து உருகி வேலைப்பளுவைச் சொல்லி மன்னிப்புக் கேட்டு... அது நடிப்பா இல்லையா என அவளாலேயே கூற முடியாது. வேணுகோபால் கதையை நெருங்கிவிட்டான் என்று ஓர் உள்ளுணர்வு சொன்னது. அவனில் ஏறி ஏறிவரும் அமைதியின்மையின் அறிகுறி அதுதான். அவன் கதை சொல்லும்போது ஒரிருமுறை பிரவீணாவைப் பார்த்தான். அவன் முதுகுக்குப் பின்னால் அவள் அப்பார்வையைச்

சந்திப்பதை உணர்ந்தான். அவன் பெருமூச்சுடன் புரண்டு படுத்தான். மனம் கோர்வையிழந்து அலைகளின் நுரை வழியும் கடற்பாறை, ஷைலஜாவின் பவுடர் முகம், சம்பந்தமில்லாத ஏதோ திரைப்படத்தில் பனிக்கூம்புகள் உருகி உருகிச் சொட்டும் தாழ்ந்த கூரை என்று தாவி இல்லாமலாயிற்று.

பிரவீணா பாத்ரூமில் குழாயைத் திறக்கும் ஒலி கேட்டு விழித்து கொண்டான். மின்விசிறியையே பார்த்தபடி தூக்கப் போதையில் படுத்திருந்தான். கதவு திறக்கும் ஒலி தடாரென்று மூளைமீது, அறைந்தது. பிரவீணா மார்பில் துவாலையுடன் வந்து ''முழிச்சாச்சா?'' என்றாள்.

''உம்'' என்றான். அவள் தோளில் நீர்த்துளிகள் பரவியிருந்தன. சரும வரிகளின் மென்மை... சிறு செம்பருக்கள்... அக்குளருகே மார்பின் மென்மை சதைப்பிதுக்கம். சதையற்ற மெல்லிய கழுத்து...

''என்ன பார்வை?'' என்று சிணுங்கினாள்.

''ஒரு ஷாட்.''

''ப்ளூ பிலிம்போல இருக்கே''

''சீ உன் மண்டையே ஒரு மாதிரி...'' என்றபடி எழுந்தான். அவள் தன் சூட்கேஸில் இருந்து வெண்ணிற சுடிதாரை எடுத்தாள். புதியது, ஆனால் மிக எளிய துணியில் அலங்காரங்கள் ஏதுமில்லாமல் இருந்தது. துணியாக அது மிக அபத்தமாகத் தோன்றும். அவள் அணிந்ததும் அறிவுஜீவி உடை ஆகிவிடும். சிலருடைய மூக்குக் கண்ணாடிக்குதான் அந்தக் குணம் உண்டு...

''போய் குளித்து விட்டு வாருங்கள். மணி என்ன ஆகிறது தெரியுமா?''

''எவ்வளவு?''

''நாலரை.''

''வெயில் இருக்கே?''

''கடல் காத்து அடிக்குது. அப்புறமென்ன?''

அவன் உள்ளே போய்க் கதவை மூடாமலேயே குளிக்க ஆரம்பித்தான். அவளுடைய தோள்கள் ஞாபகத்தில் நின்றன. காமத்தின் தருணத்தில் பெண்ணுடல் மர்மங்களற்றதாகப் படுகிறது. வேடிக்கை பார்க்கும் கண்களுக்கு வெறும் தோல் பரப்பிலேயே புரிந்து கொள்ள முடியாத மர்மங்கள் ஊடுருவு கின்றன. ஆனால், காமமற்ற தருணம் ஆணுக்கு உண்டா? பெண் பிம்பங்கள் ஓடாத நிலை அவன் மனதில் எத்தனை சதவீதம்?

உடைமாற்ற வந்தபோது வெள்ளை சுடிதாரும் இளநீல துப்பட்டாவும் ஸ்டிக்கர் பொட்டுமாக பிரவீணா தயாராகி விட்டிருந்தாள். "காபி சொல்லியிருக்கேன்" என்றாள்.

"காபி வந்தது. அவன் நின்றபடியே காபியைக் குடித்தான்.

"உக்காந்து குடிக்கிறது."

"இல்லை..."

"டீயை நின்னுட்டு குடிக்கலாம். காபியை உக்கா உக்காந்து தான் குடிக்கணும்."

"இதென்ன புது தியரி?"

"ஒரு நுட்பம்தான். எனக்கு இந்த மாதிரி பல நுட்பங்கள் உண்டு. இளநீரை குடிச்ச பிறகு நிமுத்திதான் வைப்பேன். கண்ணுக்குத் தெரியாத ஏதோ சக்தி அதை நிரப்பிடும்கிற மாதிரி..."

அவன் டம்ளரை கீழே வைத்துவிட்டு "போலாம்" என்றான்

"ஏன் பதற்றமா இருக்கிறீங்க?"

"இல்லையே."

"காபி சாப்பிட்டதில தெரிஞ்சது."

"நிதானமா இல்லை. ஆனா பதற்றம் இல்லை."

"நாம எப்பிடி அவங்களைச் சந்திக்கப் போறம்?"

"தற்செயலா"

"புரியலை."

“கோயில் பக்கமா போவம். அவங்க கண்டிப்பா அந்தப் பக்கமா வருவாங்க. எதிரே போய் தற்செயலா சந்திச்சு...”

“ஆச்சரியப்பட்டு, கண்கள் பனித்து...”

“விளையாட்டுன்னா நீ வர வேணாம்.”

“இல்லையில்லை. நான் கொஞ்சம் ஜோவியலா மாத்திப் பாத்தேன்; அவ்வளவுதான்.”

“என் உணர்வுகள் உனக்குப் புரியலை.”

“ஆம்பிளையும் பொம்பிளையும் அப்பிடிப் புரிஞ்சுக்க முடியும் என்ன?”

“முடியாதா?”

“முடிஞ்சா நீங்க இந்த நாடகமே ஆடமாட்டிங்க.”

“அப்பிடியா?” என்றான் மையமாக.

கன்னியாகுமரி கலகலப்படைந்து விட்டிருந்தது. கடைகளில் சிப்பிகளையும் சோழிகளையும் கோத்துச் செய்த பலவகையான பொருள்கள் ஒளிவிடும் விளக்குகளுக்குக் கீழே அசைந்தன. மிளகாய் பஜ்ஜி கடைகளில் வாணலிகளில் எண்ணை தளதளத்தது. பலவகையான மனிதர்கள். சில வெள்ளையர். பல வட இந்தியர்கள். சோளி அணிந்த அதிவெண்ணிறப் பெண்களின் சின்தடிக் இடுப்புகள், கொழுத்த பெண்களின் சரிந்த மார்புச் சுமைகள். லிப்ஸ்டிக்கும் தலையிலேற்றிய கறுப்புக் கண்ணாடியுமாகப் போகும் ஜீன்ஸ் பெண்களின் குலுங்கும் இளமுலைகள்.. பெரிய குங்குமப் பொட்டும் மல்லிகையும் சூடிய கரிய பெண்கள், சிறிய பொட்டுவைத்து கணவனை உரசிச் சிரித்து செல்லும் மலையாளப் பெண்கள், கூடைவிற்கும் பையன்களின் ஊடுருவல், சங்கு மாலை விற்கும் பெண் குழந்தைகளின் நச்சரிப்பு, வறுகடலை, வண்டிக்காரனின் சட்டுவத்தாளம்...

“முதலில் கடலைப் பாப்பம். பிறகு தேவிய. அதான் அழகு.” என்றாள் அவள்.

கடற்கரை கைச்சுவரில் அவள் மறுபக்கம் காலைத்தூக்கி

போட்டபடி அமர்ந்தாள். அவன் அப்படி அமரமுயல்கையில் தன் உடலின் அசௌகரியமான கனத்தை உணர்ந்தான். கடலில் அலைகள் சுருண்டு சுருண்டு நுரைப்பதையும் அப்பால் விவேகானந்தர் பாறையின் தியானத்தையும் பார்த்தபடி இருக்கையில் தன்னை ஒரு தேனிலவுக் கணவன் என்று கற்பனை செய்து கொண்டான். தேனிலவு அனுபவம் அவனுக்கு அமையவேயில்லை. 'பிரதிகார துர்க்கை'யின் ஷூட்டிங் நடந்து கொண்டிருந்தது. வீட்டில் பெண் பார்த்து முடித்து விட்டிருந்தார்கள். அவன் 'ஸாகரிகா ராய்'யைத் திருமணம் செய்துகொள்ளக்கூடும் என்ற கிசு கிசு வெளிவந்திருந்த காலம். ஸாகரிகாவிற்கு எல்லா ஆண்களும் 'நைஸ் கம்பெனி' தான். பத்து வார்த்தைகளுக்கு மேல் தெரியாதோ என்று தோன்றும். பொம்மை. ஆனால், அவளுடன் அமர்ந்திருப்பது பிறர் கண்ணில்படும்போது பெருமிதம் ஏற்படும். கனகச்சிதமான பொம்மை. திடீரென்று தந்தி வந்து ஊருக்குப்போய் அம்மாவையும் மாமாக்களையும் பார்த்துப் பேசி மறுநாள் குருவாயூரில் ரமணிக்குத் தாலி கட்டினான். தடுக்கும் வேட்டியும், வியர்வையும், சம்பந்தமில்லாத உறவு முகங்களும், ஓரப்பார்வையில் தெரிந்த ரமணியின் முகத்தில் உறுத்திய பெரிய மச்சமும், உலர்ந்த சோறும். அன்றிரவு...

"என்ன யோசனை?"

"ஒண்ணுமில்லை."

"கன்னியாகுமரியைப் பத்தியா இல்லை டாக்டர் விமலாவைப் பத்தியா?"

"எல்லாம்தான். நீ என்ன நினைச்சே?"

"ஏதோ."

"ஏதோன்னா?"

"ஏணிகளில் ஏறிட்டிருக்கிற யாரும் நினைக்கிறதுதான்."

"என்ன?"

"வெற்றியப்பத்தி. அடுத்த படியப்பத்தி."

"வெற்றின்னா?"

"வெற்றின்னா வெற்றிதான். கவித்துவமா சொல்லணும்னா இந்த அலைகள்லாம் என் பேரை சொல்லி கோஷமிடற மாதிரி நான் ஆகிறது..."

"ஆகி?"

"செத்துப் போறது. என் பேரு இந்தக் கடலில் இருக்கும்."

"அதுக்குப்பிறகு?"

"அவ்வளவுதான்."

"அதிலயே ஒரு வெறுமை இருக்குல்ல. அதைப் யோசிச்சிருக்கியா?"

"இருக்கலாம். அதை யோசிக்கிறவங்க யாரும் எதுவும் செஞ்சதில்லை."

"உனக்கு ஆதர்ஸ புருஷன் யார்?"

"புருஷனா?"

"சரி; யாராவது..."

"யாருமில்லைன்னு சொல்லலாம். வேணுமானா இன்க்ரிட் பர்க்மானச் சொல்லலாம். அவளைப் பத்தி கலாகௌமுதில ஒரு கட்டுரை வந்தது. நான் காலேஜ் படிக்கிறப்ப. அது என்னைப் பாதிச்சுது. என்ன செய்யணும்கிறது அப்பதான் தெளிவாச்சு."

"நடிகையாகணும்னா?"

"ஆமா. அதுக்கு முன்னாலயே ஏதாவது செய்யணும்னு ஒரு வேகம் இருந்தது. இந்தியப் பிரதமர் ஆயிடணும்னு. பெரிய கிரிக்கெட்டர் ஆயிடணும்னு. சமுத்திரத்தில் நீந்தி சாதனை செய்யணும்னு..."

அவன் ஒரு விதமான ஏமாற்றத்தையும் பிறகு மனச் சோர்வையும் அடைந்தான்.

"நீங்க என்ன நினைக்கிறீங்கன்னு சொல்லவா?"

"என்ன?"

"பொம்பிளைங்க இந்த மாதிரி கனவுகளோட இருக்கிறது எல்லா ஆம்பிளைங்களையும் ஏனோ சோர்வடையச் செய்றது."

"சீச்சி அதெல்லாம் உன் கற்பனை."

"அன்பான ஆதரவான ஒரு கணவன் தோளில் தலை சாய்ச்சுக்கணும். இனிமையா ரெண்டு குழந்தைகளைப் பெத்துக்கணும் அப்படீன்னு சொன்னா அந்த ஆம்பிளையோட இடத்திலே உங்களை நீங்க வச்சு கற்பனை செய்ஞ்சுக்கலாம். இப்ப உங்களுக்கு ரோலே இல்லை. அதான்..."

"நீ உன்னை ஃபெமினிஸ்டுன்னு கற்பனை செஞ்சுக்கிறே. அதைக் கலைக்க நான் விரும்பலை."

அவன் எரிச்சலுடன் அலைகளையே பார்த்தான். எங்கிருந்து வருகிறது இந்த எரிச்சல்? ஏன் பெரும்பாலான மனிதர்களைத் தாங்கிக் கொள்ளவே முடியவில்லை? என்னிடம்தான் ஏதாவது பிரச்சினையா? ஆம், நான் இயல்பாக, சகஜமாக இல்லை. என் புழக்கத்தை நானே வேவு பார்க்கிறேன். ஆனால், அத்தனை பேரும் அப்படித்தானே?

"போலாமா?" என்றாள்.

அவளுடன் நடக்கும்போது அவளுடைய துப்பட்டா அவனை உரசியது. சட்டென்று ஒரு கிளுகிளுப்பு ஏற்பட்டது முகமாற்றத்தைக் கவனித்தாள் போலும். "கோபமா?" என்றாள்.

"இல்லை."

"நான் கொஞ்சம் அதிகமா சொல்லிட்டேன். மத்தவங்களைப் புண்படுத்தறதில எல்லோருக்கும் இன்பம் இருக்கு. என்னை மாதிரி பெண்களுக்கு அதிக வாய்ப்பு கிடைக்கிறதில்லை."

"நீ ஒண்ணும் என்னைப் புண்படுத்தலை. ஏன்னா அது உண்மையில்லைன்னு எனக்குத் தெரியும்."

"அப்ப சரி" என்று புன்முறுவல் செய்தாள். பிறகு "வாற கதைகள் எல்லாமே எம்.டி.யோட கன்னியாகுமரி படம் மாதிரி வருதுல்ல" என்றாள்.

"ஆமா" என்றான். "அது ரொம்ப சாதாரணமான படம். ரொம்ப ரொமான்டிக்கான படம்."

அவனுக்குப் பிரியமான இடத்திற்குக் கொண்டு செல்கிறாள் என்பதை அறிந்தான். எம்.டி.யின் 'கன்னியாகுமரி'யும் 'ஏகயாய ராஜ குமாரி'யும் எப்போதும் ஒப்பிடப்படுவதுண்டு. 'கன்னியாகுமரி' மிகவும் பிரசாரம் செய்யப்பட்டு, எதிர்பார்க்கப்பட்ட ஒரு படம். ஏகயாய ராஜகுமாரியே கன்னியாகுமரியின் நகல்தான் என்று வதந்தி பரப்பப்பட்டிருந்தது. ஆனால், கன்னியாகுமரி படு ஃபிளாப். அவன் எப்போதுமே அவன் படங்களின் சாயல் கொண்ட, ஆனால் மோசமான, படங்களைப்பற்றி பேச மிக விரும்புவான். திரைப்பட நுட்பங்களைப் பற்றிய பேச்சு என்ற பாவனை. ஆனால், உண்மையில் அவன் பேசுவது அவனைப் பற்றித்தான். அவளுடைய தந்திரம் அவனுக்கே திருப்தியை தந்தது. பேசப் பேச அந்த பாவனை அவனுக்குப் பிரியம் மிக்கதாகியது. அறிவுஜீவியான மனைவியுடன் ஆழ்ந்து விவாதித்தபடி செல்லும் வெற்றிகரமான திரைப்பட இயக்குநர். அதற்கேற்ற உடலசைவுகளும் சொற்களும் கொஞ்சல்களும் அவனிடம் கூடின. அவளும் அந்த வேடத்தை நுட்பமாகத் திருப்பி நடித்தாள். கோயில் முன் செருப்பைக் கழற்றியபோது

அவன் அவள் செருப்பைக் கையில் எடுத்து காப்பறையில் தந்தான். அவள் "சில்லறை இருக்குல்ல" என்று கேட்டாள். "இருக்கு. அர்ச்சனை ஏதாவது பண்றியா? பூ வாங்கணுமா?" "ஆமா நினைச்சேன்." என்றாள். அவன் உள்ளே நுழைந்ததும் "இங்கே சட்டையைக் கழட்டணும்" என்று நினைவூட்டி சில்வஸ்டர் ஸ்டாலன்னு நினைச்சுக்கிடப் போறங்க" என்றாள் சிரித்தபடி "சின்னப் பொண்ணுங்க நிறைய இருக்கா?" என்றான். "நெனைப்புத்தான்" என்றாள். பாவனையினூடாக வெகுதூரம் சென்றுவிட்டிருப்பதை அவன் அப்போது அறியவில்லை.

கூட்டம் குறைவாகவே இருந்தது. தேவியின் சந்நிதியில் விளக்குகள் நிறைய இதழ் விரித்துத் தகதகத்தன. கையில் ஜபமாலையுடன் மூக்குத்தி ஒளி சுடர்விட நிற்கும் சிறுமியின் தோற்றம். செம்பட்டுப் பாவாடையும் சந்தன முழுக்காப்பும் சாத்தியிருந்தார்கள். கண்களை உற்றுப்பார்த்தால் கையால்

வாயை மறைத்தபடி கலீர் என்று சிரித்துவிடுவாள். குறும்புச் சிரிப்புடன் இன்னும் ஒரு கணம் பார்த்தால் வெட்கி உடல் குறுக்கி ஓடி மறைந்துவிடுவாள். அவ்வெட்கத் திரையை மெல்ல விலக்கி நெருங்கினால் கணகணவென்று சலிக்காமல் பேசிக் கொண்டிருப்பாள். தோழிகளைப் பற்றி; ஒவ்வொரு விஷயத்திற்கும் அத்தோழிகளில் ஒருத்தி வேடிக்கையாக ஏதேனும் ஒன்று சொல்லியிருப்பாள். அசட்டு அத்தைகளையும் பாட்டிகளையும் பற்றி. தாங்கள் ஏமாற்றப்படுவதை ஒருபோதும் அவர்கள் அறிவதில்லை. எளிய, மிக எளிய, மிக மிக எளிய, குழந்தைத் தன்மையின் எல்லை விளிம்பை இன்னமும் தாண்டாத வேடிக்கைகள். சிரித்துச் சிரித்துக் கண்ணீர் மல்குகிறாள். அதை வியப்புடன் பார்த்தால் சிணுங்குகிறாள். பிணங்கி விலகுகிறாள். படிகளைப் பாவாடை அலைபாய குதித்தேறுகிறாள். நான்கு பக்கமும் பார்த்தபிறகு மரத்திலேறிப் பார்க்கிறாள். வாய்க்குள் பாடியபடி வீட்டுவேலை செய்கிறாள். திடீரென்று நான்கு புறமும் பரவிய வெட்டவெளி நடுவே துயரமும் தன்மையும் கனவும் ஒன்றான புள்ளியில் உறைந்து நின்று கண்செருகி முகம் குவிந்து காலத்தில் நிலைத்து முடிவின்மை கொள்கிறாள்.

போத்தி தீபாராதனை காட்டிய தூபத்தை நீட்டினார். பத்து ரூபாய் போட்ட பிறகு வணங்கி பிரசாதம் பெற்று நெற்றியில் இட்டுக் கொண்டான். பிரவீணா அவள் பெயருக்கு அர்ச்சனை முடித்து தட்டைத் திரும்பப் பெற்று மலரைக் கிள்ளி தலையில் அழகாக சரித்து குங்குமம் அணிந்து கொண்டாள். கையில் மூங்கில் கூடையுடன் அவளைப் பார்க்க வேறு யாரோ போலிருந்தது. அவன் கவனம் விலகி சிற்பங்களையும் கட்டுமானத்தையும் கவனித்தான். யதேச்சையாகத் திரும்பிய போது பிரவீணா கைகூப்பி பிரார்த்தனையில் தன்னையிழந்து நிற்பது தெரிந்தது. அவளை அர்த்தமற்ற மனஓட்டங்களுடன் ஒரு நிமிடம் பார்த்தபடி நின்று திடீரென்று மனம் புரளப் பெற்றான். படபடப்புடன் பார்வையை விலக்கிவிட்டு விலகிச் சென்று குறுகிய வாசல் வழியாக வெளியே வந்துவிட்டான். அவள் பெருமூச்சுடன் பிரார்த்தனையை முடித்துவிட்டு சிரித்தபடி "என்ன அவசரம்?" என்றபடி வந்தாள்.

அவன் தன் மனச்சலனத்தை மறைக்க ஏதாவது கிண்டலாகக் சொல்ல வேண்டுமென எண்ணினான். ஆனால், அது பலமுறை முயன்றும் சாத்தியமாகவில்லை. அவள் வெகுதூரத்தில் இருந்தாள். அவன் படிப்படியாகத் தன்னை சமநிலைப்படுத்திக் கொண்டான். அவள் ஏன் பிரார்த்தனை செய்யக்கூடாது? ஆனால், அவள் பிரார்த்தனை செய்தது கன்னியாகுமரியை. மேற்கொண்டு நகர மறுத்து பயந்த பசுபோல பிரக்ஞை சண்டித்தனம் செய்தது.

"பசிக்குதா?" என்று கேட்டாள்.

அந்தக் கனிவு நிரம்பிய குரலும் கண்களின் பிரியத்தின் ஒளியும் அவனை நெகிழ்ந்து மனம் புரளச் செய்தன. அவளைத் திருமணம் செய்து கொள்ள வேண்டும். அம்முடிவை உடனடியாக அவளிடம் சொல்லிவிட வேண்டும், தன் பாவனைகளையும் ரகசியங்களையும் எல்லாம் அவள் முன் திறந்து வைத்து அவள் பாதங்களை பரிபூரணமாகச் சரணடைந்து விடவேண்டும் என்று அவன் மனம் பொங்கியது. ஒரு கட்டத்தில் கூரிய தீச்சுடுதல் போல அவள் யார் என்ற பிரக்ஞை வந்தது. பதறிப் பின்வாங்கிய பிறகுதான் அப்பிரக்ஞை வந்தவிதம் அவனை அதிரவைத்தது. அது ஒரு நிலைத்த காட்சிப் படிமமாக மனதில் மின்னி மறைந்தது - அவளுடைய யோனி. அவளுடன் சேர்ந்து நடப்பதற்கே கூச்சம் ஏற்பட்டது. திரும்பிவிட வேண்டும் என்று பட்டது.

"அவங்க வந்திருப்பாங்கன்னு தோணுதா?" என்றாள்.

அவன் பதற்றத்துடன் அங்கு வந்த நோக்கத்தை நினைவு கூர்ந்தான். "வருவாங்க" என்றான். பிறகு "நாம போயிடலாம். இன்னொரு நாள் பாப்பம்" என்றான்.

"ஒரு ரவுண்ட் வரலாமே."

"வேணாம்."

வெளியே இறங்கியதும் செருப்பு பாதுகாப்பிடத்திலிருந்து விமலாவும் கணவனும் வருவதைக் கண்டான். ஒரு கணம் சித்தம் ஸ்தம்பித்துப் பாறையாக நின்றது. பிறகு உயிர்பெற்று நாலுகாலில் பாய்ந்தோடியது. "வா" என்று அவள் கையைப் பிடித்தான். "வா போயிடலாம்."

“என்ன, என்ன?”

“வா போயிடலாம்.”

“செருப்பு அங்க.”

“இப்படி வான்னா...” என்றபடி அவள் எதிர்த்திசையில் நடந்தான். அவள் திரும்பிப் பார்த்து அடையாளம் கண்டு, பின்னால் வந்தாள்.

“அவங்கதானா?”

“பேசாம வா”

“ஒண்ணும் பயப்படாதீங்க. போயிப் பேசலாம்.”

“எனக்கு மூட் இல்லை. “

“ஏன்?”

“விட்டுடு.”

படிகளில் ஏறி கடைகளினூடாக சென்று ஒரு திருப்பத்தில் நடந்தார்கள்.

“காபி சாப்பிடலாமா?”

தொண்டை மிகவும் வறண்டுவிட்டிருப்பதை அறிந்தான். உள்ளே போய் ஃபேன் காற்றில் அமர்ந்தபோது உடல் குளிர்ந்தது. வியர்வை ஆற ஆற மனம் சற்று சமநிலை பெற்றது.

“என்ன இது? சின்ன விஷயம். இதுக்குப் போய்...”

“சின்ன விஷயம் இல்லை.”

“பின்னே?”

இனிமேலும் அதைத் தக்கவைத்துக் கொள்ள முடியாதென்று தோன்றியது. தீபோலச் சுட்டது. கைமாற்றி கைமாற்றிக் கீழே போடத் தவித்தான்.

“இது வேற...”

“என்ன விஷயம்? தப்பு உங்க பேர்ல. அது எனக்கு அப்பவே தெரியும். எவ்வளவு பெரிய தப்பு? பிடிச்சிருந்தா சொல்லுங்க.”

"இந்த கன்னியாகுமரிக்குப் பதினெட்டு வருஷம் முன்னாடி நாங்க ஜோடியா வந்தோம் நான் எம்.ஏ. படிச்சிட்டிருந்தேன். அவ பி.எஸ்.ஸி."

"அவ்வளவுதானா? அவங்க மறந்திருப்பாங்க."

அவன் தன் உடம்புக்குள்ளிருந்து இன்னொரு உடம்பு துடித்து வெளியேற முயல்வது போன்ற இம்சையை அடைந்தான். அதைக் கூறாமல் அடக்கிக் கொள்ள முயன்றான். ஆனால், அக்கணம் தேவைப்பட்டது மிதமிஞ்சிய சுயவதைதான். கொதிக்கும் எண்ணையில் கைவிடுவது போலவோ, மண்டையால் கல்தூணை மோதுவது போலவோ.

"அன்னைக்கு ராத்திரில மூணு ரவுடிங்க வந்து எங்களை மிரட்டி... அவளை..."

"நிஜம்மாவா?" என்றாள் அவள் பதறியவளாக.

அவன் தலையைக் கைகளால் பற்றிக் கொண்டான்.

"நீங்க என்ன செஞ்சீங்க?"

"என்னை வாய்ல துணியத் திணிச்சு பாத்ரூம்ல ஷவர்ல தூக்கி கட்டிப் போட்டாங்க." அவன் அதற்கு மேல் செல்ல விரும்பவில்லை. எதற்காகச் சொல்ல ஆரம்பித்தோம் என கடுமையான சுய வெறுப்பு ஏற்பட்டது. அவன் கண்களையே உற்றுப் பார்த்தாள். அவன் விலகி பதறி விலகி ஓரக்கண்ணால் பார்த்தான். அங்கு வெறுப்பின் ஒளி தெரிகிறதா என்று. பதற்றமும் பரிதாப உணர்வும் தான் தெரிந்தன. நடிகை. மிகச்சிறந்த நடிகை. கையையும் வாயையும் கட்டவில்லை. அரிவாளால் மிரட்டி பாத்ரூமில் தள்ளி கதவைச் சாத்திவிட்டார்கள். உடல் வெடவெடவென்று நடுங்க, மூத்திரம் தொடையை சூடாக நனைத்து சொட்ட, மூலையில் சுவரில் சாய்ந்து அமர்ந்தான். அம்மா அம்மா என்று சத்தமின்றி அழுதான். சீக்கிரம் முடிந்து விடலாகாதா எல்லாம் என்றுதான் எண்ணினான்.

"அப்புறம்?"

"என்ன?"

"என்ன பண்ணீங்க?"

"ஊருக்குப் போயிட்டம்."

"அப்புறம்?"

அவன், அவள் கண்களைத் தவிர்த்து உதாசீனம் போலப் பாவனைக் காட்டி "பிரிஞ்சிட்டோம்" என்றான்.

அவள் சட்டெரு இறுக்கம் தளர்ந்து பின்னால் சரிந்து காபியை எடுத்துக் கொண்டாள். அவனும் எடுத்துக் குடித்தான். ஆறிப் போயிருந்தது.

பிறகு அவள் "சரி இப்ப அதுக்கென்ன? அவங்க ஒண்ணும் குறைஞ்சு போயிடலை. படிச்சிருக்காங்க. பெரிய இடத்தில இருக்காங்க. கல்யாணமாகியிருக்கு. அப்புறம் என்ன?"

"ஒண்ணுமில்லை" என்றான்.

"ஒண்ணு சொல்லவா? நீங்க அவங்களை சந்திக்கவே வேண்டாம். அவங்க பாட்டுக்கு இருக்கட்டுமே."

"அதான் நானும் சொன்னது."

"போகலாமா?" என்றாள்.

எழுந்ததும் அவள் அவனைத் தாண்டிச் சென்று பணம் தந்தாள். களைத்தவனாக அவன் அவள் பின்னால் நடந்தான். அவள் மிக ரகசியமான குரலில் ஆங்கிலத்தில். "என்னால் சொல்லாமல் இருக்க முடியவில்லை" என்றாள். அவன் அவளை நெருங்கி உற்றுக் கேட்டான். ரத்தம் போல சிவந்த முகத்துடன் கண்களில் தீவிரமான துவேஷம் எரிய "யூ ஆர் எ பாஸ்டர்ட்" என்றாள்.

அவன் மன அதிர்வையும் பிறகு எதிர்பார்த்திருந்த உள விடுதலையையும் அடைந்தான். அவளால் திரும்ப எடுத்துக் கொள்ள முடியாதபடி ஓர் ஆழமான தொடர்பை அவள் அவனுக்குத் தந்துவிட்டது போல இருந்தது. அவன் ஒன்றும் சொல்லவில்லை.

கன்னியாகுமரி ○ 115

“ஐ யம் சாரி.” அவள் மெல்ல தணிந்து “ஐ எம் ஸாரி” என்றாள்.

“இட்ஸ் ஓகே.”

வெளியே இறங்கியதும் உடம்பில் பட்ட கடற்காற்று மிக ஆறுதல் தருவதாக இருந்தது.

“ரவி, இட்ஸ் யூ” என்று ஆங்கிலக் குரல் கேட்டது. ஒரு கடைக்குள் இருந்து விமலா இறங்கி விரைந்து வந்தாள். “நீதானா? நம்பவே முடியலை. எப்பிடி இருக்கே...?”

அவன் “ஹலோ” என்று மட்டும் சொன்ன பிறகு மூச்சுக்காக வாயைத் திறந்தான்.

பிரவீணா “ஐ யம் பிரவீணா” என்று கையை நீட்டினாள். “விமலா” என்று அவள் சிரித்தபடி கைகுலுக்கினாள். “நான் ரவியோட காலேஜ்மேட்”

“இவ என் மனைவி” என்று அவன் சொன்னான். “தாங்க்யூ” என்றாள் பிரவீணா. அவள் பார்வையை அவனும் அரைப்பார்வை சந்தித்து மீண்டது. அவனுக்குத் தன்னைப் பற்றி மிகுந்த வெட்கம் ஏற்பட்டது. அந்தச் சந்திப்பை முடித்துக்கொண்டு நகர்ந்துவிட வேண்டும் என்று பட்டது.

“உங்களைப் பத்தி நிறையச் சொல்லியிருக்கார்” என்றாள் பிரவீணா.

விமலா வாய்விட்டுச் சிரித்தபடி “உண்மையாகவா எல்லாத்தையுமா? நாங்க ரெண்டு பேரும் பழைய காதலர்கள் தெரியுமா? ஃபோன்லயே அரை மணி நேரம் கவிதையா பேசிக்குவோம். தோஸ் ஆர் த டேஸ்.”

“தெரியும்” என்றாள் பிரவீணா.

“பரவாயில்லை. இந்தக் காலத்துல எல்லாத்தையும் ஒருத்தருக்கொருத்தர் பேசிக்கிறாங்க. பை த வே ரவி, இது செஃப். முழுப்பெயர் யோபிலஸ் சிஃபர். என் நண்பன். மாலுமி.”

“ஹல்லோவ்” என்றபடி செம்பட்டை சுருள் மயிர்கள் நிரம்பிய பெரிய கனத்த கரத்தை வெள்ளையன் நீட்டினான். கைகுலுக்கும்

போதுதான் அவன் தன் செந்தலைமயிரைச் சீவி இழுத்துக் குடுமி போட்டிருப்பதை அவன் கவனித்தான். செம்முள் தாடி பரவிய வலுவான தாடையும் சிவந்த மெல்லிய உதடுகளும் மிகக்கூரிய நீண்ட மூக்கும் பச்சைக் கண்களும் கொண்டிருந்தான். எங்கோ பார்த்த முகம் போலிருந்தது. எத்தனையோ ஆங்கிலப் படங்கள், எத்தனையோ முகங்கள். அவன் தன் கனத்த புஜங்களிலும் மணிக்கட்டிலும் நீலத் தேள்களைப் பச்சை குத்தியிருந்தான்.

"அவ்வளவுதான் ஆங்கிலத்தில் அவனால் சொல்ல முடியும். கிரேக்கன்" என்றாள் விமலா.

"அழகானவர்" என்றாள் பிரவீணா.

"இஸ் இட்? அவனிடம் சொல்லவா? சந்தோஷப்படுவான். இந்தியப் பெண்கள் எல்லாருமே பேரழகிகள்னு சொல்லிட்டே இருக்கான். சரியான கிறுக்கன்."

அவனுக்கு ஞாபகம் வந்தது. அந்த முகம் பரபோஸ் படத்தில் வரும் பிலாத்தோஸின் முகம். யார் அந்த நடிகன்?

"என்ன ரவி பேசாம ஆயிட்டான். முன்னெல்லாம் பேச ஆரம்பிச்சிட்டா நிறுத்தவே மாட்டான். இப்ப சினிமா டைரக்டர்னு கேள்விப்பட்டேன். கெ.கனகவல்லியை போன தடவை வந்தப்ப சந்திச்சேன். அவளுக்கு இவன்மேல படுபயங்கர அட்மிரேஷன். நம்ம ரவிடீன்னு நூறு வாட்டி சொன்னா. பசுமாதிரி இருந்தான். எப்படி ஆயிட்டான் பாத்தியான்னா. ஒரே சிரிப்பு அன்னைக்கு. ஐயம் சாரி. நான் எந்த படமும் பாக்கலை. படமே பாக்கிறதில்லை ரவி. பிலீவ் மீ. பாத்து பதிமூணு வருஷம் ஆகுது. உண்மைல ஒரே ஒரு எண்டர்டைன்மெண்ட்தான். ரெண்டு வருஷத்துக்கு ஒருமுறை ரெண்டு மாசம் கடல்ல டிராவல் பண்ணுவேன். மத்தபடி வர்க் வர்க் வர்க்தான்."

"நீ என்ன வேலை பாக்கிறே?" என்றான். குரல் மிகவும் இறுக்கமாகி தர்மசங்கடமான கேள்வி ஒன்றைக் கேட்பது போலிருந்தது.

"மைக்ரோ குரோமசோம்ல ரிசர்ச் பண்றேன். டி.என்.ஏ. சார்ந்து நோய்களுக்கு மாற்றுவழி கண்டுபிடிக்கிறது பத்தி. அமெரிக்கால

இலினாய்ஸ் யூனிவர்சிடில. நீ இப்ப என்ன படம் எடுக்கிறே?"

"கதை டிஸ்கஷன் நடந்துட்டிருக்கு."

"கதை டிஸ்கஷனுக்கெல்லாம் வைஃபைக் கூட்டிட்டுப் போயிடுவியா?"

"அவ என்னோட உதவியாளர் மாதிரி. பூனா ஃபிலிம் இன்ஸ்டிடியூட்ல படிச்சிருக்கா."

"ஐ ஸீ, ஸோ நைஸ்." விமலாவுக்கு அவன் சொன்னது புரியவில்லை என்று தெரிந்தது.

"ஓகே ரவி. உன்னைப் பாத்தது ரொம்ப சந்தோஷமா இருக்கு. கன்னியாகுமரி வாரப்ப உன்னை நெனைச்சுக்குவேன். இந்த இடம் மேல எனக்கு ஒரு அப்செஷன்."

"இவருக்கு கன்னியாகுமரின்னால அவர்ஷன்" என்றாள் பிரவீணா முகத்தைத் தீவிரமாக்கியபடி.

"ஏன்" என்று கேட்டு, புரிந்து கொண்டு விமலா அனுதாபத் துடன் "ஓ ஐ ஸீ ஆமா. இங்க அப்ப ரொம்ப சங்கடமான ஒரு சம்பவம் நடந்தது. ரொம்ப பெயின்ஃபுல். எனக்கு அப்ப அது ரொம்ப அதிக துயரம் தந்த சம்பவம். தற்கொலைக்கெல்லாம் கூட முயற்சி பண்ணினேன் அதிலயிருந்து மீள மூணு வருஷம் ஆச்சு. சொல்லியிருப்பான்."

"சொன்னார்."

"அதெல்லாம் அப்பிடி எப்படியோ போச்சு. பழையகதை. அவன் அப்பவே இப்படித்தான். இமோஷனல். வெல், கவி அப்படித்தான் இருப்பாங்கன்னு தோணுது."

வெள்ளையன் ஏதோ சொன்னான். பிரெஞ்சு என்று பட்டது.

"இவனுக்கு தீபாராதனை பாக்கணுமாம். கன்னியாகுமரி தேவி மேல அப்பிடி ஒரு பக்தி. பக்திப்பரவசம்னு சொல்லணும். ஸோ நைஸ் ஆப் யூ. எங்க தங்கியிருக்கீங்க?"

"ஓட்டல் வேவ்சைட்."

"நாங்க மிருத்யுஞ்சய்ல... முடிஞ்சா நாளைக்கு சந்திப்போம். நான் இன்னும் மூணு நாள் இங்க இருப்பேன். நீங்க இருப்பீங்கள்ல?"

"இருப்போம்னுதான் சொன்னார்" என்றாள் பிரவீணா.

"பாக்கலாம். ரவி; உங்கிட்ட நிறைய பேசணும். உண்மைல நேத்தே போயிருக்கணும். இவனுக்கு தேவியப் பாத்து ஆசை தீரலை. வெல்..."

கைகுலுக்கி விடைபெற்றார்கள். இருட்ட ஆரம்பித்திருந்தது. கடலின் ஓசை வலுத்தது. காற்றில் ஏறி, எதிர்ப்பக்கச் சுவர்களில் அலையலையாக மோதியது. அவன் பேசாமல் நடந்து கொண்டிருந்தான். களைப்பு தாங்க முடியவில்லை. படுத்து அப்படியே தூங்கிவிட வேண்டும் போலிருந்தது.

"கிரேட் வுமன்" என்றாள் பிரவீணா.

அவன் ஒன்றும் சொல்லவில்லை. சற்று நேரம் கழித்து "அந்த ஆள் அவள் கணவனில்லை, இல்லியா?" என்றான்.

"ரவி, யு ஆர் எ பெர்வர்ட்."

"ஷட் அப்'"

பிரவீணா கோபத்துடன் நடந்தாள். விடுதி வரைக்கும் இருவரும் பேசவில்லை. அவன் விமலாவின் முகத்தில் கண்களைச் சுற்றியும் வாயைச் சுற்றியும் இருந்த நுண்மையான சுருக்கங்களைப் பற்றி யோசித்தான். குளிர்பகுதியில் வாழ்பவர்கள் கோடை வெயிலில் புழங்கும் போது ஏற்படும் சிவப்புத் தீற்றல்களுடன் அவையும் இணைந்து அவள் முகத்தை ஒரு வெள்ளைய முகம்போலக் காட்டின. கண்களில் சிரிப்பில், பாவனைகளில் எதிலும் இளமையின் சாயலே இல்லை. அது அவனுக்குத் திருப்தியைத் தந்தது. அவள் மீது வெறுப்பும் விலக்கமும் கொள்ள விரும்பிய மனம் அவளுடைய தோற்றத்திலும் பாவனை களிலும் விரும்பத்தக்க அம்சங்களை ஒவ்வொன்றாகத் தேடிக் கண்டடைந்து சேமித்துக் கொண்டிருந்தது. ஆயினும் அவள்மீது ஆழ்ந்த ஈர்ப்பு ஒன்று ஏற்பட்டதனால்தானோ என்னவோ அம்முயற்சி ஏமாற்றத்தையும் கோபத்தையும் தான் எழுப்பியது.

ஒவ்வொரு கண்டடைதலுக்குப் பிறகும் இன்னொன்றைக் வைத்துக் கொண்டவளாக எட்ட முடியாத அண்மையில் அவள் நின்று சிரித்துப் பேசினாள்.

“உன்னுடைய வேலை முடிஞ்சது” என்று அவன் சொன்னான்.

“ரொம்ப தாங்ஸ்”

“ஐ ஸீ” என்று சிறுதோள் குலுக்கலுடன் அவள் பதிலிறுத்தாள்.

அவன் சிரித்துவிட்டான். அவள் தலைமயிரைப் பின்னால் திருப்பியபடி மீண்டும் ஒரு பாவனை காட்டினாள். சிரித்தபடி, படி ஏறினார்கள்.

❖

9

அறைக்குள் நுழைந்ததும் அவன் சோபாவில் வேகமாக அமர்ந்தபடி "குடிக்க தண்ணி எடு" என்றான்.

அவள் தண்ணீர் எடுத்துத் தந்தாள். குடித்தபிறகு சோபாவில் தலையைப் பின்னுக்குச் சரித்து அண்ணாந்து படுத்துக் கொண்டான். தலை சுழல்வது போலிருந்தது. கண்களை மூடியபோது ஒளிவட்டங்கள் பிரிந்து சுழன்று சென்றன.

பிரவீணா உடைமாற்றி முகம் கழுவிவிட்டு வந்தாள். அவனிடம் "லஞ்ச் கொண்டு வரச் சொல்லிடவா?" என்றாள்.

கண்களைத் திறக்காமலேயே "உம்" என்றான்.

கடல் பொங்கிப் பொங்கிச் சரிந்து கொண்டிருந்தது. கடற்காற்று அறைக்குள் சுழன்று சென்றது.

"உங்களுக்கு என்ன அப்பிடிக்கோபம்?"

அவன் கண்களைத் திறந்து "யார் மேல்?" என்றான்.

"விமலா மேல."

"கோபமா, இல்லியே."

"இப்ப உங்க உதடுகள் ஒரு சொல்லை சத்தமில்லாம சொல்லிட்டே இருந்தது. என்ன சொல் அதுன்னு கவனிச்சேன்."

"என்ன சொல்?" உண்மையிலேயே அப்போது அவனுக்கு அது தெரியவில்லை.

"பிட்ச் பிட்ச் அப்டீன்னு திருப்பித் திருப்பி சொன்னீங்க."

அவன் மனம் படபடக்க, "அப்பிடியா?" என்றான்.

"என்ன கோபம்? அவங்க உங்களுக்கு என்ன செஞ்சாங்க?"

"அவ நடிக்கிறா. என்னை அவமானப்படுத்தணும்னு நினைக்கிறா."

"யாரு?" என்றாள் பிரவீணா உண்மையான துணுக்குறலுடன்.

"அவதான். நீ போடா புழுன்னு என்கிட்ட சொல்லாம சொல்லிக் காட்டறா. அமெரிக்கால ஆராய்ச்சி. கிரேக்க நண்பன். பழைய கதையெல்லாம் எப்பவோ மறந்தாச்சு... அவ என்னை அவமானப்படுத்தறா."

"சரி அப்டீன்னு வச்சுக்குவோம். நீங்க அதுக்கு பதிலடி தரலாமே. அவங்களை நீங்களும் மறந்துட்டதாக் காட்டிக்கலாமே."

"அப்பிடிக் காட்டலாம்னுதான் நினைச்சேன். அதுக்குத்தான் உன்னைக் கூட்டிட்டுப் போனேன். ஆனா அவ அற்புதமாக நடிச்சு என்னைத் தோக்கடிச்சிட்டா."

"உங்களுக்குப் பைத்தியம்."

"வாய மூடு."

"மூடறேன். அதுக்கு முன்ன உங்க பிரச்சினை என்னன்னு சொல்லட்டுமா.. தாழ்வு மனப்பான்மை. அதான். அவங்க அய்யோ ரவி நீங்களா, ஏகயாய ராஜகுமாரி முப்பது முறை பார்த்தேன். அப்டீன்னு உருகியிருந்தா ஜிலுஜிலுன்னு இருந்திருக்கும்."

"வாயை மூடு தேவடியா நாயே" என்றபடி அவன் எழுந்தான்.

அவள் அவனைக் குரோதமாக உற்றுப் பார்த்தபிறகு தன் புத்தகத்தை வெடுக்கென்று எடுத்துப் பிரித்து கட்டில்மீது கால்மடக்கி அமர்ந்து படிக்கும் பாவனையை மேற்கொண்டாள். ஆனால் முகத்திலிருந்த உணர்ச்சிவேகம் அவள் படிக்கவில்லை என்று காட்டியது.

"எனக்கு எப்ப தெரியுமா ஜிலுஜிலுன்னு இருக்கும்? அவ வேஷத்தைக் கலைக்கிறப்ப. என்னான்னு நெனைச்சிருக்கா அவ? இளிச்சவாயன்னா? அவளை மாதிரி அம்பது நடிகைகளைப்

பார்த்தவன் நான். அவ கண்ணைப் பாத்து ஒரு வார்த்தை கேட்டேன்னா காற்றுப் போன பலூன் மாதிரி ஆயிடுவா. பிளடி பிட்ச்."

"கண்ணைப் பாருங்க மொதல்ல."

"என்னடி சொன்னே?"

"ஒண்ணுமில்லை."

"அறஞ்சேன்னா பல்லு உதுந்திடும் பாரு."

அவள் புத்தகத்தைப் பார்த்தபடியே உதட்டைச் சுழித்தாள்.

அவன் ஒரு கணம் உச்சகட்ட கோபத்தில் தவித்துவிட்டு ஆக்ரோஷமாகத் திரும்பிக் கதவைத் திறந்து வெளியே சென்றான். படிகளில் தடதடவென்று இறங்கினான். கடற்காற்றில் தூசி சுழன்று வந்து முகத்தில் மோதியது. தெருவுக்கு வந்தான்.

கடற்கரையிலிருந்து ஜனங்கள் திரும்பிக் கொண்டிருந்தார்கள். தலைமயிர் கலைந்து உடைகள் கலைந்து, எதிர்காற்றில் முந்தானைகள் எழுந்து தலைமீது பறக்கவே பெண்கள் அள்ளி அள்ளி விட்டுக் கொண்டார்கள். கடைகளின் விளக்கொளிகளின் பலவிதமான வீச்சுக்களில் பெண் முகங்கள் மின்னியும் அணைந்தும் மிதந்தும் சென்றன. "ஆக்சுவலி ஹி ஆஸ்க்ட் மீ" என்று சொன்னபடி ஒரு சிவந்து கொழுத்த இளம் பெண் சர்தார்ஜி பையனுடன் உரசியபடி சென்றாள். அவன் பார்வையை ஒருத்தி சந்தித்து உடனடியாக முந்தானையை இழுத்துவிட்டுக் கொண்டு முகத்தில் உதாசீனம் காட்டினாள்.

கடற்பாறைமீது விளக்கு ஒளியில்லை. கடல் இன்னும் அணையாததனால் அதை நெருங்க நெருங்க அப்பகுதியில் மங்கலான வெளிச்சம் இருப்பது போலிருந்தது. அதன்மீது ஏழெட்டு பேர் இருந்தார்கள். ஏறியபிறகுதான் அனைவருமே ஜோடிகள் என்று தெரிந்தது. புதுமணத் தம்பதிகளையும் காதலர்களையும் அந்த மங்கல் ஒளியில்கூடப் பிரித்தறிய முடிந்தது. உரிமைமிக்க நெருக்கத்தையும், பரவசம் மிக்க குற்ற உணர்வையும் உடலசைவுகளும் அமர்ந்திருந்த கோணமும் அத்தனை துல்லியமாக வேறுபடுத்திக் காட்டின. அலைகள்

கன்னியாகுமரி ○ 123

வெண்ணிற நுரையசைவுகளாக மட்டுமே கண்ணில் பட்டன. நீர் பாறைமீது அறையுண்டு உடைந்து பின் வழியும் ஒலியும் காற்றில் பரவி உடல்மீது பொழிந்த நீர்த்துளிகளும்தான் அலைகளின் உக்கிரத்திற்கு ஆதாரமாக இருந்தன. அறைபட்டு அறைப்பட்டு நிற்கும் பாறை மெல்ல மெல்ல இடம் மாறுவது போலவோ கரைவது போல எழுந்தன. சட்டென்று மாபெரும் அலையொன்று தலைக்குமேல் நுரைநீரைப் பரப்பித் தணிந்தது. நீர் கால்களைத் தழுவி நனைத்து பாறையிடுக்குகளினூடாக வழிந்தது. உடைகள் நனைந்து விட்டிருந்தன. அந்த அலை யடித்தபோது அத்தனை ஜோடிகளும் ஏதோ ஒரு மகிழ்ச்சி ஒலி கிளப்பின. பெண்கள் ஆண்களைப் பற்றிக் கொண்டார்கள். உடைகள் நனைந்தது குறித்து ஒரு பெண் செல்லமாக சலித்துக் கொண்டாள். இது ஆட்கொல்லிப் பாறை என்று பெரிய எழுத்துப் பலகை இருக்கிறது. எனினும் வருகிறார்கள்.. ஒருவேளை அதனால்தான் வருகிறார்கள். ஏன்?

அன்று அவளுடன் வந்திருந்தான். "அய்யோ, மாட்டேன் பயமாயிருக்கு" என்றாள். "வாடி" என்று அவளைக் கைப்பற்றி இழுத்தான். சிவப்பும் சாம்பலும் பரவி விரிந்த வானத்தின் கீழே ஆழ்ந்த நீலநிறம் பெற்ற நீர்ப்பரப்பு சுருண்டு எழுந்துவந்து கரைய வெண் இறகாக விரிந்து பரவியது. மீண்டும் சுருண்டெழுந்தது. பாறைமீது ஏறியபோது அவள் "அய்யோ" என்று மார்புமீது கைகளை வைத்துக் கொண்டாள். "இதான் கன்னியாகுமரி யிலேயே அழகான இடம்" என்றான். "அப்படியா?" "ஆமா. ஆனா மாசம் ஒரு மரணமாவது இங்க நடந்துடும்." "ஏன் இங்க அப்பிடி ஒண்ணும் அபாயகரமா இல்லியே" "பாத்துட்டே இரு." "ரவி நாம அங்க போய் சிப்பி பொறுக்கணும்." "பொறுக்கி என்ன பண்ணுவே வீட்டுக்குக் கொண்டு போவியா?" "மடி நிறைய பொறுக்கணும். ஒண்ணொண்ணா போட்டுடணும். ஒண்ணை மட்டும் வரைக்கும். வச்சுக்குவேன். கடசீ வரைக்கும்" "கடசி வரைக்கும்னா?" "சாகிற வரைக்கும்." "பாத்தியா காதல்னு சொன்ன உடனே அதோட மறு எல்லையா மரணம்னு சொல்லிட்டே. இதான் ரகசியம். இதனாலதான் லவ்வர்ஸ் இந்தப் பாறைக்கு வராங்க. இது மேல நின்னுட்டு மரணமே

கேட்டுக்கோ நாங்க ஒருத்தருக்கொருத்தர் விரும்பறோம்னு சொல்லிக்குவாங்க.'' அவ்வளவுதானே, சொல்லிட்டா போச்சு.'' அவன் கடலைப் பார்த்தபடி "எங்க கூப்பிடு'' என்றான். "எப்பிடி?'' "மரணமே...'' அவள் கையை நீட்டியபடி நாடக பாணியில் "மரணமே நாங்க...'' என்று கூறவும் பேரலை எழுந்து அவர்களை நீரில் மூழ்கடிக்கவும் சரியாக இருந்தது. "அய்யோ அம்மா'' என்று அலறியபடி அவள் அவனைக் கட்டிக் கொண்டாள். தொப்பலாக நனைந்து நடுங்கியபடி "வேணாம் ரவி போயிடலாம்...'' என்றாள். "பயப்படாதே. இப்ப என்ன ஆச்சு?'' "இந்த அலை.'' "நான் கணக்குப் போட்டுப் பாத்துதான் சொன்னேன். எல்லா கடலிலயும் அலைகள் இப்பிடித்தான் அடிக்கும். ஒரு குறிப்பிட்ட நேரத்துக்கு ஒருமுறை பெரிய அலை வரும். அலையை எண்ணிப்பாத்து அதைக் கண்டுபிடிச்சிடலாம்'' "இல்லை, எனக்கு பயமா இருக்கு. வேணாம்...''

வானம் முற்றாக இருண்டுவிட்டது. தொடுவான்கோடு மறைந்து கடலும் வானமும் ஒன்றாயின. இருளில் அலைகளின் நுரை மட்டும் தெரிந்தது. ஜோடிகள் சென்றுவிட்டன. கடைசி ஜோடியின் பெண் அவனைப் பற்றி ஏதோ சொன்னது போலிருந்தது. அவன் அகப்பதற்றம் குறைந்து பெருமூச்சு விட்டான். ஏன் தனிமை இந்த நிம்மதியைத் தருகிறது? தற்கொலை செய்துகொள்ளப் போகிறவனைப்போல. தற்கொலை! செய்து கொண்டால் என்ன? குதித்தால் போதும், மீள முடியாது. இது ஒரு சுரங்கப் பாதையின் வாசல். நேராக ஆழம். அங்கு முக்கடலின் முடிவற்ற எடைகள் ஒன்றோடொன்று மோதி நிற்கின்றன. மூச்சுத் திணறுவது போலவும் கால்கள் பலமிழப்பது போலவும் இருந்தது. விழுந்துவிடுவோம் என்று பீதி ஏற்பட்டதும் மனம் கடுங்குளிர் கொண்டு உறைய பின்னகர்ந்தான். கால்கள் வெடவெடவென நடுங்கின. பாறைமீது அமர்ந்து கொண்டான். கடலில் விழுந்து மறைவது பற்றிய மனக்கனவுகளில் தன்னைச் செலுத்திக் கொண்டான். பிணம் கடற்கரையில் ஒதுங்குவது குறித்தும், மீனவர்கள் அடையாளம் காண்பது குறித்தும். செய்திகள், இரங்கல்கள். ரமணி கதறிப் புரண்டு அழுவாள். ஷைலஜா ரகசியமாக ஒரு நாள் இரவில் அழுவாள். பிரவீணா ஓரிரு சொட்டு

கண்ணீர் விடுவாள். நாராயணன் தன் கதைக்குவியலில் புதிய ஒரு சேர்க்கையை அடைவார். அவன் மனம் தன்னிரக்கம் கொண்டு உருகிப் பரவியது எங்கோ அவன் படங்களினூடாக அவனை அறிந்து அவனுக்காக ஏங்கிக் காத்திருக்கும் ரசிகை ஒருத்தியைக் கற்பனை செய்தான்.

அவள் பிரவீணா சாயலில் இருந்தாள். அவள் அச்செய்தியைப் படித்துவிட்டுக் குமுறி அழுதாள். அவன் படத்தை தன் அறையில் ஒட்டி வைத்துக் கொண்டு முழங்காலைக் கட்டிக்கொண்டு அமர்ந்து கண்ணீர் விடுகிறாள். சட்டென்று அவன் அக்கதவைத் திறந்து வந்துவிடுகிறான். அவள் அதிர்ந்து எழுந்து பதைத்துப்போய் நீங்களா என்கிறாள். அவனேதான். அவன் சாகவில்லை. அவள், அவன் காலைக் கட்டிக்கொண்டு கதறி அழுகிறாள். கண்ணீருடன் அவளைத்தூக்கி அவன் முத்தமிட்டு அணைத்துக் கொள்கிறான். மனக்கனவின் வழக்கமான காம முயக்கங்களினூடாகப் போய் அவன் விழித்துக் கொண்டான். மனக்கனவுகளுக்கு எப்போதும் ஒரு தருக்க அமைப்பு இருக்கிறது. ஒவ்வொன்றும் அங்கு அவன் அகங்காரத்தைத் திருப்தி செய்யும் பொருட்டே நிகழ்கின்றன. அவை பல்வேறு கற்பனைச் சம்பவங்களினூடாக நிகழ்ந்து அந்த ஒரே இடத்தை வந்தடைகின்றன. எழுந்து கொண்டான். கண்ணீர் வழிந்திருப்பதைத் தொட்டுப் பார்த்து அறிந்தான். துடைத்துக் கொண்டு பாறைகளிலிருந்து இறங்கி நடந்தான்.

மனம் அப்போது தெளிந்திருந்தது. எல்லாவற்றையும் துல்லியமாக பகுத்துப் பார்த்து விட வேண்டும் என்று பட்டது. சிறு ஓட்டல் ஒன்றுக்குள் நுழைந்து உணவுக்கு உத்தரவு தந்தான். விளக்குகளைச்சுற்றி ஒளிவிட்டபடி சுழலும் பூச்சிகளைப் பார்த்துக் கொண்டிருந்தான். அருகே ஒரு எண்ணெய்க் காகிதத்தைத் தொங்க விட்டிருந்தார்கள். விளக்கின் பிரதிபலிப்பை மொய்த்த பூச்சிகள் அதில் ஒட்டியிருந்து சிறகசைத்துக் கொண்டிருந்தன. சப்பாத்தியும் குருமாவும் வந்தது. பசி இல்லாதது போல இருந்தாலும் சாப்பிட முடிந்தது.

வாழ்க்கையில் எதற்கும் உண்மையில் உக்கிரமோ உத்வேகமோ இல்லை என்று தோன்றியது. காதல், காமம், கூடல் பிரிவு – ஏன் மரணத்திற்குகூட. எல்லாமே சர்வ

சாதாரணமாக நடந்து, பின்னகர்ந்து மிகச் சாதாரணமாக ஞாபகங்களாக மாறிவிடுகின்றன. உக்கிரமும் உத்வேகமும் மனிதன் தன் அனுபவங்களைச் செயற்கையாகக் கனப்படுத்திக் கொள்வதனுடாக விளைபவை. அந்தக் கடற்பாறை மீது நிற்கையில் எளிய காம ஈர்ப்புகூடக்காவியக் காதலாகத் தோன்றி விடுகிறது. அதன் பொருட்டுத்தான் அங்கு வருகிறார்கள். கவிதையும் கலைகளும் எல்லாம் அதற்குத்தான். பதினைந்து வருடம் கழிந்து அவர்களுக்கு அந்தக் கடற்பாறை முதலிலும் அவர்கள் மனம் எழுச்சியடைந்தது பிறகும்தான் ஞாபகம் வரும்.

சாப்பிட்டு முடித்து பெட்டிக்கடையில் ஒரு மின்ட் வாங்கி வாயில் போட்டுக் கொண்டு ஓட்டலை நோக்கி நடந்தான். எதையும் பெரிது படுத்திக் கொள்ள வேண்டியதில்லை என்று எண்ணிக் கொண்டான். அந்தச் சம்பவத்தில் அவன் நடந்து கொண்ட முறைபற்றிய அவனுடைய ஆழ்ந்த வெட்கம்தான் எல்லாவற்றுக்கும் காரணம். அவர்கள் போனபிறகு அவள் தள்ளாடி எழுந்து வந்து கதவைத் திறந்தாள். அவன் அலறியபடி எழுந்து சுவரோடு ஒட்டி நின்று நடுநடுங்கினான். அவள் "ரவி, ரவி, என்ன ஆசு உனக்கு?" என்று கேட்டபோது, எல்லாவற்றையும் தொகுத்துக் கொண்டு விசித்திரமான துவேஷக் குரலில் "போ.. போயிடு" என்று கூவினான். அவள் இரவெல்லாம் படுக்கையில் அமர்ந்து குமுறிக் குமுறி அழுதாள். அப்படியே சரிந்து உடலைக் குறுக்கியபடி தூங்கிவிட்டாள். அவன் நாற்காலியில் அமர்ந்தபடி அவளையே பார்த்துக் கொண்டிருந்தான். ஒன்றுமே அர்த்தப்படாமல் மனம் பரவியபடியே இருந்தது. அவள் மயிர்ச்சுருள்கள் ஆடின. பிணத்தின் மயிர்கள் காற்றிலாடுவது போல. அவள் செத்துவிட்டாள் என்று பிரமை எழுந்தது. அதை விலக்க விலக்க அது வலுத்து. ஒரு கட்டத்தில் உண்மையாகவே ஐயம் ஏற்பட்டது. எழுந்து கூர்ந்து பார்த்தான். மூச்சு அசைவது தெரியவில்லை. செத்துவிட்டாள் என்று தோன்றியதும் என்ன செய்வது என்ற எண்ணம்தான் ஏற்பட்டது. ஓடிவிடலாம் என்றும், தன் உடைமைகள் அனைத்தையும் எடுத்துக் கொண்டு யாருக்கும் தெரியாமல் தப்பிவிடலாம் என்றும் அவன் இங்கு வந்ததற்கு எத்தனை தடயங்கள் மிஞ்சும் என்றும் மனம்

கணநேரத்தில் கணக்குகளாய்ப் போட்டு முன்பாய்ந்தது. விடுதிக்காரன் சாட்சியம். பதிவேட்டில் பெயர். பதிவேட்டில் பெயர் போலி ராஜீவ் என்று எழுதியிருந்தான். ஆக, ஒரே சாட்சி தான். அவள் முனகியபடி சொறிந்து கொண்டபோது திடுக்கிட்டு மீண்டும் தன் இருக்கைக்கு வந்தான். இதெல்லாம் பிரமை என்று சமாதானத்திற்குத் தாவியது மனம். இப்படியெல்லாம் சினிமாக்களில்தான் நடக்க முடியும். இத்தனை தீவிரமான ஒரு விஷயத்திற்கும் நடைமுறை வாழ்வுக்கும் சம்பந்தமே இல்லை. கனவுகளில் மட்டுமே இத்தனை தீவிரமான மன அழுத்தங்களை அவன் அறிந்திருக்கிறான். ஆம், கனவுதான். அப்படியே தூங்கிவிட்டான். அவள் அப்பாவைப் பார்த்தான். அவர் கையில் குடையுடன் எதிரே வந்தார். அவனைக் கண்டதும் நின்று கோபம் கொண்டு ஒலியின்றி ஏதோ கேட்டபடி அவனை நோக்கி விரைந்து ஓடிவந்தார். அவன் பயந்து பக்கத்து மளிகைக்கடைக்குள் நுழைந்தான். அவரும் பாய்ந்து உள்ளே நுழைந்து துரத்தினார். பீதியுடன் வாயால் மூச்சிரைத்தபடி அவன் கடைக்குள்ளேயே வெகுதூரம் வெகுநேரம் ஓடினான். ஒரு பெட்டியைப் பற்றி இழுக்க அது ஒரு வாசலாகத் திறந்தது. உள்ளே ஒரு சுரங்கப்பாதை தெரிய அதில் குதித்து சேற்றுப் பரப்பில் கால் புதைய ஓடினான். அவள் அப்பா குறிப்பிட்ட தூரத்தில் பின்னாலேயே இருந்தார். அவனுடைய களைப்பையும் இரைப்பையும் அவர் அடைந்ததாகத் தெரியவில்லை. சேற்றுப் பாதையில் இதமான வெப்பம் இருந்தது. தன் உடல் அச்சுவர்களில் உரசியபோதுதான் அவை வியர்த்த ஈரச் சருமப் பரப்புகள் என்று தெரிந்தது. நிர்வாணமான பெண்ணுடல்களினாலான சுவர். மென்முலைகள், வயிறுகள், தொடைகள்... அவள் அப்பா மிகவும் நெருங்கி விட்டார். அவர் கையில் குடை படுவேகமாகச் சுழன்றது. கரகரவென்று ஒலியெழுப்பியபடி நெருங்கி வந்தது.

திடுக்கிட்டு எழுந்து மின்விசிறியைப் பார்த்தபடி ஒரு கணம் பேதலித்து அமர்ந்த பிறகு பாய்ந்தெழுந்து ஜன்னலைத் திறந்தான். விடிய ஆரம்பித்திருந்தது. வேகமாகத் தன் பெட்டியை இழுத்தான் அதன் நாராச ஒலி அவன் முதுகை அதிர வைத்தது. ஒவ்வொரு

உடையாகப் பாய்ந்து பாய்ந்து பெட்டியில் போட்டான். மூடினான். விளிம்பில துணி சிக்கி மூட மறுத்தபோது ஓங்கி படார் படாரென்று மூடியறைந்தான். எழுந்துபோய் துவாலையையும் பேஸ்ட் பிரஷையும் எடுத்து வந்து பெட்டியில் போட்டான். பெட்டியை நிமிரவைத்துவிட்டு பார்த்தபோது அவள் எழுந்து அமர்ந்திருந்தாள். அவள் கண்களைப் பார்க்காமல் "வா போயிட லாம்" என்றான். அவள் எழ முயன்றபோது வலியுடன் "அம்மா!" என்றாள். அவன் ஒரு கணம் அனுதாபத்தையும் மறுகணம் அருவருப்பையும் அடைந்தான். அவள் எழுந்து தள்ளாடி நின்று சுவரைப் பற்றியபடி நடந்து பாத்ரூம் போனாள். தண்ணீரின் ஒலிமண்டையை அறைந்தது. முகத்தில் ஈரத்துடன் அவள் வெளிவந்து தன் உடைகளை மாற்றினாள். அவை கிழிந்தும் கசங்கியும் இருந்ததை அப்போதுதான் பார்த்தான். அவனுக்குக் குமட்டல் வருவதுபோல் இருந்தது. அவள் பெட்டியை மூடிவிட்டு, "ரொம்ப வலிக்குது ரவி. என்னால படியிறங்க முடியாது" என்றாள். அவன் மூர்க்கமாக "வா" என்று கூறிய பிறகு தடதடவென்று படியிறங்கினான்.

வரவேற்பில் இருந்த கிழவர் அவனை சிறு புன்னகையுடன் பார்ப்பது போலிருந்தது. அவர் கண்களைத் தவிர்த்துவிட்டு செக் அவுட் எழுதினான். அப்பார்வையைத் தன் மீது மிக கனமாக உணர்ந்தான். அவள் அப்போதுதான் படியிறங்கி வந்து சேர்ந்தாள். அவன் அவளைத் திரும்பிப் பார்க்காமலேயே முன்னால் நடந்தான். அவள் வாசல் தாண்டியபோது கிழவர் "பாப்பா பாத்து போம்மா" என்றார். அவள் வாயைக் கையால் பொத்தியபடி ஓடிவந்து அவனுடன் இணைந்து கொண்டாள்.

அவள் கூட வராதது போல அவன் நடந்து போனான். திருவனந்தபுரம் பஸ் இரைந்து கொண்டு நின்றிருந்தது. கூட்டம் மிகக் குறைவாகவே இருந்தது. இருந்தாலும் அவன் முன்னால் சென்று ஒரு கிழவரின் அருகே அமர்ந்து கொண்டான். அவள் பின்னால் ஒரு தனி இருக்கையில் ஜன்னலோரமாக அமர்ந்து கொண்டாள். வண்டி கிளம்பும்வரை ஒவ்வொரு கணமும் அவனுக்கு இம்சை மிக்கதாக இருந்தது. உடலை அறுத்து ரத்தத்தில் ஒரு பகுதியை வெளியே கொட்டினால்தான்

உடம்பெங்கும் பதறிய அந்தத் தகிப்பைக் குறைக்க முடியும். பஸ் கிளம்பி முதல்காற்று உடலைத் தழுவியதும் எண்ணங்கள் திசை மாறின. இனிமேல் என்ன என்று திட்டமிட ஆரம்பித்தன. இந்தச் சம்பவத்தை அவள் யாரிடமாவது சொல்லிவிடுவாளா? சொல்லிவிட்டாளென்றால் என்னென்ன நடக்கும்? ஒவ்வொரு சாத்தியங்களாக மனம் ஆராய்ந்தது. சொல்ல மாட்டாள். அது அவளுக்குத்தான் சிறுமை. ஆனால், அப்படி யோசிக்கும் முதிர்ச்சி அவளுக்கு இருக்குமா? சொல்லி விட்டாளென்றால்... மாறி மாறி பல்வேறு சாத்தியங்களின் சம்பவ வரிசையை மனதில் நிகழ்த்திப் பார்த்தபடி அமர்ந்திருந்தான். அடிக்கடி அவளை அவளறியாமல் திரும்பிப் பார்த்தான். அவள் கைக்குட்டையால் மூக்கைச் சிந்தியபடி தனக்குள் அழுதாள். பிறகு சிறிது அமைதி பெற்று வெளியே நகர்ந்தோடும் பாதையோரக் காட்சியைப் பார்த்தாள் சட்டென்று பொங்கலாக விம்மலாக உடலை அதிரவைத்தபடி வெளிவந்த அழுகையால் முகத்தைக் குனிந்து கைக்குட்டையில் கண்களையும் மூக்கையும் புதைத்துக் கொண்டு மீண்டும் அழுதாள். ஒரு சிலர் அவளைக் கவனிப்பதைக் கண்டான். அது பதற்றத்தையும் அவள்மீது எரிச்சலையும் ஏற்படுத்தியது. அவளுக்கு பிறர் பார்க்கும் உணர்வே இல்லையா, அழுகையை பொது இடத்தில்தான் கொட்ட வேண்டுமா என மனதுக்குள் வசை பாடிக் கொண்டான். எல்லாம் நாடகம். பின் கவனத்தை ஈர்க்கும் முயற்சி என்று நினைத்துக் கொண்டு அவள்மீது கடும் துவேஷத்தை அடைந்தான். அவளறியாமல் பாறசாலையில் இறங்கிப் போய்விடலாமா என்றுகூடத் தோன்றியது.

திருவனந்தபுரம் வந்ததும் இறுகி உடையப் போன நரம்புகள் தளர்ந்தன. அவள் இறங்கி அவனைக் காத்து நின்றாள். அவன் அவளருகே சென்று "ஆட்டோ பிடிச்சுத் தாரேன்" என்றான். "ரவி நாம ஒரு லேடி டாக்டர்ட்ட போணும்" என்றாள். "இப்பவா?" "எனக்கு முடியலை ரவி." "இப்ப எந்த டாக்டர் இருப்பாங்க?" "இப்ப மணி எட்டுகூட ஆகலியே? டாக்டர்லாம் வர லேட்டாகும்." "ரவி ப்ளீஸ்." "சரி, நீ இப்ப ஹாஸ்டலுக்குப் போ. கரெக்டா பத்து மணிக்கு நான் ஆட்டோவோட வாரேன். போய்ப் பாக்கலாம். அதுக்குள்ள எந்த டாக்டர் இருக்கார்னு பாத்துடறேன்."

"கண்டிப்பா வரணும்." "வரேன்னு சொன்னேன்ல" ஆட்டோவில் ஏறுகையில் "ரவி வந்துடு ப்ளீஸ்" என்றாள். " வரேன்னு எத்தனை வாட்டி சொல்றது?" "ரவி எனக்கு ஒண்ணும் புரியலை. வந்துடு என்ன? ரொம்ப முடியலை." "சரி சரி ரோட்ல வச்சு.. ஏறு." "எம்மேல கோபமா? நான்..." ஏறு. அவள் ஏறிக்கொண்டாள். ஆட்டோ நகரும்போது "ரவி வந்துடு " என்றாள்.

அவள் போன மறுகணம் அழுத்தம் இறங்கியதாக வில்தராசு போல அவன் முள் மீண்டது. செய்ய வேண்டுவது என்ன என்பதில் எவ்வித ஐயமும் இருக்கவில்லை. நேராக ரயில் நிலையம் போய் எர்ணாகுளம் பாசஞ்சரில் ஏறிவிட்டான். ரயில் கிளம்பும்வரை பதற்றத்துடன் பிளாட்பார முகங்களை, கடிகாரத்தைப் பார்த்துக் கொண்டிருந்தான். ரயில் நகர்ந்ததும் அதன் தாளத்தில் பொருந்திய மனம் முடிச்சுகளைத் தளர்த்தி கொண்டுவிட சரிந்தமர்ந்து தூங்கிவிட்டான்.

விடுதியறையில் கதவைத் தாழிடாமல் பிரவீணா தூங்கிக் கொண்டிருந்தாள். அவன் பாத்ரூம் போய்விட்டு உடைகளைக் கழற்றிவிட்டு சோபாவில் அமர்ந்தான். தூக்கம் வரவில்லை. கொலைக்காட்சியைப் போட்டான். ஃபாஷன் டிவி பெண் உடல் நெளிவுகளின் வண்ணத்தில் அறை உயிர் கொள்ள சகஜமடைந்தவனாக ஃபிரிட்ஜைத் திறந்து மதுவை எடுத்தான்.

15

சுவரின் ஒரு மூலையிலிருந்து ஒரு தேள் நகர்ந்து வந்தது. நண்டுக்கும் தேளுக்கும் ஒருவிதமான பொம்மையசைவுகள் இருப்பதன் விந்தையை எண்ணியபடி அவன் பார்த்து நின்றான் கருந்தேள். முன்கால்களில் ஊன்றி நின்று கொடுக்குக் கைகளைத் தூக்கி அசைத்தது. காற்று உட்புகும் ரப்பர் பொருள் போல விம்மிவிம்மி வீங்கியது அதன் வால். சுருண்டு எழுந்து விறைத்து விறைத்து நிமிர்ந்து திண்ணென்று எழுந்து நின்று மெல்ல ஆடியது. அருவருப்புடன் அவன் தரையில் தேடி செருப்பை எடுத்தான். குறிபார்த்து அதை அடிக்க முயன்றான். அது திரும்பித் திரும்பி தன் வாலை அவனுக்கு நேராக நீட்டியது. பொறுமை யிழந்து ஓங்கியடித்தான். குறிதவறி செருப்பு சுவரில்பட தேள் அவனைக் கொட்டியது.

மார்பில் ஒரு வலிக்கும் நரம்பு முடிச்சை உணர்ந்தபடி எழுந்து கொண்டான். சோபாவிலேயே தூங்கிவிட்டிருந்தான். டீபாய்மீது மதுக்கோப்பை இருந்தது. மார்பின் வலி மிகக்கூர்மையாக, ஆனால் நிரந்தரமாக உறைந்துவிட்டது போல இருந்தது. உடலின் ஒவ்வொரு அசைவும் அதில் போய்விட்டது. அதைப் பற்றி எண்ணியபோது அவ்வெண்ணம்கூட அதில் பட்டது போலிருந்தது. பிறகு உடலை ஒரு குறிப்பிட்ட வகையில் திருப்பியபோது வலியின் முடிச்சு அவிழ்ந்தது. எழுந்து கொண்டான். மீண்டும் குடிக்க வேண்டும் என்று தோன்றி யதும் வேண்டாம் என்று எண்ணிக் கொண்டான். அது குடலோ இரைப்பையோ புண்ணாகிவிட்டிருப்பதன் வலி. குடி எல்லைகளை மீறிவிட்டது என்பதை அவன் புரிந்துகொண்டு

வெகுநாளாகிறது. 'சவிதம்' படுதோல்வி என்று தெரியவந்தபோது தன் பிடியிலிருந்து விடுதலைப் பெற்றுத் தன்னை இழுத்துச் செல்லும் முரட்டுக் குதிரையாகக் குடியை உணர்ந்தான்.

சன்னலோரம் சென்று நின்று கடலைப் பார்த்தான். இருட்டில் மிதக்கும் படகு விளக்குகளே கடலாக மனதில் விரிந்து கொண்ட மனதின் விந்தையை எண்ணிக் கொண்டான். அடுத்த ஜன்னலுக்குச் சென்றான். விவேகானந்தர் பாறை உச்சியின் தனிவிளக்கு கடல்மீது தெரிந்தது. பாறைக்கோயில் சிவந்த புகைப்படல ஓவியம்போலத் தெரிந்தது. சற்று எம்பிய போது குமரி ஆலயத்தின் கோபுர விளக்கு தெரிந்தது. அனைவரும் தூங்கிவிட்டிருக்கும் வேளையில் தேவி என்ன செய்து கொண்டிருப்பாள். அவள் மூக்குத்தி தகதகவென எரிந்து கொண்டிருக்கும். மூடப்பட்ட கதவுகளுக்கு அப்பால் அலைபுரளும் கடல்மீது மாலுமிகளின் திசைக்காட்டிக் கருவிகள் நடுங்கிக் கொண்டிருக்கும். காற்று உந்திச் செல்லும் கப்பல்கள் அவ்விருளில் அலையும். ஏதோ ஓர் இரவுக் கணத்தில் அவ்வாலயப் பெருங்கதவு திறக்கும். தேவியின் மூக்குத்திச் சுடரொளி கடல்மீது பரவிச் சென்று ஒரு மாலுமிக்குத் திசை காட்டும். அவன் காத்திருக்கும் கரும்பாறைகளை நோக்கி தன் கலத்தில் மிதந்து வருவான்.

மீண்டும் வந்து அமர்ந்து கொண்டான். இப்படித் தூக்கமில்லாது போகும் என்று தெரிந்திருந்தால் ஏதாவது காம்போஸ் மாத்திரை வாங்கியிருந்திருக்கலாம் என்று தோன்றியது. கடற்கரையில் அவளைப் பார்த்த கணம் முதல் நிம்மதியான தூக்கம் நிகழ வில்லை என்று அறிந்தான். அவளைப் பின்தொடர்ந்தபடியே இருக்கிறான். நினைவுகளை அணைத்தபடி, திட்டங்கள் போட்டபடி, அவளைத் தாண்டிச் சென்றுவிட்டாலொழிய தூக்க மில்லை. ஆனால், எப்படி? பிரவீணா சொன்னது சரி; அவள் கண்களை அவனால் ஏறெடுத்துப் பார்க்க முடியாது.

எர்ணாகுளம் திரும்பிய பிறகு அவள் பலமுறை அவனுக்குப் போன் செய்தாள். ஓரிருமுறைதான் அவன் பேசினான். அவளைத் தவிர்க்க முயன்றான். ஒற்றை வரிப் பதில்களையும், பொய்யான வருகையுறுதிகளையும் அளித்தான். பகல்களில்

கல்லூரியின் நூலகத்திலும் நகரத் தெருக்களிலும் மனம் நிலை கொள்ளாது அலைந்தான். தினம் மூன்று படம் பார்த்தான். பார்த்த படங்களையே மீண்டும் பார்த்தான். பகல் முழுக்க மனக் கனவுகளின் முடிவில்லாத காட்சிகள். அவற்றில் அவன் அந்த விடுதி அறையில் அவர்களை அடித்து துவம்சம் செய்தான். விதவிதமாகக் கொன்றான். விதவிதமாக வீரமரணம் அடைந்தான். விதவிதமாக அவளைக் காப்பாற்றி ஆறுதல் சொல்லி அணைத்துக் கொண்டு பின்பு வீரியம் மிக்கவனாக புணர்ந்தான். வெகு நேரம்... அவள் களைத்துச் சரிவது வரை. இரவுகளில் இரண்டாம் ஆட்டம் முடிந்து வந்து படுக்கும்போது மனக்கனவுகளும் திரைப்படக் காட்சிகளும் கலந்து அர்த்தமற்ற பிம்பங்களோடும் ஒரு கண்ணாடிப் பிரவாகம் போலிருக்கும் அவன் மனம். சோர்ந்து மயங்கி ஒரு மணிநேரம் தூங்கி ஒரு குரூரக் கனவில் புகுந்து அதிர்ந்து எழுவான். பிறகு வெகுநேரம் தூக்கமின்றி அறையில் நடப்பான். புத்தகங்களை மாற்றி மாற்றி எடுத்துப் புரட்டுவான் ரேடியோவைத் திருப்பித்திருப்பி வைத்து குரல்களையும், இசைத் துணுக்குகளையும் கேட்பான். பின்னிரவில் குளிர்ந்த புழுதி படிந்த தெருவிலிறங்கி தூங்கும் நாய்களைப் பதறிக் குரைக்க வைத்தபடி நடந்து லாரி மைதானத்தை அடைந்து டீ குடிப்பான். விபச்சாரப் பெண்கள் அவனைக் கண்டு சந்தேகத்துடன் பார்த்தபடி பின்தொடர்வார்கள். அவன் பார்க்கும்போது செயற்கை வெட்கத்துடன் அர்த்தமுள்ள சிரிப்புடன் முந்தானையை இழுத்து விடுவார்கள். விடியும் வேளையில் திரும்பிப் படுக்கையில் படுத்து களைப்பால் அழுந்தப்பட்டு தூங்கி காலை வெயிலில் கண்கள் உளைய விழித் தெழுவான். களைப்பில் கண்கள் எரிய, மனம் வெறுமையில் மிதக்க, படுத்திருந்து சட்டென்று அந்நினைவு தாக்க, எண்ண புறாக்கள் படபடத்து எழுந்து வானில் துடிக்கும். எழுந்து பல்தேய்த்து உடையணிந்து மீண்டும் கிளம்பிவிடுவான்.

மகாராஜா நூலக வாசலில் அவன் இறங்கி வரும்போது அவள் நின்று கொண்டிருந்தாள். அவளைப் பார்த்ததும் அவன் ஏதோ வாகனத்தால் முட்டப்பட்டவன் போல பின்னடைந்து தள்ளாடினான். மனம் சமாதானமடைய சில நிமிடங்கள்

பிடித்தன. "உன்கிட்ட கொஞ்சம் பேசணும்" என்றாள். "நான் ஹாஸ்டலுக்கு வாரேன்" என்றான். "இல்லை இப்ப பேசணும்." "நான் அவசரமா..." "நீ என்னை தவிர்க்கிறேன்னு தெரியும். நான் உங்கிட்ட பேசியாகணும்." அவன் பேசாமல் நின்றான். அவள் நடந்து போய் சரக்கொன்றை மரத்தின் அடியில் அமர்ந்தாள். செம்மஞ்சள் மலர்கள் பூத்து நிரம்பிய, முதலைத்தோல் கொண்ட மரம். அவன் மனம் வெறுமையின் விரிவில் தன்னிரக்கத்துடன் அலைந்து பரிதவித்து நின்றது. அவள் தன் கைநகங்களைக் கடித்து கடித்துத் துப்பினாள். பிறகு, "அன்னைக்கு நான் மாலினியைக் கூட்டிட்டு லேடி டாக்டர்கிட்ட போனேன்" என்றாள்.

அவன் தலைகுனிந்து பேசாமல் அமர்ந்திருந்தான். "தையல் இருந்தது. மூணு நாள் தொடர்ந்து போக வேண்டியிருந்தது. மாலினி மட்டும் இல்லேன்னா..." அவன் அப்படியே அமர்ந்திருந்தான். என்ன சொல்லப் போகிறாள் இவள் என்று அகம் பொறுமையிழந்தது. அழப்போகிறாள் வேறென்ன. அழுது தொலை, அழுது தொலை என்று மனம் முட்டி மோதியது. அந்த நாடகத்தைச் சீக்கிரம் முடித்துவிட வேண்டும். சீக்கிரம்...

"ரவி நீ ஏன் என்னை ஒதுக்கறே?" அவன் "ஒதுக்கலை" என்றான். "நடந்தது என் தப்பு இல்லை. உன் தப்பும் இல்லை. நாம ரெண்டு பேரும் பண்ணின தப்பு. அதுக்காக நீ இப்பிடி இருந்தா என்ன அர்த்தம்?" "பின்ன என்ன பண்ணணும்? டான்ஸ் ஆடணுமா?" "எதுக்கு இப்பிடி பேசறே? என்னை வெறுக்கிறியா?" "ஆமா" "ரவி!" "ஆமா, உன்னை எனக்குப் பிடிக்கலை. உன்னை நெனச்சாலே அருவருப்பா இருக்கு. போதுமா?" அவள் விக்கித்துப் போய் அவனையே பார்த்தாள். கண்களில் நீர் பரவியிருந்தது. நெற்றி மடிய முகம் சுளித்தது. "ஏன்?" அவன் சற்றுத் தடுமாறி, உடனே கடுமையான இம்சையுணர்வைக் கொண்டான். "ஏன்னா நீ அதை எஞ்சாய் பண்ணினே." "யூ ப்ளடி ஃபூல்." "ஆமா நீ எஞ்சாய் பண்ணே. உனக்கு நான் பத்தலே. அந்த நாலு தடியனுங்க வந்தப்பதான் உனக்கு திருப்தியாச்சு. அதை மறைக்க அழுது நாடகமாடறே." "ஸ்டாப்பிட்" அவள் உடம்பு வெடவெடவென்று நடுங்கிக் கொண்டிருந்தது. "யூ ஆர் எ நிம்ப்" என்று அவன் பல்லைக் கிட்டித்தபடி சொன்னான். அந்த

மூர்க்கமான தாக்குதலில் மிக அசாதாரணமன உவகை அவனுக்கு ஏற்பட்டது. பிடிக்காத உடலுறுப்பொன்றை ரத்தம்பீறிட வெட்டி எறிவதுபோல.

அவள் என்ன சொல்வதென்று தெரியாமல் சிறிது நேரம் அமர்ந்திருந்தாள். பிறகு "என்ன புண்படுத்தணும்னு சொல்றே. அந்த சம்பவம் உனக்கு ரொம்ப அதிர்ச்சியா இருக்குன்னு எனக்குத் தெரியும் ஆனா..." தொண்டை அடைக்க மிகுந்த பிரயத்தனப்பட்டு "ஐ லவ் யூ ரவி. என்னால உன்னை நேசிக்காம இருக்க முடியலை. நீ என்னை விட்டுவிடுவியோன்னு நினைச்சு எனக்கு ராத்திரியெல்லாம் தூக்கமே இல்லை." அவன் "எனக்கு இப்ப உம்மேல ஒரு பிரியமும் இல்லை போதுமா? என்னை விட்டுடு" என்றான். அவள் மிக வினோதமான கரகரத்த குரலில் "ரவிப்ளீஸ்" என்றாள். அவளுடைய தன்மானத்தின் கடைசிப்படி அது என்பதைக் காட்டும் விதமாக அவள் முகம் கூசி சிறுத்திருந்தது. "ப்ளீஸ் ரவி" அவன் எழுந்து விலகிவிட்டான். அவள் அவனை நம்ப முடியாதவள் போல வாய்திறந்து கண்கள் ஈரமாக மலர பார்த்தாள். பிறகு பீறிட்டு அழுதபடி முழங்காலில் முகம் புதைத்தாள். ஒரே ஒரு கணம், மனம் இளகி அவன் அவளை நோக்கி மனதால் எட்டு எடுத்து வைத்தான். உடனே பின்னுக்குத் திரும்பி துவேஷத்துடனும் கோபத்துடனும் அவளை உற்றுப் பார்த்தான். போய்விடுவதே சிறந்தது என்று பட்டது. சற்று நகர்ந்தபிறகு தப்பியோடும் மனநிலையும், சாலைக்கு வந்தபோது விடுதலையுணர்வும் ஏற்பட்டது. அவ்வளவுதான். எல்லாம் முடிவுக்கு வந்துவிட்டது என்று எண்ணினான். ஒரு சினிமா பத்திரிகை வாங்கிக் கொண்டு சினிமா தியேட்டர் ஒன்றுக்குச் சென்றான். டிக்கெட் கொடுக்க ஆரம்பிக்கவில்லை. அதைப் புரட்டியபடி காத்திருந்தான். ஸ்டில்களைக் கூர்ந்து பார்த்தான். மார்புக்குழியை முதல்முதலாக உரிய முறையில் பயன்படுத்திய ஸ்டில்லை அப்போதுதான் பார்த்தான். ஜெயபாரதியின் மார்பில் அப்பகுதியில் ஒரு துளி வியர்வையோ தண்ணீரோ மின்னி நின்றிருந்தது. பெண் உடலில் மென்மையையும் வழவழப்பையும் காட்சிப்படுத்த உகந்த சிறந்த இடங்களில் ஒன்று அது என்று அவனுக்குப்

பட்டது. ஆனால், அதை ஏற்கனவே உணர்ந்திருந்தும் கூட அந்த ஸ்டில்லை அப்படி யோசிக்க அவனால் முடிந்திருக்கவில்லை. தன்னைத் தோற்கடிக்கும் ஒவ்வொரு ஸ்டில்லும் ஒரு சவால் என்று அவனுக்குத் தோன்றும். ஐ.வி.சசி என்று பலமுறை சொல்லிக் கொண்டான். மனக்கனவில் அவன் ஐ.வி.சசியை சந்தித்தான். அவரது அடுத்த படத்திற்கு பாடல் எழுதினான். சண்டைப்படமாக இருந்த போதிலும்கூட அன்று அந்தப்படம் திறமையான ஷாட்களைக் கொண்டிருந்தது. மலையாளத்தில் சண்டைப்படம் எடுப்பதே பெரிய கலை என்று தோன்றியது. மூன்று நான்கு குதிரை ஸ்டண்ட் நடிகர்களை வைத்துக் கொண்டு உச்சகட்டக் காட்சியை எடுக்க வேண்டும். பெரும் கற்பனை தேவைப்படும் பணி அது.

ஓட்டலில் சாப்பிட்டுவிட்டு வீடு வந்து படுத்துத் தூங்கினான். காலையில் பிந்தி எழுந்து கல்லூரிக்குப் போனபோதுதான் தகவல் தெரிந்தது. விமலா தற்கொலைக்கு முயற்சி செய்து ஆஸ்பத்திரியில் சேர்க்கப்பட்டிருக்கிறாள். அவள் ஹாஸ்டல் தோழி வலிப்பு நோய்க்கு சாப்பிட வைத்திருந்த எல்லா மாத்திரைகளையும் எடுத்து விழுங்கி விட்டிருக்கிறாள். நல்ல வேளையாக காலையிலேயே கவனித்து ஆஸ்பத்திரியில் சேர்த்துவிட்டிருந்தார்கள். அவனிடம் சனாதனன் ஓடிவந்து சொன்னான். ஆஸ்பத்திரிக்குப் பதறி அடித்துக் கிளம்புவது போல பாவனை செய்தபடி கிளம்பி பார்க்குக்குப் போய் அமர்ந்திருந்தான். பகல் முழுக்க மரத்தடியில் படுத்தும் சுற்றி வந்தும் சினிமா பத்திரிகைகளைப் புரட்டியும் செலவழித்த பிறகு இரவில் திரும்பி வந்தான். அவள் பிழைத்துக் கொண்ட செய்தி வந்தது. பகலெல்லாம் அவன் வயிற்றில் கனமாக இருந்த சுமையும் அகன்றது. தன்னினைவு பெற்ற பிறகும் அவள் ஏதும் சொல்லவில்லை. அந்தச் சிறப்பு பயிற்சித் தேர்வில் அவள் தோல்வி அடைந்ததே காரணம் என்று தகவல் பரவியது. அது அவள் பெற்றோர் பரப்பிவிட்டதாகவும் இருக்கலாம். அந்தப் பகல் முழுக்க அவன் அவள் மரணம் மூலம் ஏற்படப் போகும் பிரச்சினைகளைப் பற்றியே எண்ணிக்கொண்டிருந்தான். அவற்றிலிருந்து தப்பும் வழிகளை மாற்றி மாற்றி மனதில்

புனைந்து கொண்டிருந்தான். அவர்கள் காதல் கல்லூரியில் அனைவருக்கும் தெரியும். கன்னியாகுமரிக்கு அவர்கள் போன தற்கும் அங்கு நடந்தவற்றுக்கும் மாலினி சாட்சி. ஒரு வேளை அவள் பிழைத்துக் கொண்டால்கூட அவன் பெயரைச் சொல்லி விடக் கூடும். எங்காவது ஓடிவிடுவது மட்டுமே ஒரே வழியாகத் தெரிந்தது. ஆனால், ஓடிப்போக தைரியம் வரவில்லை. மறுநாள் காலைவரை காத்திருப்பதென்று முடிவு செய்துதான் திரும்பி யிருந்தான். அன்றே லீவு போட்டுவிட்டு கிராமத்திற்குச் சென்றுவிட்டு பத்துநாள் கழித்துத் திரும்பி வந்தான். விமலா ஆஸ்பத்திரியிலிருந்து நேராக அவள் சொந்த ஊருக்குப் போய் விட்டாள். அவ்வருடம் பிறகு அவள் கல்லூரிக்கு வரவில்லை. அவனுடைய படிப்பு அவ்வருடத்துடன் முடிந்தது. பிறகு அவளைச் சந்திக்கவேயில்லை. அவளைச் சந்தித்திருக்க முடியும். மிக எளிதாக ஆனால், அவளை மறக்கவும் அதன் பொருட்டு அவள் மீது அருவருப்பை வளர்த்துக் கொள்ளவுமே அவன் முயன்றான். அவளை பெண்களையே வெறுப்பவனாகத் தன்னை உருவாக்கிக் கொண்டான். ஒரு குறிப்பிட்டத் தோற்றத்தில் காட்சியளிக்க ஆரம்பித்தால் அதை நம்பும் பிறர் அத்தோற்றத்தைத் தன்மீது பதியவைத்து பிறகு அதிலிருந்து நினைத்தாலும் தப்ப முடியாத நிலையை உருவாக்கிவிடுவார்கள் என்று அறிந்தான். பாடலாசிரியனாகவும் பின்பு உதவி இயக்குநராகவும் வசனகர்த்தாவாகவும் அவன் செயல்பட்ட காலங்களில் அந்தத் தோற்றம் மிக உதவிகரமாக இருந்தது. எவ்விதமான மனத்தொந்தரவுமின்றி அவனால் நடிகைகளையும் நடிக்க முயல்பவர்களையும் சினிமாவை ஆள்பவர்களையும் படுக்கைகளுக்கு இட்டுச் செல்ல முடிந்தது. அந்நடிகைகளின் அலட்சியத்தையும் அவமதிப்புகளையும் தாங்கிக் கொள்ள முடிந்தது. பிறகு அவர்களைப் பயன்படுத்திக் கொள்ளவும் முடிந்தது. ஒவ்வொரு முறையும் மனதுக்குள் காறி உமிழ்ந்து கொள்ளும்போது அனைத்திற்கும் எதிர் எடை கைகூடிவிடும். சினிமாவின் அவசர உலகில் ஓர் அடையாளம், அது எதுவாக இருப்பினும், ஓர் அறிமுக அட்டை போன்றது என்றும்; பெண் துவேஷி என்ற படிமம் பலருக்கு அவன்மீது கவனமும் ஈடுபாடும் ஏற்படக் காரணமாயிற்று என்றும் படிப்படியாக அறிந்து

கொண்டான். நாளடைவில் அவ்வேடத்தை அவனும் நம்ப ஆரம்பித்தான். ஷைலஜாவிடம் மிக மூர்க்கமாக அவ்வேடத்தை நடிப்பான். அது அவளை அவனிடம் மன்றாடவும் மண்டியிடவும் வைத்தது. அந்த பாவனையை நம்பாதவர் ஜார்ஜ் மட்டும்தான். பேச்சுவாக்கில் பெண் விரோதிகளில் ஒரு கணிசமான பங்கினர் மிகத் தீவிரமான பெண்பித்தர்கள் என்றார். அவன் சிரித்தபடி "பெண் பித்தர்களிலும் அப்படி ஒரு பங்கு உண்டா!" என்று கேட்டான்

விளக்கு எரிந்தது. பிரவீணா எழுந்து தலைமயிரை முகத்தி லிருந்து ஒதுக்கியபடி தூக்கம் விலகாத கண்களுடன் அவனைப் பார்த்தாள்.

"தூங்கலியா?" என்றாள்.

"தூக்கம் வரலை."

"அவங்களைப் பத்தி நினைச்சிட்டிருக்கீங்களா?"

"என்னைப் பத்தி..." என்றபடி டி.வி. யை அணைத்தான்.

"அதான் கேட்டேன். நீங்க அவங்களைப் பத்தி நினைக்கிற துன்னா அவங்களோட சம்பந்தப்படுத்தி உங்களைப் பத்தி நினைச்சுக்கிறது தானே" என்றபடி அவள் பாத்ரூமுக்குள் போனாள்.

அவன் திரும்பவும் சோபாவில் அமர்ந்துகொண்டான். வெளியே வந்து அவள் "ரெண்டுநாளா உங்களுக்குத் தூக்க மில்லை. கவனிச்சிட்டுதான் வரேன்." என்றபடி அருகே அமர்ந்தாள்.

"ஆமா."

"உங்களுக்கு என்ன வேணும்?"

"ஐ ஹேட் த பிட்ச்"

"சரி."

"அவளை உடைக்கணும். அவ போடற வேஷத்த..."

"என்ன பண்ணப் போறீங்க?"

கன்னியாகுமரி ○ 139

“ஏதாவது. என்னான்னு தெரியலை.”

“நாளைக்கு நம்மை சந்திக்கிறதா சொல்லியிருக்காங்க. சந்திச்சு ஓய்வா பேசுவோம். அப்ப உங்க பதற்றம் போயிடும்னு படுது.”

“வேணாம்.”

“ஏன் பயப்படறீங்க?”

“யாருக்கு பயம்? உளறாதே.”

“சரி, பயமில்லைன்னா சந்திக்கலாமே.”

“பாக்கலாம்.”

“எல்லாமே உங்க கற்பனை. கற்பனை எதிரியோட சண்டை போட ஆரம்பிச்சா முடிவே இல்லை. ரத்த பீஜாசூரன்னு ஒருத்தன் உண்டு புராணத்திலே. ஒரு துளி ரத்தம் அவன் உடம்பில இருந்து விழுந்தாகூட அதிலயிருந்து புதிதா ஒரு ரத்தபீஜாசூரன் கிளம்பிடுவான் அதுமாதிரி.”

“நீ ஒண்ணும் எனக்கு உபதேசம் பண்ண வேணாம்.”

“அஸ் எ வோர் உங்களை பெட்டுக்கு அழைக்கிறது என் கடமை.”

“சீ கைய எடு.”

“கோவிச்சுக்காதே கண்ணா” என்றபடி அவன்மீது படிந்தாள் “என்ன கோவம் இது, உம்?” என்றாள்.

❖

11

காலையில் பிரவீணா உலுக்கியதில் அவன் விழித்துக் கொண்டான். கடற்கரையில் சூடான மணல்மீது படுத்திருக்கையில் அவள் காலால் அவனை எற்றி அழைப்பது போலிருந்தது. எழுந்தமர்ந்து கண்களைச் சுருக்கிக் கொண்டான். அறையில் வெயில் பரவியிருந்தது. நுரை ரப்பர் மெத்தையில் படுத்த இடத்தில் உடம்பு சூடாகத் தகித்தது. "என்ன?" என்றான். "மணி பத்து ஆகப்போறது."

"பத்தா?" என்றபடி எழுந்து நின்றான். தலை சுழன்று கால்கள் பதறின. காதுகளில் ரீங் என்ற ஒலியும் வாயில் அமிலக் குமட்டலும் எழுந்தன.

"வேணுவும் நாராயணன் சாரும் ரொம்ப நேரமாக காத்திருக்காங்க."

"இதோ வந்திடறேன்."

"வேணு பதற்றமா இருக்கார். என்னமோ தூண்டில்ல சிக்கிடுச்சு போல "

"வரேன்."

பல தேய்த்ததும் முகம் கழுவி வந்து பிளாஸ்கிலிருது அவள் ஊற்றித் தந்த காபியைக் குடித்தான். "குளிக்கலையா?" அப்புறம் பாத்துக்கலாம்." சருமத்தில் உப்பின் கசகசப்பு இருந்தது. நேற்றைய கடல் அடி. ஆனால், சோம்பல் இருந்தது.

"நீ டிபன் சாப்பிட்டாச்சா?"

“இளநீர்.”

“ஆமாமா. அவங்க?”

“அப்பவே சாப்பிட்டாங்க. வேணு காலை அஞ்சரைக்கு வந்து கதவைத் தட்டி நீங்க முழிச்சிட்டிங்களான்னு கேட்டார். தூங்கவேயில்லை போலிருக்கிறது. பைத்தியக்காரன் மாதிரி இருந்தார் அப்ப”

அவன் அவர்களை வரச்சொன்னான். வேணுகோபால் வழக்கமான கச்சிதமான உடையுடன் கலையாத தலையுடன் வந்தான். உடனே ஓர் எண்ணம் ஏற்பட்டது. இது இவனுடைய இயல்பல்ல. இவன் வெறும் அடையாளம் மட்டும்தான். இயல்பாகவே சிறப்பாக உடையணிபவர்கள் கற்பனை சஞ்சாரங்களில்லாத மேலோட்டமான லௌகீகவாதிகளோ, தாழ்வுமனப்பான்மை கொண்டவர்களோ, தங்கள் உருவ அழகுமேல் அதீதக் காதல் கொண்ட வெகுளிகளோதான். இவன் அகம், கடற்காற்று சுழலும் அறை போன்றது. மிகக் கவனமான அவ்வுடைகளைத் தேர்ந்து அணிந்து கொண்டு தன்னை மறைத்துக் கொள்கிறான். அது அவனது கவனம், விசிட்டிங் கார்டு. பிரவீணா ஓடிப்போய் ஒரு பாக்கட் காண்டம் வாங்கி வரச்சொன்னால் அவ்வுடை நலுங்காமல் நிதானமாக வாங்கி வந்து கச்சிதமான சொற்களில் பேசி அதை அவளிடம் தருவான், ஒரு சேல்ஸ் புரபஷனல் போல். புன்னகைத்துக் கொண்டு “வா வேணு. என்ன கதை கிடைச்சுதா?” என்றான்.

அமர்ந்த பிறகு அவன் பதற்றத்தை மறைத்தபடி சிரித்தான். நாராயணன் உற்சாகமாக “அட நீங்க ஒண்ணு. ரெண்டு நாள் தூக்கமில்லை தம்பிக்கு. கடற்கரைல செம்மீன் பரீக்குட்டி மாதி அலையறான். பின்னணில மன்னாடே ‘மானச மைனே வரூ’ன்னு பாடாத குறை. நான் சொன்னேன், தேடிப் போகாது வேற வேலையைக் கவனி, வந்து தோளில் உக்காரும்னு. அது எம்.டி.யோட டைலாக். பெண்ணும் கவிதையும் ஒண்ணுடேம்பார் வயலார். அந்தக் காலத்திலே பாதி ஸ்டோரி டிஸ்கஷன் கோவளத்திலேதான்...”

“ஸ்டோரி லைன் சொல்ல முடியுமா?” என்றான்.

வேணுகோபால் கூச்சத்துடன் "எனக்கு ஒண்ணும் தெளிவா இல்லை. ஒரு சின்ன அதிர்ச்சி மாதிரி. அந்தப் பாறைமேல பெரிய அலை வருமே எதிர்பாராம. அது மாதிரி ஒரு அலை. நனைஞ்சிட்டேன். அந்தக் கணத்தில் உலகத்திலேயே மகத்தான கதை இறங்கிடுச்சு. இப்ப இது ஒரு தீம்தானான்னே சந்தேகமா இருக்கு. ஒரு சின்ன இமேஜ் அவ்வளவுதான். அதை எப்படி ஒரு கதையா ஆக்கறது. எப்பிடி சம்பவங்களைக் கோத்து, பாக்கிறவனை இழுத்திட்டுப் போறது ஒண்ணும் தெரியலை..."

"ஆரம்பத்தில அப்படித்தான் தோணும்" என்றான். "பிரசவ வலியில பொய்வலின்னு ஒண்ணு உண்டு. அது மாதிரியும் சிலது ஆகும்..."

வேணுகோபால் சட்டென்று முற்றிலும் நம்பிக்கையிழந்து முகம் இருண்டான்.

"எல்லாக் கதையும் ஒரு இமேஜாத்தான் மனசில வரும். சில இமேஜ்கள்தான் மேற்கொண்டு முளைச்சு வளரும். மத்த தெல்லாம் அப்பிடியே கிடக்கும். எவ்வளவு முட்டி மோதினாலும் நகராது. அதுக்காகத் தூக்கிப் போட்டிரவும் முடியாது. மனசில போட்டு உருட்டிட்டு இருக்க வேண்டியதுதான்."

"எம்.டி. கூட சொல்வார் - பத்து சிறுகதையில ஒண்ணுதாண்டா சினிமாவா மாறும்னு. மிச்சம்லாம் கேமராவைப்பாத்தா ஓட்டுக் குள்ள தலையை இழுத்துக்கிடும்பார்" என்றார் நாராயணன்.

"நான் வேணுமானா இதை இன்னும் கொஞ்சம் அப்சர்வ் பண்ணிட்டு சொல்றேனே..."

"நான் என்ன சொல்றேன்னா... அந்த இமேஜை நாம கூர்ந்து கவனிக்கணும். சில இமேஜ்ல ஒரு ட்விஸ்ட் இருக்கு. சிலதில் ஒரு இம்பல்ஸ் மட்டும்தான் இருக்கும். அதாவது இப்படி வச்சிக்கோ, எந்த இமேஜல பாஸிட்டிவும் நெகட்டிவும் இருக்கோ அதுதான் கதையா ஆகும் அந்த ரெண்டு சரடையும் நீட்டி நீட்டி முடைஞ்சு அதை ஒரு பத்தாயிரம் பக்க நாவலாக்கூட ஆக்கிடலாம்."

"இந்த இமேஜ்பத்தி எனக்கு ஒண்ணுமே சொல்லத் தெரியலை. ஒரு அதிர்ச்சி, பிறகு பரபரப்பு, அப்புறமா சந்தேகம்,

தயக்கம் இதான் எனக்கு அனுபவம். இப்ப கொஞ்சம் ஏமாற்றம். நீங்க சொன்னது மாதிரி பொய்வலியாக்கூட இருக்கலாம்."

பிரவீணா "முதலிலே அதைச் சொல்லிப் பாருங்க வேணு. சொல்றப்ப தெரிஞ்சுடும். சிலது சொன்னதுமே செத்துடும். சிலது சொல்லச் சொல்ல வளந்து பெரிதாயிடும்."

அவன் எரிச்சலுடன் அவளைப் பார்த்தான். அவள் கண்கள் அவன் கண்களைத் தொட்டு அதை அறிந்து, மீண்டன வேண்டு மென்றே வேணுகோபாலைச் சோர்வடையச் செய்கிறான் என்று அவள் எண்ணுகிறாள் என்ற எரிச்சல்தான் அது என்று தோன்றியதும், அது உண்மைதானே என்ற ஐயமும் எழுந்தது.

"முதல்ல ஓப்பனிங் ஷாட்டைச் சொல்லு. அப்புறம் நாட்டை சொல்லு. சரியா வந்திடும்" என்றார் நாராயணன்.

வேணுகோபால் தயங்கியபடி "கன்னியாகுமரில இருந்து தொடங்கறோம் சார்" என்றான். "கன்னியாகுமரி ஊர், கோயில், கருவறைல இருக்கிற தேவியோட சுடர் மூக்குத்தியும் சிரிப்பும். பிரகாசமான அலைகள், காலடியே படாம விரிஞ்சிருக்கிற வெண்மணல் வெளி, தூய்மையான பாறைகள். தேவி விரலிலே ஜெபமாலை அசைஞ்சு ஒரு மணி நகருது. இதான் ஓபனிங்."

அவன் சற்று அசைந்து அமர்ந்து பிரவீணாவிடம் "ஃபேனைப் போடு" என்றான்.

"பிறகு நேரா கதைக்கு வந்திடறோம் சார்."

"நாட்டை மட்டும் சுருக்கமா சொல்லு."

"அதாவது சார், வயசுக்கு வாறப்ப அவளோட அப்பாவுக்கு தத்தளிப்பு இருக்கு. தன் குழந்தையை ஒரு பெண்ணா அங்கீக ரிக்கிறதில உள்ள சிக்கல்னு அதைச் சொல்லலாம். ஆனா அதில் பல்வேறு நுட்பங்கள் இருக்கு. தூய்மையான கன்னிமைன்னு சொல்றோமே அதை முதல் முதலா தரிசிக்கிற ஆணோட பரவசமும் பயமும் அதில இருக்கு. இன்னும் பல விஷயங்கள்..."

அவனுக்கு மனம் படபடத்தது. அப்படி ஒரு நுண்மையை

144 ❍ ஜெயமோகன்

வேணுகோபாலின் மனம் தொட்டுவிடக்கூடும் என்பதே வியப்பாக இருந்தது.

"நம்ம கதையோட கதாநாயகன் ஒரு மாலுமி. சொந்தமா பிடியந்திரப் படகு வச்சிருக்கிறவன். நடுத்தர வயசு. திடமான அழுத்தமான மத்திய வயசுக்காரன்."

"இதுக்கு அகமதுட்டிதான். வேற ஆளே இல்லை" என்றார் நாராயணன்.

"நீங்க கொஞ்சம் சும்மா இருங்க சார்" என்று பிரவீணா எரிச்சலுடன் சொன்னாள்.

"சொல்லு."

"கன்னியாகுமரி தேவி அவனோட குலதெய்வம். குடும்பத்தோட கோயிலுக்குப் போயிட்டு திரும்புறப்ப அவன் மகள், அவனுக்கு ஒரே மகள்தான் சார், பெரியவளாயிடறா. அதுவரைக்கும் மார்பிலயும் தோள்லயும் போட்டு வளத்த குழந்தையிட்டேருந்து அவன் அன்னியமாயிடறான். அந்தச் சடங்கில அவங்க குலவழக்கப்படி பெண்ணுக்கு வெள்ளைக்கல் மூக்குத்தி போடறாங்க. மூக்குத்தி ஒளியில் அவளைப் பார்க்கிறப்ப அவனுக்குள்ளே ஒரு பெரிய பயம் வந்திடுது. அவளை விட்டு விலக முயற்சி பண்றான், வெறுக்கக்கூட முயற்சி பண்றான்."

"சொல்லு"

"இந்த உறவில இருக்கிற மர்மங்கள் உணர்ச்சிகள் இதெல்லாம் தான் சார் கதை. சம்பவங்கள்லாம் ஒண்ணும் இப்ப தெளிவா மனசில இல்லை."

"இன்னும் சரியா நாட் வரலியே..."

"அதுக்கு ஒரு பிளாஷ்பேக் இருக்கு சார். சின்னவயசில நடந்த ஒரு சம்பவம் அது. அப்ப அவனுக்கு ஒரு காதலி. அவகூட தனியா இருக்கணும்னு படகில கூட்டிகிட்டு கடலுக்குப் போயிடறான் அங்க வேற படகில் வந்த நாலஞ்சு குடிகார மாலுமிகள் அவனை அடிச்சுப் போட்டுட்டு அவளைத் தங்கள் படகில ஏத்திகிட்டுப்

போகப் போறாங்க. அவ என்னை சீரழிய விட்டுடாதீங்க; நான் உயிரோட இருக்க மாட்டேன்னு அழறா. அவனாலே ஒண்ணும் செய்ய முடியாது. சட்டுன்னு மீன் எறியற ஈட்டியை எடுத்து அவளை எறிஞ்சுடறான். அவங்க அவளைத் தூக்கி கடலில் போட்டுட்டு தப்பிடறாங்க. அவனும் மயங்கிடறான். படகு திசைதவறி ரொம்ப தூரம் போயிட்டது. கண்விழிக்கறப்ப எங்க பார்த்தாலும் இருட்டு. அப்ப தூரத்தில ஒரு துளி தெரியுது. அதைப் பாத்துப் போறான். அவ ஒரு பாறைமேல தேவி வடிவிலே கருணை நிரம்பின புன்னகையோட நிக்கறதைப் பாக்கறான். அவளோட மூக்குத்தி ஒளிதான் வழி காட்டினது.''

''வெல்...'' என்றான் அவன்.

''அவனுக்கு அவன் செஞ்சது ரொம்பப் புனிதமான காரியம்ங்கிற எண்ணந்தான் இருக்கு சார். ஆனா, அவன் மகள் வளர்ந்ததும் ரொம்ப ஆழமா ஒரு குற்ற உணர்வு வந்திடுது. முகத்தில் உள்ள மூக்குத்தியப் பாக்கவே அவனால முடியலை. படிப்படியா அது வளர்ந்து அவ தன்னை கொல்லறதுக்குப் பிறந்து வந்திருக்கிற பழைய காதலிதான்னு நம்ப ஆரம்பிக்கிறான். இதுக்கு மேல கதையை நகர்த்த என்னால முடியலை. ஒரு கட்டத்தில் அவளைக் கொல்லப் பாக்கிறான். அப்ப ஒரு பெரிய தரிசனம் அவனுக்குக் கிடைச்சிடறது.''

''என்ன அது?''

''கதையா என்னால அதைச் சொல்ல முடியலை. சொல்ல முடியுமான்னு கூட சந்தேகமா இருக்கு. அதாவது அதை இப்படி சொல்லறேன். மகள்ங்கிறது ஒரு வகையில் அம்மாவும் கூடத்தான். கன்னிமையையும் தாய்மையையும் பிரிச்சுக்க முடியாது. அதை எப்பிடிக் காட்டறதுன்னு இப்ப யோசிக்கிறப்ப சுவர்ல முட்டிட்ட மாதிரி இருக்கு.''

''அதுதானே கதையோட உச்சம்? அதை யோசிக்காம எப்படி இதை கதைன்னு வெளியே சொல்றது?'' என்றான் ரவி.

வேணுகோபால் ''ஸாரி சார்'' என்றான். அவன் முகம் சுண்டிவிட்டது.

"கிளைமாக்ஸ் என்ன யோசிச்சிருக்கீங்க" என்று பிராவீணா கேட்டாள்.

"இல்லை" என்றான் வேணுகோபால். அவன் கண்களில் ஈரமிருப்பது போலிருந்தது.

"சொல்லுங்க. சொல்றதுக்கு என்ன?" என்றாள் அவள். "எல்லா கதையும் இப்படி படிப்படியாத்தான் வரும்."

"அதைச் சொல்லு. எம்.டி. இருட்டின்டெ ஆத்மாவ எழுதறப்ப இருந்தேன். மூலக்கதை என்ன ஒரு அரைப்பைத்தியத்தோட நாள் சொன்னா கேவலமா இருந்தது. இது எங்க தேறப்போகுதுன்னு அச்சன்குஞ்சு மாஸ்டர் சொல்லியும்விட்டார். அப்புறம் பாத்தா..."

"சொல்லு பாக்கலாம்" என்றான் ரவி.

"இப்ப மனசில இருக்கிறது சில இமேஜஸ் மட்டும்தான் சார்."

"பரவாயில்லை. "

"அந்த சம்பவத்துக்குப்பிறகு அவன் நேரா கடற்கரைக்கு ஓடி போட்டை எடுத்துட்டு கடலுக்குள்ள போயிடறான். புயல் அடிக்குது. அப்ப மின்னல் ஒளியில ஒரு பாறையில சின்னக் குழந்தையா அவளைப் பார்க்கிறான். அதை நோக்கிப் போறப்ப இன்னொரு பாறல சிறுமியா தெரியறா. இன்னொரு பாறல கன்னியா. பிறகு பலவிதமான தேவிகள். மின்னல் மின்னல் மின்னலா கணக்கில்லாத அம்மன் முகங்கள். காளி, சாமுண்டி, பிடாரி, மாரி, பராசக்தி. கடைசியில நீரும் வானும் காற்றும் எல்லாமே கறுத்து ஒரு பெரிய இருண்ட வெட்ட வெளி. அதில் அவன் திகைச்சு நிற்கறப்ப ஒளி தெரியுது..."

"மூக்குத்தி ஒளி?"

"ஆமா. பரவசமும் வெறியுமா அதை நோக்கிப் போறான். அலைகளில் போராடி, தத்தளிச்சுப் போயிட்டே இருக்கான். கடல் ஓயஞ்சு குளம் மாதிரி ஆயிடுது. வானம் தெளியுது. பாறைமேல ஒளிசூழ தேவி தெரியறா. ஆனா அவ கன்னிதேவி இல்லை. சிவவிஷ்ணு பிரம்மாக்களை மூன்று தலை சிம்மமா ஆக்கி ஏறியமர்ந்த சக்தி. செந்தழல்கிரீடம், ஞானமலர், திரிசூலம்,

கன்னியாகுமரி ○ 147

உக்கிரமும் அருளும் நிரம்பிய கண்கள். படகு நேரா போய் அந்தப் பாறையில் மோதிச் சிதறி மூழ்குது.''

''அந்த ஒற்றை ஃபிரேம்தான் உச்சம் இல்லியா?''

''ஆமா'' என்றான் வேணுகோபால். ''முதல்ல இந்த இமேஜ் மனசில மின்னி மறைஞ்சப்ப உடம்பே சிலிர்த்துப் போச்சு. ஆனா பிறகு பிரிச்சு பிரிச்சுப் பாத்தப்ப அபத்தமா இருக்கு.''

''பிரிச்சுப் பாக்கிறப்ப அபத்தமா இல்லாத ஒண்ணு கவிதையே இல்லை வேணு'' என்றாள் பிரவீணா. அவன் அவளைத் திரும்பிப் பார்த்துவிட்டு நெற்றியைத் தடவினான். குழப்பமாக இருந்தது.

''அவன் மூழ்கிடறான் சார். கடலில் தலைகீழ விழுந்து இறங்கிட்டே போறான். நீலநிறக் கடல் தண்ணீர் ஒரு பிம்பல் வெளியா முகங்கள் முகங்களா நெளியுது. ஆண்பெண் முகங்கள். பிறகு மொத்த மனித வாழ்க்கையுமே நெளியற பிம்பங்களா தெரியுது. கடல் தண்ணி சிவந்து படிப்படியா ரத்தமா ஆயுடுது. அவன் உருவம் குறுகிச் சுருண்டு தட்டுண்ணு அடித்தட்டை மோதறப்ப அவன் கருக்குழந்தையா ஆகிடறான். ஒரு விரல் நீண்டு வந்து அவன் தொப்புளைத் தொடுது. மெதுவா காட்சி வெளிறி சாதாரணமான காட்சி வாரப்ப அவனோட பொண்ணு ஒரு சிறு குழந்தையைக் கையில வச்சு கொஞ்சிட்டிருக்கா. குழந்தை அம்மா முகத்தைப் பாத்து கையால உதச்சிட்டு அழுது, அவமுகத்தில் கருணை நிரம்பி சிரிப்பு நிறைஞ்சிருக்கு. அவ கண் வழியா கைவழியா கேமரா ஜெபமாலைக்கு வருது. அது தேவியோட கை. ஜெபமாலைல இன்னொரு மணிநகருது. அவ்வளவுதான்.''

''நிஜம்மாவே நல்லாருக்கு வேணு'' என்றாள் பிரவீணா.

''பாத்தோஸ் கொஞ்சம் சேத்துட்டம்னா தூள் கிளப்பிடும். கிளைமாக்ஸில் இன்னும் கொஞ்சம் ஆக்ஷன் வேணும்'' என்றார் நாராயணன்.

அவன் பேசாமல் அமர்ந்திருந்தான். பிரவீணா அவனிடம் ஒரு பெரிய தரிசனம் இருக்கு இல்லே?'' என்றாள்.

அவன் சற்று அசைந்து அமர்ந்து "இது ஏதோ கனவை சொல்றது மாதிரி இருக்கு" என்றான்.

வேணுகோபாலின் முகம் கறுத்தது.

"ஒரு அட்டெம்ட் பண்ணியிருக்கே; இல்லைன்னு சொல்லலை. ஆனா இப்ப நீ சொன்னதை நீயே திருப்பி யோசிச்சுப் பாரு. இதை எப்பிடி ஒரு சினிமாவா எடுக்க முடியும்?"

"ஏன்?" என்றாள் பிரவீணா.

"இதில எங்க மோதல் இருக்கு? ஒரு கதாபாத்திரத்தோட ஷிஃப்ட் மட்டும்தான் இருக்கு. ரெண்டே கால் மணிநேரம் அதைக் காட்டிட்டிருக்க முடியுமா?"

"ஆனா அந்த மாற்றம்..."

"அது ஒரு கனவு. கனவைக்கூட சினிமால நிஜத்தோட சாயலிலதான் காட்ட முடியும். வேற எந்த ஆர்ட்ட விடவும் ரியலிஸ்டிக்கான ஆர்ட் சினிமா. கண் முன்னால ஒண்ணு தெரியறப்ப இதான் உண்மைன்னு அது ரசிகனை நம்ப வச்சாகணும். சினிமா வார்த்தையில்லை; ஜடத்தோட நேரடியான காட்சிவடிவம் அது."

"நீங்க அவர் சொன்ன இடத்துக்குப் போகவே இல்லை ரவி."

"ரைட், இப்ப இந்தக் கதைக்கு ஒரு ஸ்கிரிப்ட் எழுதச் சொல்லு பாக்கலாம். ஒரு சீன் எழுதின உடனே கதை தேங்கிடும். அடுத்த சீன் சம்பந்தமில்லாம துண்டா நிக்கும். கொஞ்சம் விசித்திரமான விஷுவல்ஸைத் தொகுத்து வைக்கலாம். ஆனா அதை சினிமான்னு யாரும் சொல்ல முடியாது."

"பின்ன என்ன இருக்கணும்ங்கிறீங்க, ட்ராமாவா?"

"ட்ராமான்னா ஒண்ணும் கெட்ட வார்த்தை கிடையாது. வேல்யூஸ் முரண்படறப்பதான் ட்ராமா உருவாகுது. ட்ராமா இல்லாம நல்ல ஃபிக்ஷன் உருவாக முடியாது."

"இது உங்க தியரி."

"இதுதான் ஆர்ட்டோட தியரி. திருவனந்தபுரத்தில் ரெண்டு

அரைவேக்காட்டு நாயர்கள் சவசவன்னு கொஞ்சம் சம்பவங்களை படம்பிடிச்சு ஃபிலிம் ஃபெஸ்டிவல்களில் சாமர்த்தியமா வித்துக் காசு பண்ணினா கலையோட தருக்கம் மாறிடாது."

"இதிலயும் ஹை ட்ராமா இருக்கு சார். ஆனா வழக்கமா வாறது மாதிரி கதாபாத்திரங்களோட ட்ராமா இல்லை. இமேஜுகளோட ட்ராமா" என்றான் வேணுகோபால்.

"நீ ஸ்க்ரிப்ட்ட எழுதிப்பாரு. அப்ப தெரியும். இதெல்லாம் உறைஞ்சு போன இமேஜுகள். சினிமா வளர்ந்து உருமாறிட்டே யிருக்கிற இமேஜுகளினால ஆனது. அதில் எதுவும் நின்னுட் டிருக்க முடியாது. ஒரு நல்ல ஸ்கிரிப்ட்ல ஒரு சீனை வெட்டி எடுத்துப்பாரு. முந்தின சீன் என்ன, அடுத்த சீன் என்னங்கிற ஆவலைத்தான் அது முதலில் கிளப்பும். ஏன் ஒரு நல்ல ஷாட்டை எடுத்துப்பாரு. உடனே மனசு அதுக்கு முன்னாலயும் பின்னாலயும் உள்ள ஷாட்டுக்களைத்தான் கற்பனை செஞ்சுக்கும். நீ இப்ப சொன்னது ஓவியம் மாதிரி இருக்கு. ஓவியம் வேற சினிமா வேற."

மேற்கொண்டு பேச முடியாமல் அனைவரும் மௌனமாக அமர்ந்திருந்தார்கள்.

"இந்தத் தீமையே ஆரம்பத்திலேருந்து கொஞ்சம் வேறமாதிரி எழுதினா..." என்றார் நாராயணன்.

"நீங்க உங்க வேலையைப் பாருங்க சார்" என்றாள் பிரவீணா.

"நான் உன்னைப் புண்படுத்தணும்னு சொல்லலை. ரெண்டு நாள் யோசிச்சுப் பாரு. இப்ப இருக்கிற வேகம் போயிடும். அட இதையா பெரிசா நினைச்சிட்டு இருந்தோம்னு ஆயிடும். ஆனா ஒண்ணு, ஒரு தீமைக் கைவிடறதுக்கு சினிமாக்காரன் தயங்கவே கூடாது. அது ஒண்ணும் நஷ்டமில்லை. உதிரக்கூடிய இலைகள் மட்கி செடிக்குத் தான் உரமா ஆகும்னு ஜார்ஜ் சொல்வார்."

வேணுகோபால் எழுந்தான். "நான் யோசிச்சுப் பாக்கிறேன் சார்!" என்றான்.

"சரி. நானும் குளிக்கணும். ரொம்ப கசகசன்னு இருக்கு."

❖

12

மதிய உணவுக்குப் பிறகு அவனுக்குத் தூக்கம் வர வில்லை. நிலைகொள்ளாத மனதுடன் அறைக்குள் நடந்தான். பிரவீணா டி.வி.யில் ஒவ்வொரு சானலாக மாற்றினாள். இசை மாறிமாறி அதிர்ந்தது.

"எல்லாமே குப்பை. திரும்பத் திரும்ப ஒரே மாதிரி."

"மிதமிஞ்சற எதையும் உதாசீனம் மூலம் மனம் எதிர் கொள்ளாது - போத்ரியோ சொன்னது" என்றான்.

"போத்ரியோ, டில்யூஸ் மேற்கொள்ளாம் இப்ப மவுசு இல்லாம ஆயிடிச்சு ரவி" என்றாள் பிரவீணா, டி.வி.யைப் பார்த்தபடி.

"அதை ஆஃப் பண்ணித் தொலை. நொய் நொய்னு."

அவள் ஃபாஷன் டி.வி.யை வைத்துவிட்டு கட்டிலில் போய் அமர்ந்தாள். அவன் சோபாவில் அமர்ந்தான்.

"என்ன ஒரு பதற்றம்?"

"யாருக்கு?"

"வேற யாருக்கு?"

அவன் சற்றுத் தணிந்து "என்னான்னு தெரியலை" என்றான்.

"அந்தக் கதை உங்களை டிஸ்டர்ப் பண்ணுது."

"அந்தக் கதையா, சரிதான், கதையா அது? நீ சினிமாக்கதையே கேட்டதில்லையா?"

“அது ஒரு முக்கியமான தொடக்கம்தான் ரவி. அதில் எனக்கு சந்தேகமே இல்லை. சாப்பிடறப்ப வேணுகிட்ட அதைப் பத்திதான் பேசிட்டிருந்தேன்.”

“கவனிச்சேன். நீ எதுக்கு அவனை சுத்திப் பிடிக்கிறேன்னு தெரியாம இல்லை.”

“ஃபர் எ குட் ஃபக். டாமிட்”

அவன் கடும் கோபத்துடன் தன்னையறியாமலேயே எழுந்து விட்டு திரும்ப அமர்ந்தான்.

சிறிது நேரம் மௌனம் நிலவியது.

“ஐயாம் சாரி” என்றாள்.

அவன் ஜன்னலையே பார்த்தான்.

“ஐயாம் சாரி.”

ரவி பெருமூச்சுவிட்டபடி “சரி சொல்லு? இந்தக் கதையில அப்படி என்னதான் பாத்தே?” என்றான்.

“கன்னியாகுமரின்றது ஒரு பெரிய ஐதீகம் ரவி. ரொம்பப் புராதனமான ரொம்ப ஆழமான ஒரு ஆர்க்கிடைப் அது. கற்பு, தூய்மை, புனிதம் அது இதுன்னு பிரதிபலிச்சு அது பரவிட்டே இருக்கு. அதை நேர்மாறா திருப்பிப் போடறார் வேணு.”

“அந்த ஒரு இமேஜ் போதும்கிறியா?”

“போதாது. ஆனா அது ஒரு விஷன். அது நிகழற கணம் ஒரு சப்ளைம். அது அவ்வளவு சாதாரணமான விஷயம் இல்லை. இப்ப அவருடைய கதை மூணா பிரிஞ்சு கிடக்கு. ஒண்ணு இந்த தரிசனம். இன்னொண்ணு அவர் சொன்ன அப்பா மகள் கதை. மூணு கன்னியை பத்தின அவரோட ஐடியா. கன்னிமையும் தாய்மையும் பிரிக்க முடியாதவைன்னாரே அது. நல்ல வரி இல்லியா?”

“சொல்லு.”

“மூணும் பிரிக்க முடியாதபடி ஒரே உடம்பா மாறி உயிர் பெறணும். அதுதான் இப்ப அவரோட சவால். ஆனா ஒண்ணும் முடியாத விஷயம் இல்லை.”

"இப்படியெல்லாம் ஒரு கதையை உருவாக்கிட முடியுமா என்ன?"

"என்னால முடியாது. அவர் இப்படிப் பிரிச்சு ஆராய்ச்சி பண்றவர் இல்லை. அவர்ட்ட சொல்லிட்டேன். உங்க கதையில ஒரு கனவும் ஒரு யதார்த்தமும் இருக்கு கனவில எதார்த்தம் ஏறணும் எதார்த்தத்தில கனவும் படியணும். அதுக்கு நீங்க இன்னும் ரொம்ப தூரம் தியானிச்சுப் போகணும்னு.

"சும்மா வார்த்தையைப் போடாதே. கிரியேஷன்னா சட்டி பானை செய்றது இல்லை. அது பிரசவம்."

"ஓ, கமான் ரவி, இந்த மாதிரி பேச்செல்லாம் ஓரமா நகர்ந்து வருஷம் இருபதாகுது. பிரசவம்னா பிப்ளேப்பியன் ட்யூப்ல கருத்திரவம் இருக்கிறது முதல் பனிக்குடம் உடையறதுவரை அக்கு அக்கா பிரிச்சுப் பேசிடலாம் இப்ப."

"எனக்கு அவன் சொன்னதைக் கேட்டப்ப ஒண்ணுமே புரியலை. கொஞ்சம் சம்பவங்கள், கொஞ்சம் படங்கள், கொஞ்சம் சித்தாந்தம். மூணையும் போட்டுக் கலக்கினா கதையாயிடுமா?"

"ஆமா, அப்பிடித்தான். இது மூணும் ஒரு குறிப்பிட்ட விதத்திலே கலக்கிறதுக்குப் பேருதான் இலக்கியம். மனசுக் குள்ளே நிகழுறது இதுதான். அதை அவர் முன்னாடியே சொன்னார். அதனால வித்தியாசமா இருந்தது. கர்ப்பத்த கலர்ஸ்கேன் பண்ணித் திரைல காட்டற மாதிரி."

அவன் சற்று அயர்ந்து போனான்.

"அவர் அந்த மையத் தரிசனத்தை திரும்பத்திரும்ப மனசில ஓடவிட்டுட்டே இருப்பார். பித்து பிடிச்சது மாதிரி. இன்னுஞ் சொல்லப்போனா அது ஒரு மனநோயேதான். அவர் நினைச்சா கூட மனசை வேற மாதிரி ஓடவிட முடியாது. படிப்படியாக அந்தக் கதைல அந்த மையத் தரிசனத்தோட தீவிரம் வந்திடும். கதை வழியா அந்த மையத் தரிசனம் இன்னும் நல்லா தெளிவாயிடும்."

"பாப்போம்."

"சொல்லுங்க ரவி, ஏகயாய ராஜகுமாரியையும் இப்படித்தானே எடுத்தீங்க? அந்த மையப்படிமத்தைக்கூட என்னால சொல்லிட முடியும்."

"நீ ரொம்ப மிகைப்படுத்தறே."

"இல்லை ரவி. எல்லா நல்ல கதையிலயும் ஒரு சப்ளைம் பாயின்ட் இருக்கு. அதான் அதோட இன்ஸ்பிரேஷன். அது ஒரு மின்னல் மாதிரி. அதை உருவாக்கிறவன் மனசில வந்திடுது. பிறகு மத்த விஷயங்களை அவன் அந்த சப்ளைம்வரை கொண்டுபோயி சேக்கணும். கற்பனையும் உழைப்பும் எல்லாம் அதுக்குத்தான் தேவைப்படுது. இன்ஸ்டிட்யூட்ல ஆரண்ய மகாபாத்ரா எங்க லெக்சரர். திரும்பத் திரும்ப இதைப்பத்தி சொல்வார். சினிமாவ ஒரு கிராப்டா எடுத்துக்காதீங்க; எந்தக் கலையும் கிராப்ட்தான் - ஆனா கிராப்ட் மட்டுமில்லை; எல்லா ஆர்ட்டுக் சப்ளிமேஷன் மட்டும்தான் குறிக்கோள் அப்டீம்பார். பௌதீகமாக விஷயங்களை - அது வயலின் கம்பியோட சத்தமோ, கருங்கல்லோ வார்த்தைகளோ இல்லை கேமராவில் பதிவாகிற பிம்பங்களோ எதுவா இருந்தாலும் சரி - அந்த உச்சநிலைவரை கொண்டுட்டுப் போறதுதான் கலைஞனோட சவால்ம்பார். அதுக்குத்தான் கிராப்டில தேர்ச்சி தேவைப்படுது. இப்ப இவர்ட்ட கிராப்ட் இல்லை. ஆனா சப்ளைம் நிகழ்ந்திருக்கு. மத்தெல்லாம் தானா வந்திடும். நடக்கத்தான் பாதையும் வரைபடமும் எல்லாம். பறந்துட்டா ஒண்ணுமேயில்லைம்பார் மகாபாத்ரா."

"சப்ளைம்னு சொல்லிட்டா ஆச்சா? எனக்குப் புரியலை அது."

"அது ஒரு அனுபவம்கிறப்ப எப்பிடி அதை வரையறுத்துச் சொல்ல முடியும்? ஆனா உங்களுக்குத் தெரியும் நான் என்ன சொல்றேன்னு. கலையனுபவம் இல்லாதவங்க யாருமில்லை. அதனால் இதை உணரமுடியாதவங்கன்னும் யாருமில்லை."

"மனசு பொங்குதே அதைச் சொல்றியா?"

"உச்சகட்ட அழகனுபவம்னு வச்சிக்கிடுங்க. இல்லை. தார்மிக மான மன எழுச்சி, இல்லை பிரபஞ்ச ரீதியாக உண்மையை

தரிசிக்கிறது, இல்லை மனசுக்கு சாத்தியமான உச்சகட்ட உணர்ச்சி நிலையை அடையறது - ஏதோ ஒண்ணு. இல்லை இது எல்லாமும்தான். ஒண்ணு இல்லைன்னா இன்னொண்ணும் இல்லாம ஆயிடலாம். ஆனா இது மாதிரி ஒண்ணு. ஒரு பக்கா அரசியல் படத்தோட உச்சகட்ட ஆவேசமும் ஒரு வயலின் சங்கீதத்தோட அற்புதமான ஒரு குழைவும் ஒரே அனுபவம்தான்னு நான் சொல்லுவேன். கலைன்னா அந்த உச்சத்தை நோக்கிப் போற ஒரு யாத்திரை மட்டும்தான். அது இல்லைன்னா வேற ஒண்ணுமில்லை. அதை உள்வாங்கிக்க முடியாதவங்கதான் வேற எதையாவது பேசிட்டிருப்பாங்க."

"இந்தக் கதைல அது இருக்குன்னு சொல்றியா?"

"இன்னும் கதையே முளைக்கலியே. இப்போதைக்கு அவரோட மன எழுச்சிய ஊகிச்சுக்க மட்டும்தான் முடியுது. சினிமாப் பிம்பங்களா காட்டறத எப்பிடிச் சொல்லிப் புரிய வைக்க முடியும்? ஆனா இதில ஒரு பெரிய உச்சம் இருக்கு. அதில் சந்தேகமில்லை."

"என்னமோ அந்தாள் கையை சிறகுன்னு நினைச்சுகிட்டு ஆட்டிட்டிருக்கான். நீ குதிகுதின்னு அவனை உந்தி விடறே."

பிரவீணா தன் வேகத்தை இழந்து நிதானமடைந்தாள். புத்தகத்தை எடுத்து கவனமின்றிப் பார்த்தாள்.

"இதிலே ஒரு பிளாட்டுக்கு இடமே இல்லியே. இமோஷனலா ஒரு சந்தர்ப்பம்கூட இல்லியே."

"அதையெல்லாம் அந்த உத்வேகமிருந்தா உருவாக்கிடலாம்னு தானே சொல்றேன்."

"உருவாக்கிக் காட்டட்டும். அதுக்குப் பிறகு இதைப்பத்தி நாம் பேசலாம்."

"நான் இனிமே வாயே திறக்கமாட்டேன் போதுமா?"

"நான் அந்த அர்த்தத்தில் சொல்லலை."

"நீங்க விடப்போறதில்லை. இதைப்பத்தியே யோசிப்பீங்க. இதையே பேசுவீங்க. இந்தக் கதைய நிராகரிக்க என்னென்ன

செய்ய முடியுமோ அதையெல்லாம் செய்வீங்க. அதை எங்கிட்ட சொல்லி என்னை கன்வின்ஸ் செய்றதுதான் உங்களுக்குத் திருப்தி தரும். அதுவரை அடங்கமாட்டிங்க...''

''உன்னுடைய தோரணை படிப்படியா மாறிட்டு வருது. அத நான் புரிஞ்சுக்காம இல்லை.''

அவள் பேசாமல் அமர்ந்திருந்தாள்.

''இங்க வந்தப்ப என்மேல இருந்த மதிப்பும் எதிர்பார்ப்பும் இப்ப உன்கிட்ட இல்லை'' அவள் மறுப்பாள் என்று எதிர் பார்த்தான். பொய்யான மறுப்பாக இருந்தால்கூட அப்போது மிகவும் தேவையாக இருந்தது. ஆனால் அவள் ஒன்றுமே சொல்லவில்லை. அவனுடைய எரிச்சல் தன்னிரக்கமாக மாறியது. பிறகு வீம்பாக, அவனுடைய படத்தின் ஒரு ஷாட்டை அவளால் கற்பனை செய்ய முடியுமா? ஏன் அதன் சாத்தியங்களை வெறுமே பார்த்து அறியத்தான் முடியுமா? சினிமாவைப் பகுப்பாய்வு செய்து புத்திசாலித்தனமாகப்பேச இன்ஸ்டிட்யூட் கற்றுத் தருகிறது. வெளிவருபவர்கள் பேசுகிறார்கள் ஆர்வத்துடன், பரபரப்புடன், மிதமிஞ்சிய சுயநம்பிக்கையுடன், பிற தன் தோல்வியை மறைக்கப் பிறரை ஏளனம் செய்தும் கடுமையாக எதிர்த்தும் பேசுகிறார்கள். ஒதுங்கிய பிறகு அல்லது ஒதுக்கப்பட்டு விட்ட பிறகு விரக்தியுடன் பேசுகிறார்கள். பேசிப்பேசி அழிகிறார்கள். ஏனெனில் அவர்களுக்கு வேறு ஏதும் தெரியாது. அவர்களுடைய பேராசிரியர்களும் வெறுமே பேச மட்டும் தெரிந்தவர்கள்தான். அந்த சிந்தனை படிப்படியாக அவனைத் தன்னம்பிக்கை கொண்டவனாக ஆக்கியது. ஏகயாய ராஜகுமாரியை உருவாக்கும் போது எந்த ஷாட் எந்த விஷயத்தை மையப்படுத்தும் என்பது தெரிந்திருக்கவில்லை. கதாபாத்திரங்களின் நிழலுக்கு ஃபிரேமில் ஓர் இருப்பும் அர்த்தமும் உண்டு என்று கூடத் தெரிந்திருக்க வில்லை. அந்தப்படம் இன்று ஃபிலிம் இன்ஸ்டிட்யூட்களில் பாடமாக இருக்கிறது. அவனுடைய அடுத்த படம் வந்து திரை யுலகை உலுக்கும்போதும் இதே பிரவீணாக்களும் கும்பலும் பேசிக்கொண்டிருப்பார்கள். 'என்ன ஷாட்ட வச்சிருக்கான் பார், பாதி பிரேம் காலியா கிடக்கு.' அசடுகள், கர்வம் கொண்ட அசடுகள்.

"என்ன யோசனை?" என்றாள் பிரவீணா.

"ஒண்ணுமில்லை"

"ஐயம் சாரி. திரும்பத் திரும்ப நாம் சண்டை போட்டுட்டே இருக்கோம். இப்படியே போனா லவ் பண்ணவே ஆரம்பிச்சி ருவேன்னு தோணுது."

"வெளியே எங்கயாம் போலாமா? ரூம்ல இருந்தாதான் சண்டையே வருது."

"சாயந்தரம் டாக்டர் விமலாவைப் போய்ப் பார்க்கிறதா சொல்லியிருக்கேன்."

அவன் அதிர்ந்து "எப்ப?" என்றான்.

"காலைல கூப்பிட்டாங்க. நீங்க கீழே போய்ட்டிங்க"

"என்னைக் கேக்காம எதுக்கு சொன்னே?"

"அப்ப நான் உங்க மனைவியாச்சே? உரிமையா சொன்னேன்."

"விளையாடாதே."

"போய் பாத்தா என்னவாம்?"

"இன்னொரு நாள் போய்க்கலாம்."

"இன்னைக்குப் போய் பார்க்கிறோம். நீங்க அவங்க முகத்தப் பாத்து கேக்க வேண்டியதை எல்லாத்தையும் கேட்டுடுங்க."

"சீண்டறியா?"

"இல்லேன்னா எதுக்குப் பயம்?"

"பயமா?"

"அப்ப நீங்க வரீங்க."

"இதோ பார்..."

"வரீங்க..." என்றாள் அவள். போனால் என்ன என்று அவனுக்குப் பட்டது.

“இப்பவே மூணரை. குளிச்சு டிரஸ் பண்ணிட்டு கிளம்ப சரியா இருக்கும்.”

உடைமாற்றும்போது உடைகள் குறித்தும் தோற்றம் குறித்தும் எடுத்துக் கொண்ட சிரத்தை அவனுக்கே வெட்கமூட்டுவதாக இருந்தது. அதை அவள் அறியாமலிருக்க அசிரத்தையையும் சலிப்பையும் உடலசைவுகளில் காட்டிக் கொண்டான். ஆனால் அவனுடைய மனதை மிக நுணுக்கமாக அவள் பின்தொடர்ந்தபடி இருக்கிறாள் என்பது ஒரு அகப்புலன் வழியாகத் தெரிந்தபடியே இருந்தது. அது சஞ்சலம் தந்தாலும் கூடவே ஒரு துணையிருக்கும் உணர்வையும் தந்து சிறுமகிழ்வையும் ஏற்படுத்தியது. படிகளில் இறங்கும்போது படபடப்பாகவும் மூச்சுத் திணறுவது போலவும் உணர்ந்தான்.

“ஏன் இப்பிடி வேர்க்கிறீங்க?”

“இல்லியே.”

“உங்களைப் போட்டுக் குடையறது எதுன்னே எனக்குப் புரியலை.”

அவன் “ஒண்ணுமேயில்லை. ஐயாம் ஆல்ரைட்” என்றான்.

ஓட்டல் மிருத்யுஞ்சய்யின் முகப்பை அடைந்ததும் அவர் “ரொம்பப் பெரிய ஓட்டலா இருக்கும் போல இருக்கே?” என்றாள்.

“ஆமா. ஆனா ஏ.சி. இல்லாத ரூமே இல்லைன்னுட்டான். எனக்கு கன்னியாகுமரிக்கு வந்துட்டு கடல் காத்தில்லாம தூங்கறதை கற்பனை செய்யறதே கஷ்டமா இருந்தது” என்றான்.

வரவேற்பில் அவர்கள் பெயர் சொன்னதும் காத்திருக்கச் சொல்லிவிட்டு மிகமெலிந்த வரவேற்பாளினி தொலைபேசியில் அறையைக் கூப்பிட்டாள். அவளது கழுத்தெலும்பு மிகவும் புடைத்திருந்தது. குரல்வளை அசைந்தது. அவள் ஓரக்கண் அவனை வந்து தொட்டு மீண்டதும் கை புடவையை இழுத்து விட்டுக் கொண்டது. “இங்கயே வெயிட் பண்ணுங்க சார். வரேன்னாங்க.”

அவன் ஜிவ்வென்று கோபம் கொண்டான். அவள் அறைக்கு அவனை அனுமதிக்க விரும்பவில்லை என்று எண்ணியதுமே அவ்வறை அவன் மனக்கண்ணில் விரிந்தது. உயர்ந்தரக விரிப்பு தலையணைகளுடன் மெத்தை. கசங்கிய மெத்தை. சில காலிப்பாத்திரங்கள். அறைச் செருப்புகள். சிகரெட் பெட்டி, தட்டு, அந்த வெள்ளையன். அவன் முன்கையின் மஞ்சள் நிற ரோமங்கள்.

"உக்காரலாமா?" என்றாள் பிரவீணா.

அவன் அமர்ந்து கொண்டான். உடம்புக்குள் ஹைட்ரஜன் நிரம்பி அது காற்றில் எம்பத் தவிப்பது போலிருந்தது.

அவனும் வருவானா? ஆம், கட்டாயம் அவனை அழைத்து வருவாள். அவனுடைய அருகாமை இவனை எந்த அளவு சமநிலை இழக்க வைக்கும் என்று அவள் நுட்பமாக அறிவாள். அதைக் கண்டிப்பாகப் பயன்படுத்திக் கொள்வாள். பிட்ச் பிட்ச் பிட்ச்...

பிரவீணா அவன் உதடுகளைப் பார்ப்பது போலத் தெரிந்ததும் கடித்துக் கொண்டு நிறுத்தினான்.

மார்பிள் படிகள் வழியாக சட்சட்சட் என்று குதிகால் உயர்ந்த செருப்பு ஒலிக்க விமலா இறங்கி வந்தாள். "ஓ நைஸ்.. ரொம்ப காக்க வச்சிட்டேனா.." என்றபடி பிரவீணாவின் கைகளைப் பற்றினாள். அவனைப் பார்த்து புன்னகைத்தாள்.

"வாங்க, இன்னைக்கு உங்க ரெண்டு பேருக்கும் ஒரு ட்ரீட் ஏற்பாடு பண்ணியிருக்கேன்."

"செஃப் எங்கே?" என்றாள் பிரவீணா.

"தனியா கடற்கரைக்குப் போயிருக்கான். அப்படியே சர்ச்சுக்கும் போயிட்டுதான் வருவான். ரொம்ப நல்ல சர்ச். நீங்க போகலியா?"

"இல்லை."

"நான் செஃப்கூட ரெண்டு தடவை போயிட்டேன். அவன்

ஒரு மாதிரி எக்சன்ட்ரிக். ரெண்டு கோயிலுக்குமா மாறிமாறிப் போயிட்டே இருப்பான்."

அவர்கள் அந்த ஓட்டலில் இருந்த உயர்தர உணவு விடுதிக்குச் சென்றார்கள். அந்நேரத்தில் அங்கு யாருமே இல்லை. நாற்காலிகளில் அமர்ந்ததும் ஏ.ஸி.யின் குளுமை காதுகளைத் தொட்டது. மெல்லிய மேற்கத்திய சங்கீதம் இருளுக்குள் அதிர்ந்தது. வெயிட்டர் வந்து அருகே பணிந்து மெனுவை நீட்டினான். விமலா மெனு கார்டை வாங்கி வாய்க்குள் மெல்லப் பாடியபடி புரட்டி, கூர்ந்து படித்தாள். பிறகு தலைதூக்கி, "என்ன சாப்டறீங்க" என்றாள்.

"நான் வழக்கமா ஃபுரூட்ஸ் ஏதாவது, தந்தூரி ஐட்டம். அதோட. இன்னைக்கு ட்ரீட் ஆனதினாலே ஒரு ஐஸ்க்ரீம்கூட" என்றாள் பிரவீணா.

"ஸோ நைஸ்" என்றாள் அவள் "ரொம்ப ஸ்ட்ரிக்ட் டயட் போல இருக்கு. நான் அதெயெல்லாம் கவனிக்கிறதேயில்லை. மத்த நாட்களில் என்ன சாப்பிடறேன்னே தெரியாது. விடுமுறையில எப்பவுமே ஏதாவது புதுசா சாப்பிடுவேன். எதுவா இருந்தாலும் சரி புதுசா இருக்கணும்."

"ஆனா நீங்க ரொம்ப சிம்பிளா இருக்கீங்க மேடம்"

"ஓ. தாங்க்யூ. ஆனா என்னை மேடம்னு சொல்ல வேண்டாம். நீங்க'கூட வேணாம். அப்டி யாருமே சொல்றதில்லை. கால் மீ விம். எங்கயுமே அதான் பேர். ஷார்ப் - இல்லியா?"

"ஆமா" என்று சிரித்தாள்.

"லேப்ல அனேகமா மத்தியான்னம் சாப்பிடறதில்லை. அதிகாலைல ஒரு சாக்லேட் டிரிங்க். நடுராத்திரில சான்ட்விச் நடுவில காபி. அமெரிக்கன் காபி மேல எனக்கு ஒரு பைத்தியம், காபி இல்லேன்னா அமெரிக்காவே இல்லைங்கிற மாதிரி. ரவி என்ன பேசவே மாட்டேன்றே? உனக்கு என்ன வேணும்?"

"ஏதாவது..."

"ஏய். இது என்னோடட்ரீட். சரி நானே சொல்லிடறேன்.

பிரவீணா ரொம்ப நீளமான பேர் - உனக்கு சோள ரொட்டி, மாதுளம்பழ ஜூஸ், சரியா? ரொம்ப டிஃப்ரன்டா இல்லை? உனக்கு என்ன சொல்ல? வெல்" மெனுவைக் கூர்ந்து படித்து யோசித்து பக்கங்களைப் புரட்டிப் புரட்டி பார்த்து "ஆ... உனக்கு ஆனியன் கட்லட், பனீர்நான், வெஜிடபிள் பிஸா. எப்பிடி. எல்லாமே விசித்திரமா இல்லியா? எனக்கு அப்பிடித்தான் வேணும். கொஞ்சம் கிரேஸியா. விடுமுறைன்னாலே அதான். பீயிங் மேட். மத்தநாள்ல ஸேனா இருந்து இருந்து அலுத்துட றோம். ரவி சொல்லிடவா?"

அவன் தலையசைத்தான். அவளுக்கும் அதையே சொன்னாள்.

"மேடம்" என்றாள் பிரவீணா. பிறகு சிரித்தபடி, "விம், உங்க கிட்ட நான் நிறையப் பேசணும். வந்து தனிப்பட்ட முறையில கூட. அதாவது அந்தரங்கமான விஷயங்கள். ஒண்ணும் தப்பா நினைக்க கூடாது."

"என்ன தப்பு சரி? தைரியமாக் கேளு. நான் வெளிப்படையா தான் பேசுவேன்."

"முதல்ல, செஃப்கூட உள்ள உங்க உறவு பத்தி. அவர்கூட சேந்து வாழறீங்களா?"

அவள் உரக்கச் சிரித்தபடி "இதானா பெரிய கேள்வி" என்றாள். உண்மையிலேயே மகிழ்ந்து போன சிரிப்பு அது என்று அவனுக்குப் பட்டது. "சேந்து வாழறதாவது? ஐ ஆம் லிவிங் வித் சயன்ஸ். எனக்கு வேற ஒரு வாழ்க்கையே சாத்தியமில்லை. நாள் முழுக்க வருஷம் முழுக்க லேப்லதான் வாழ்க்கை. படுக்கையறையும் லேப் பக்கத்துலதான். சாப்பிடறப்பதான் மெயில் பாக்க டைம் கிடைக்கும். டாய்லட் போறப்ப லாப்டாப்பை மடியில வச்சுட்டு லட்டர் எழுதுவேன். இதில எப்படி இன்னொரு பெர்சனல் லைப் சாத்தியம்? விடுமுறைல கிளம்பறப்ப யாராவது ஒரு மேல் ஃபிரண்டை சேத்துக்குவேன். செக்ஸுக்காகவும் கம்பெனிக்காகவும். அவ்வளவுதான். ஊர் திரும்பிட்டா மறுபடியும் லேப்தான். ரெண்டு நாள்ல அவன் முகமே மறந்துபோயிடும். சில சமயம் நேர்ல சந்திச்சாகூட ஞாபகம் வரதில்லை தெரியுமா?"

உணவுத் தட்டுகள் வந்தன. வெயிட்டர் பணிவாகப் பரிமாறினான். "ஆனா ஒண்ணு, விடுமுறைல சுத்தமா ரிசர்ச் பத்தி நினைக்கிறதில்லை. இன்டலக்சுவல் யாரையும் சேத்துக்கிறதும் இல்லை. செஃப் மாதிரி வெள்ளை மனசும் ஆரோக்கியமான உடம்பும் உள்ளவங்களைதான். பெரும்பாலும் மாலுமிகள். கடற்பயணத்தில் அவங்களை அறிமுகம் செஞ்சுக்கிடுவேன். ஒவ்வொரு முறையும் ஒவ்வொரு இனம்; நாடு. கறுப்பர்கள், மங்கோலியர்கள்... ஜஸ்ட் ஃபன்."

பிரவீணா கிளுகிளுத்தது போல சிரித்தாள். அவனால் அமர்ந்திருக்கவே முடியவில்லை. எழுந்து ஓடிவிட வேண்டும் என்று ஒரு கணம் எம்பிவிட்டான், உடல் அசையவில்லை. அது பொய், அவனை ஏமாற்றவும் சீண்டவும் போடும் வேடம் அது. அதை நம்பி அவன் உணர்ச்சிவசப்பட்டால் அவள் வென்றுவிட்டதாக அர்த்தம். அந்த விஷயம் ஒரு பொருட்டே அல்ல என்று இருக்க வேண்டும். அலட்சியமாகவும் சற்று ஒட்டாமலும் ஏன் சற்றுத் திமிரோடும். அதற்கு குடிகாரனும் பெண் பொறுக்கியுமான சினிமாக்காரனின் வேடம் மிக உதவியிருக்கும். பிரவீணாவை மனைவியாகக் கூட்டிக்கொண்ட தொடக்கமே தவறாகிப் போய்விட்டது. இனி அதை ஒன்றும் செய்ய முடியாது. அந்த இடைவெளியில் அவள் புகுந்து தன் வெற்றியை விஸ்தரித்தபடியே போகிறாள். பிட்ச் பிட்ச்...

"என்ன ரவி... பேசவே மாட்டேன்றே?"

"அவர் அதிகம் பேசமாட்டார்."

"அப்டியா? முன்னாடி பேசிட்டே இருப்பான். பாதிப்பேச்சு எனக்குப் புரியாது. மிச்சம் அபத்தமா இருக்கும். ஆனா அப்பல்லாம் என்னை ஒருத்தர் மதிச்சு பெரிய விஷயங்களைப் பேசறதே ரொம்பக் கிளுகிளுப்பா இருந்தது."

"அதான் உங்க கிட்ட - சாரி - கேட்கணும்னு நினைச்சிருந்தேன். - விம். அந்த இளமைல அப்படி ஒரு அனுபவம். எவ்வளவு குரூரமான அடி அது. அதில இருந்து எப்பிடி மீண்டிங்க? - சாரி என்னால ஒருமைல பேசவே முடியலை - அது ரொம்ப திகைப்பா இருக்கு நினைச்சா."

"அதில அப்பிடி ரொம்பப் பெரிசா ஒண்ணும் இருக்கிற மாதிரி தெரியலை. ரொம்ப மோசமான சம்பவம்தான். அதிலயும் அந்த வயசில. ஆனா ரொம்ப அபூர்வமா சில பெண்கள் தவிர மிச்சம் பேர் ரொம்ப சுலபமா அதிலயிருந்து மீண்டிடுவாங்கள்னுதான் படுது. கல்யாணம் பண்ணி குழந்தை குட்டியோட சந்தோஷமா இருந்திட்டிருப்பாங்க. உண்மையைச் சொன்னா கதையோ சினிமாலயோ இதுமாதிரி சம்பவங்கள் வந்தாதான் ரொம்ப அதிர்ச்சிகரமா, ஜீரணிச்சுக்க முடியாததா இருக்கு."

"நீங்க குறைச்சு சொல்றீங்க."

"இல்லல்ல. அந்தக் கஷ்டங்களை இல்லைன்னு சொல்லலை. அதுவும் எங்க குடும்பம் ரொம்பப் பழைமைவாதிகள். பீரியட் நாட்களில் கொல்லைப்பக்க அறையில போய் உக்காரச் சொல்லிட்டு நான் தொட்ட ஒரு பொருளைக் கூட தண்ணி தெளிக்காம தொடமாட்டாங்க. அப்பிடித்தான் நான் வளர்ந்தேன். சுத்தம், கற்பு, அது இதுன்னு. அந்த அனுபவம் ரொம்ப பயங்கரமா இருந்தது. ஆனா அந்த மாதிரி ரொம்ப பயங்கரம் நடந்து முடிஞ்ச உடனே இனிமே என்னன்னு ஆயிடுது. படிப்படியா மனசில அதோட பயங்கரம் குறைய ஆரம்பிச்சுடுது. நம்ம சமூகத்தில் எல்லாப் பெண்களும் இது மாதிரி ஏதாவது நடந்துடும்கிற பயத்திலதான் வளர்றாங்க, வளர்க்கப்படறாங்கன்னு சொல்லணும். ஆனா, கற்பனை செய்றப்ப இருக்கிற பயங்கரம் உண்மைல அது நடக்கிறப்ப இல்லை. நடக்கிறப்ப இருக்கிற பயங்கரம் நடந்து முடிஞ்சபிறகு இல்லை. இதுதான் உண்மை."

"ஏன்?" என்றாள் பிரவீணா,

"ஏன்னா எல்லா பெண்களுக்கும் உள்ளூரத் தெரியும், இந்தக் கற்பு தூய்மை எல்லாம் சொல்ற அளவுக்கு மத்தவங்களுக்கு முக்கியம் இல்லைன்னு."

"எல்லாருக்கும் அப்டின்னு எப்படி சொல்லலாம்?" என்றான் அவன்.

"எல்லாருக்கும்தான்னு படுது. ஒரு வயசு வந்ததும் பகற் கனவுகளில இறங்காத ஆணோ பெண்ணோ இருப்பாங்கன்னு

நான் நம்பலை. பகற்கனவுக்கு கற்பும் தூய்மையும் எல்லாம் ஒரு பொருட்டா இருக்கும்னு தோணலை.''

''நீ உன்னை வைச்சு மத்தவங்களை எடைபோடக்கூடாது.''

''இருக்கலாம். எனக்குத் தெரிஞ்சவரை இப்படித்தான் சொல்ல முடியும்.''

''நீ சொல்றதுதான் சரி'' என்றாள் பிரவீணா.

''ஹேய் ரவி, நீ வீட்டுக்குப் போன உடனே, அவளைத் திட்ட ஆரம்பிச்சிடாதே. சும்மா விளையாட்டா நினைச்சுக்கோ.''

அவன் சிரித்தான். முகத்தில் சிரிப்பு ஓர் அபத்தமான சதைக் கோணலாகத்தான் நிகழ்கிறது என்று பட்டது.

''எனக்கு அப்ப அந்த சம்பவம் நடக்கிறப் ரொம்ப நேரத்துக்கு மனசில சிந்தனையே இல்லை. வெறும் படபடப்பும் வேகமும் மட்டும்தான். திரும்பத் திரும்ப ஒரே வார்த்தையையே சொல்லி மன்றாடிட்டு இருக்கேன். அவங்களில் ஒருத்தன் என்னை ஆக்ரமிச்ச பிறகும் கூட விட்டுடுங்க விட்டுடுங்கன்னு சொல்லிட்டிருக்கேன்னு திடீர்னு சிந்தனை உதிச்சப்ப அதை விசித்திரமா உணர்ந்து நிப்பாட்டிக்கிட்டேன். அப்புறம் எனக்கு அப்ப தோணினதெல்லாம் அவமானம்தான். அவமானம்னா நம்மை ஒருத்தன் அசிங்கமா அவமதிச்சிட்டா வருமே அதுமாதிரி கோபமும் வெறுப்பு ஆங்காரமும் இதெல்லாம். எனக்குப் படறது உடல்ரீதியா நம்மை யார் தோற்கடிச்சாலும் அதே மாதிரி ஒரு ஆங்காரம் பொங்கி வரும்னு..''

''ஆமாம்'' என்றாள் பிரவீணா.

அவன் அனிச்சையாகத் திரும்பி அவள் முகத்தைப் பார்த்தான். அதன் விசித்திரமான தீவிரம் அவனை அச்சுறுத்தியது.

''அப்புறம் ஒருமுறை அழுது முடிச்சப்ப இனிமே செய்றதுக்கு இல்லைன்னு தோணிச்சு. தற்கொலை செஞ்சுக்கறதைத் தவிர வேற வழியே இல்லைன்னு நினைச்சுக்கிட்டேன். எப்பிடியெப்பிடி தற்கொலை செய்ஞ்சுக்கலாம்னு கற்பனை பண்ணிட்டு அப்பிடியே தூங்கிட்டேன். காலைல எந்திரிச்சா

மனசு தெளிவா இருந்தது. எல்லாத்தையும் யாருக்கும் தெரியாம மறைச்சிடணும்னு அப்பதான் தோணிச்சு. அதாவது எல்லாத்தையும் கச்சிதமா மறைச்சிட்டு அப்புறமா தற்கொலை செஞ்சிக்கிடணும்னு. எல்லாம் மனசு போடற வேஷங்கள். ரொம்ப வேடிக்கையா இருந்தது பிறகு நினைச்சப்ப..."

"இவர்மேல கோபம் வரலியா?"

"அப்ப ஒண்ணும் கோபம் வரலை. ரொம்ப கோழைத்தனமா நடந்துகிட்டான். அப்பிடித்தான் நடந்துக்கிடுவான்னு ரொம்ப நல்லா எனக்கு தெரிஞ்சிருந்தது. யூ நோ, அந்த வயசில பெண்கள் மனசுக்குள்ள ரொம்ப முதிர்ச்சி அடைஞ்சிருப்பாங்க. பையன்க, அபத்தமான பிஞ்சுகளா இருப்பாங்க. இவன் ஒரு சின்னப் பையன்னுதான் எனக்கு அப்ப எண்ணம். எப்ப இவனை நினைச்சுக்கிட்டாலும் என்னைவிட வயசு குறைவானவனாத் தான் என் மனசு பாவனை பண்ணும். அப்ப இவனை அவுங்க ஏதாவது செஞ்சிருப்பாங்களோன்னுதான் முதல்ல பயம் வந்தது. என்னைப்பத்தின் கவலைகூட பிறகுதான். அப்பவும்சரி பிறகும் சரி, இவன் நடந்துகிட்ட முறையெல்லாம் சின்னப்பையன்க மாதிரிதான் இருந்தது. தனியா கூப்பிட்டு ஒரு அதட்டு போட்டா தானா சரியாயிடுவான்னு ரொம்ப நான் கற்பனை செஞ்சிட்டிருந்தேன்."

"தற்கொலை முயற்சிகூட பண்ணினதா சொன்னாங்க."

"ஆமா. அது இவன் என்னை விட்டுட்டான்னு தெரிஞ்ச உடனே. அந்த மாத்திரைகளால அவ்வளவு ஈஸியா யாரும் செத்திர மாட்டாங்கன்னு எனக்கு அப்பவே உள்ளூரத் தெரியும்னு நினைக்கிறேன். ரொம்ப சோகமா சினிமா கதாநாயகி மாதிரி கண்ணீர்விட்டுட்டு உணர்ச்சிகரமான வசனம்லாம் மனசில பேசிட்டு அதை முழுங்கினேன். கூடவே நான் உயிர் பிழைச்சு படுக்கைல கிடக்கிறப்ப இவன் வந்து பாத்து கதறி அழுது மன்னிப்புக் கேக்கிற மாதிரியும் கற்பனை செஞ்சுக்கிட்டேன். ரொம்ப வேடிக்கையா இருக்கு இல்லே?"

"இல்லை. இவ்வளவு துல்லியமா உங்களால சொல்ல முடிஞ்சதுதான் ஆச்சரியமா இருக்கு."

கன்னியாகுமரி ○ 165

“ரொம்ப நாள் ஆயிட்டது. இப்ப கதைல படிச்ச சம்பவங்கள் மாதிரி இருக்கு எல்லாம். உயிர்பிழைச்சு ஆஸ்பத்திரியில் கிடக்கிறப்பதான் எனக்கு ஒரு பெரிய மாற்றம் வந்தது. ரொம்பப் பெரிய மாற்றம்னு அதை சொல்லலாம். அதை எப்பிடிச் சொல்றதுன்னு தெரியலை எல்லாருக்கும் வரக்கூடிய மாற்றம்தான். அடொலசன்ஸில் இருந்து அடுத்த கட்டத்துக்கான மாற்றம், எல்லாருக்கும் அது படிப்படியா வரும். எனக்கு ஒரே சம்பவத்தில் அது வந்தது. அதாவது அடொலசன்ட் பீரியட்ல நாம் மத்தவங்க முன்னாடி நம்மைக் காட்டிக்கிற விதம்தான் நம்ம வாழ்க்கைன்னும் நம்ம பர்சனாலிடின்னும் நினைச்சுக்கிறோம். அதாவது அப்ப ‘இருத்தல்’னாலே தோற்றமளிக்கிறதுதான். விதவிதமா பிறரிட்ட நம்மை நிரூபிச்சுக்கிடறதப்பத்தியே பகல்கனவு கண்டுட்டு இருக்கோம். படிப்படியா நம்மை மத்தவங்க பொருட்படுத்தலைன்னும், அவங்களுக்கும் நமக்கும் பெரிய தொடர்பெல்லாம் ஒண்ணும் இல்லைன்னும் தெரிய வருது. ஒரு தோற்றத்தை மட்டும் மத்தவங்களுக்குத் தந்துட்டு நம்ம விருப்பப்படி நம்மை வச்சுக்கணும்னு புரிஞ்சுக்கிடறோம். இதான் அடுத்தக்கட்ட வளர்ச்சி. அதான் எனக்கு ஆஸ்பத்திரி பெட்ல நடந்ததுன்னு இப்ப படுது. அதே மாதிரி இன்னொரு விஷயமும் அப்ப நடந்தது. பெண்கள் எல்லாருமே சின்ன வயசில இருந்தே தங்களோட பால் அடையாளம் சார்ந்துதான் தங்களைப் பாத்துக்கிடறாங்க. அதத் தாண்டிப் பாக்கவே முடியறதில்லை. அதனால எதிர்பாலோட அங்கீகாரமும் ஆதரவும் இல்லாட்டி உயிர்வாழவே முடியாதுங்கிற மாதிரி ஆயிடறாங்க. நானும் அப்ப அப்படித்தான் இருந்தேன். எனக்கு நடந்ததை என் வருங்கால கணவன்கிட்டேருந்து எப்படி மறைக்கிறதுன்னு மாத்தி மாத்தி திட்டம் போடுவேன். அப்புறம் இதை தெரிஞ்சுகிட்டு பெரிய மனசோட அலட்சியம் பண்ணி என்னை ஏத்துகிடற ஆம்பிளைங்களைப் பத்தி பகற்கனவு காண்பேன். அப்ப ஒரு நாளைக்கு என் அப்பா எங்கிட்ட பேசினார். அவர் நான் வயசுக்கு வந்தபிறகு எங்கிட்ட சுமுகமாப் பேசினதே இல்லை. அவருக்கு ஒண்ணுமே தெரியாதுன்னு நெனச்சிருந்தேன். எல்லாம் ரொம்ப ஈஸியா விசாரிச்சு தெரிஞ்சுகிட்டிருந்தார். ரொம்ப நாளா என்கிட்ட பேசறது பத்தி திட்டம்போட்டு ஒத்திப்போட்டு

சிரமப்பட்டிருந்தார்னு நினைக்கிறேன். என்னைக் கோயிலுக்குக் கூட்டிட்டுப் போயி தூர எங்கியோ பாத்துட்டு பேசினார். ஒரு பத்து வாக்கியம்தான். ஒண்ணு, எனக்கு நடந்தத நான் யாரிட்டயும் சொல்லக்கூடாது. மத்தவங்களுக்குத் தெரியறது பத்தி அவருக்குக் கவலை. மத்தபடி அது அவருக்கு கார்ல அடிபட்டு காலை உடைச்சுக்கிற மாதிரி ஒரு விபத்து மட்டும்தான். எனக்கு அது ஒரு பெரிய தரிசனம் மாதிரி இருந்தது. வெளியே எப்படி, என்ன பேசிக்கிட்டாலும் உள்ளூர இதெல்லாம் யாருக்கும் ஒரு விஷயமே இல்லைன்னு புரிஞ்சுகிட்டேன். என்னைக் கல்யாணம் பண்ணிக்கப் போறவனுக்கு மட்டும்தான் இது ரொம்ப முக்கியமான விஷயம். அப்பறம் சின்னவயசு முதலே என்னை ஒரு டாக்டரா ஆக்கணும்கிறதுதான் தன்னோட கனவு, ரொம்பக் கஷ்டப்பட்டுதான் படிக்க வைக்கிறேன், அதை மறக்காதேன்னார். அதிர்ந்து போயிட்டேன். அப்பா என்னை ஒரு பெண்ணாக இல்லை, வருங்கால டாக்டராகத் தான் நினைச்சுக் கிட்டிருக்கிறாங்கிறது இன்னொரு பெரிய தரிசனம். எப்பிடியும் டாக்டரா ஆயிடணும்னு வெறி கிளம்பிடுச்சு. ஆனா நான் பாத்தாலஜியில் மேல் படிப்புக்குப் போனதில அப்பாவுக்கு ஏமாற்றம். டாக்டர்னா நோயாளிகள் உயிரைக் காப்பாத்தணும், அம்மா நீ எங்க குலதெய்வம்னு நோயாளிகள் காலில் விழணும். மூக்குக் கண்ணாடி, வெள்ளைக் கோட்டு போட்டுட்டு ஸ்டைலா நடக்கணும். ரொம்ப ஏமாற்றம். அப்புறம் யு.எஸ். கூட்டிட்டுப் போய் எங்க லாபைக் காட்டினேன். பிரமிச்சுப் போயிட்டார். ஏமாற்றம்லாம் போயிட்டது.''

''இப்ப என்ன பண்றார்?'' என்றாள் பிரவீணா. கலம் ''போன வருஷம் தவறிட்டார். பம்பாய்ல பிரதர்கூட இருந்தார். கடைசிக் காலத்தில் அவருக்கு என்மேல ரொம்ப மரியாதை. நோபல் பரிசுகள் வாற சமயத்தில் ரொம்ப டென்ஷனா காத்திருப்பார்னு அண்ணா கிண்டல் பண்ணுவான்.''

''நீங்க என்ன ரிசர்ச் பண்றீங்க? என்றாள் பிரவீணா ''எனக்குப் புரியற மாதிரி சொல்லலாம்னா சொல்லுங்க.''

''அதுக்கு முதல்ல எனக்குப் புரிஞ்சிருக்கணுமே. ஐன்ஸ்டீன் மாதிரி எளிமையா, கவிதையா சொல்லணும்னா ரொம்ப தூரம்

போகணும்.”

“சொல்லுங்களேன்.”

“சரியா சொல்லப்போனா நான் இப்ப மருத்துவத்துறையில இல்ல. ஆனா என்னோட ஆராய்ச்சி மருத்துவத்துறையில் பின்னாடி ரொம்பப் பெரிய விளைவுகளை ஏற்படுத்தக்கூடிய ஒண்ணு.”

“மருந்து கண்டுபிடிக்க முயற்சி பண்றீங்கன்னு சொன்னீங்க.”

“மருந்து இல்லை. குறிப்பா எந்த நோய்க்கும் மருந்து கண்டு பிடிக்கிற ஆராய்ச்சி இல்லை. மருந்துகள் எப்படி இயற்கைல உருவாகுது அப்டீன்னு ஆராய்ச்சி பண்றோம்.”

“புரியலை.”

“இப்ப நாம பலவிதமான வாக்சின், ஆன்டிபயாடிக் எல்லாம் பயன்படுத்தறோம் இல்லியா?”

“ஆமா.”

“அதெல்லாம் எப்பிடி உருவாகுது? ஒரு உயிருள்ள செல்லை ஒரு வைரஸ் இல்லாட்டி பாக்டீரியா தாக்கிறப்ப அது தன்னை பாதுகாத்துகிடறதுக்காக ஒரு எதிர்ப்பு முறைய உருவாக்கிக்கிடுது இல்லையா? அந்த எதிர்ப்பு மூலம் உருவாகிற பொருளைப் பிரிச்சு எடுத்து பக்குவப்படுத்தி அந்த வைரஸுக்கோ பாக்டீரியா வுக்கோ எதிரான மருந்தா பயன்படுத்தறோம். நாங்க இப்ப என்ன பண்றோம்னா அந்த எதிர்ப்பு அமைப்ப எப்படி ஒரு செல் உருவாக்கிக்கிடறதுன்னு ஆராய்ச்சி பண்றோம். அதோட டி.என்.ஏ. அமைப்பில அந்த ரகசியம் இருக்கான்னு பாக்கிறம். அந்த ரகசியம் தெரிஞ்சா எந்த வைரஸுக்கும் எதிர் அமைப்ப உருவாக்கிடலாம் - சரியா சொல்லிட்டேனா? புரிஞ்சதா?”

“ஓரளவு புரிஞ்சது. ஜெனடிக் எஞ்சினியரிங் மாதிரி ஒரு துறை.”

“கிட்டத்தட்ட” என்றாள் விமலா சிரித்தபடி. பிரவீணாவிடம் “ஐஸ்க்ரீம் என்ன வகை?” என்றாள். “வனிலாதான்.”

“அதே வனிலா?”

“நான் அடுத்த ஐஸ்க்ரீம் சாப்பிட ஏழெட்டு மாசம் ஆயிடுமே”

“ஏன் அத்தனை ஸ்ட்ரிக்ட்?”

“நான் ஒரு நடிகை. உடம்புதான் முக்கியம்.”

“இன்ட்ரஸ்டிங். நடிக்கிறியா?”

“இப்போதைக்கு சின்னரோல்தான். இவர் எடுக்கப் போற படம்தான் முதல்படம்னு சொல்லணும்.”

“நான் ஒரு நடிகைன்னு நீ சொன்ன விதம் ரொம்ப நல்லா இருந்தது.”

“தாங்க்யூ” என்று பிரவீணா சிரித்தாள். பிறகு தயங்கியபடி “நான் வந்து... கல்யாணம் பண்ணிக்கிட்டது என் இலட்சியத்துக்கு தடையா இருக்கும்னு நினைக்கிறீங்களா?”

“எனக்கு உன் துறை பத்தித் தெரியாதே.”

“இல்லை. பொதுவா கல்யாணம் பண்ணிக்கிடறது பத்தி கேட்டேன்.”

“சேச்சே. அப்பிடி யாரு சொல்ல முடியும்? அதில் அர்த்தமே இல்லை. ஒருத்தர் தனக்கு எது முக்கியமோ அதைத் தேர்ந்தெ டுக்கிறதுதான் நல்லது.”

“குழந்தையே பெத்துக்காம இருக்கலாம்” என்றான் அவன். “முக்காவாசி பெண்கள் அப்பிடி முடிவு பண்ணினா உலகத்தில் இருக்கிற கஷ்டம் பாதி குறைஞ்சிடும்.”

அவன் குரலில் இருந்த நக்கலை அவள் சற்றும் உணரவில்லை. “அதெப்பிடி சொல்ல முடியும்? குழந்தைங்கிறது அற்புதமான விஷயம். குழந்தை பெத்துக்கிறது பெண்ணோட வாழ்க்கையில ரொம்ப உச்சமான ஒரு தருணம். அதை எப்படி விட்டுட முடியும்?”

“நீ பெத்துக்கலியே” என்றான் அவன். முதன் முகம் கூர்மையும் ஒளியும் பெற்றது.

“எனக்கு என் வாழ்க்கையில அதைவிட முக்கியமான ஒரு உச்சம் இருக்கு. அதை அடையணும்னா வேற வழியே

இல்லை, இதை நான் விட்டாகணும். நல்லா யோசிச்சுப் பாத்த பிறகு விட்டுடறதா முடிவு பண்ணினேன். அதனால எந்த மனவருத்தமும் இல்லை.''

''உச்சமா?'' என்றான் அவன் மேலும் ஆழ்ந்த கிண்டலுடன்.

''ஆமா. அதை எப்பிடி இன்னொருத்தருக்கு விளக்கிறதுன்னு தெரியலை. ஆனா ஒவ்வொருத்தருக்கும் அவங்க வாழ்க்கை சார்ந்து அப்பிடி ஒண்ணு இருக்கும்னும் படுது. என் வாழ்க்கைல ஒரு சந்தர்ப்பத்தில என் உச்சத்தைக் கண்டுபிடிச்சேன். அறிதலில் இருக்கிற பெரிய பரவசம்தான் அது. நான் எம்.டி. பண்றப்ப ஒரு நாள் திடீர்னு ஒரு செல்ங்கிறது எவ்வளவு பிரம்மாண்டமான அமைப்புன்னு ஒரு பிரக்ஞை வந்தது. அப்ப மனசு உடம்புக் குள்ளேருந்து உடைச்சிட்டு வெளியே வந்திடும்னு தோணிச்சு. அவ்வளவு பரவசம். கடவுளைக் கண்டதுமாதிரின்னு சொன்னா எப்பிடி எடுத்துக்குவீங்கன்னு தெரியலை. ஒரு செல் ஒரு மாபெரும் மனம்னு பிறகு தெரிஞ்சது. பிறகு அது ஒரு பிரபஞ்சம்னு தெரிஞ்சது. அந்த பிரம்மாண்டத்தோட வாசல்கள் ஒண்ணொண்ணா திறந்துட்டே போறது இருக்கே, அதான் நான் என்னோட மிகச்சிறந்த கணங்களை அடையற தருணங்கள். விஞ்ஞானத்துக்கு வெளியில உள்ளவங்களுக்கு அதைச் சொல்லிப் புரியவைக்க முடியாது.''

''இல்லை மேடம்'' என்று பிரவீணா தன்னை மறந்து உள்ளே புகுந்தாள். ''எல்லா கலையிலும் அந்த அனுபவம் இருக்கு. அதைத்தான் இப்ப இங்க வாரதுக்கு முந்தி கூட இவர்கிட்டே சொல்லிட்டிருந்தேன். சொல்லப்போனா எந்த அனுபவத்திலயும் தீவிரமா இறங்கிப் போனா அந்த உச்சம் இருக்குன்னு படுது. அதைத்தான் சப்ளைம்னு எங்க ஆசிரியர் மகாபாத்ரா சொல்வார்.''

''என்ன அது, சப்ளைமா?''

''ஆமா. விஞ்ஞானத்திலயோ கலையிலயோ மட்டுமில்ல சேவையிலயும் தியாகத்திலயும் சாகசத்திலயும்கூட அது இருக்கும் போலிருக்கு.''

“அப்படியா?” என்ற விமலா வாயை கைக்குட்டையால் ஒற்றியபடி “பேரர்” என்றாள்.

பில்லுக்குப் பணத்தை வைத்தபிறகு சிந்தனையுடன் பின்னால் சாய்ந்தபடி “ஆனா நான் இதைப்பத்தி இன்னைக்குவரை யார்ட்டயும் விவாதிச்சதில்லை. இப்ப இவனைப் பாத்ததும் பழசெல்லாம் வந்து மனசு கொஞ்சம் கலங்கிட்டதுன்னு தோணுது. எனிவே இதைப்பத்தி பேசினதுகூட நல்லாத்தான் இருக்கு. நீ என் மனசுக்குப் பக்கத்தில் வந்து நின்று புரிஞ்சுக் கிடறது மாதிரி இருக்கு.”

“தாங்க்யூ மேடம்.”

“பாத்தியா மறுபடியும் சொல்றே.”

“என் மனசில அப்படித்தான் உங்களைக் கூப்பிட முடியுது. வாயைக் கட்டுப்படுத்த முடியலை.”

விமலா சிரித்தாள்.

“உங்களை மாதிரி எது ரொம்ப முக்கியம்னு தோணுதோ அதில சமரசமே இல்லாம இருக்கணும்னு வேகம் வருது.”

“அதில் என்ன இருக்கு? நான் எதுவுமே செய்யலை. என்னால வேற மாதிரி இருக்க முடியாது. அதான்.”

பிரவீணா “இல்லை மேடம். எனக்கு அப்படி இல்லை. எவ்வளவோ பிரச்சினைகள் இருக்கு. போற திசை சரிதானான்னு குழப்பம். திரும்பிப் பார்க்கிறப்ப சில சமயம்... அதாவது மாரலா...”

அவன் திடுக்கிட்டு, பல்வேறு சாத்தியங்களை ஊகித்தவனாக வெகுதூரம் சென்று, மீண்டு “அவளுக்கு உன்னோட ஒழுக்கம் என்னான்னு ஒருவிதமான குழப்பம் இருக்கு விமலா. அதை அவளால செரிச்சுக்கவே முடியலை.”

“புரியுது” என்றாள் விமலா. “சாதாரணமா அப்படித்தான். குற்ற உணர்வு இல்லாம நாம செய்றது எல்லாமே ஒழுக்கமான விஷயம்தான்னு என் தரப்பு.”

“கிரிமினல்கூட இதைச் சொல்லலாம்.”

“கிரிமினல்களுக்கு குற்ற உணர்வு மூணுமடங்கு” என்றாள் பிரவீணா. “அவன் கிரைம் பண்றதே அந்த குற்ற உணர்வில் இருக்கிற இம்சையோட இன்பத்துக்காகத்தான்.”

“தெரியலை. ஆனா எல்லா ஒழுக்கவிதிகளும் மத்தவங்களை சுரண்டக்கூடாதுங்கிற நீதியோட அடிப்படையில் உருவான விஷயங்கள்தான்னு எனக்குப் படுது. மத்தவங்களைப் பொருள் ரீதியாகவோ உணர்ச்சி ரீதியாகவோ ஏமாற்றாம இருந்தா எல்லாமே ஒழுக்கம்தான். நான் புரிஞ்சுக்கிட்டது இதான்.”

பிரவீணா சிந்தனையுடன் ஸ்பூனால் கிண்ணத்தைக் கிண்டியவாறு அமர்ந்திருந்தாள்.

“வெல், எ நைஸ் டே” என்றபடி விமலா எழுந்தாள்.

பிரவீணா மௌனத்துடன் எழுந்தாள். நடக்கும்போது விமலா, “கிரிமினல்ஸ் பத்தி இப்ப நீ சொன்னபோது எனக்கு திடீர்னு பழைய சம்பவத்தில் ஒரு விஷயம் ஞாபகம் வந்தது” என்றாள். “அன்னைக்கு அதில இருந்தவங்களில் ஒருத்தன் எங்கிட்ட அவனோட பேரு ஊர் அட்ரஸ் எல்லாம் சொல்லி வசதியா அவனை வந்து பார்க்கச் சொன்னான். அவன் முகம்கூட அப்படியே ஞாபகம் இருக்கு. பெத்தெல்புரம் ஸ்டீபன்னா எல்லாருக்கும் தெரியும். சைக்கிள் கடைக்காரர் பையன்னா சொல்வாங்க அப்டீன்னான். அதை என்னால புரிஞ்சுக்கவே முடியலை.”

“நீங்க அதை யாரிட்டயும் சொல்லலியா?”

“இல்லை. அதில் என்ன பிரயோசனம்? ஆனா அவனைத் தேடிப்போயி சினிமா பாணியில் பழிக்குப்பழி வாங்கிறது பத்தி பல வருஷம் கற்பனை பண்ணியிருக்கேன். அப்புறம் மறந்துட்டேன்.”

அவன் கண்கள் மின்ன அவளைக் கூர்ந்து பார்த்து, “அவன் ஏன் அப்படிச் சொன்னான்னு தெரியலையா உனக்கு” என்று கேட்டான்.

“அது அங்கயே முடிஞ்சு போயிடறது சரியில்லைன்னு அவனுக்குப் பட்டிருக்கணும். இவள் சொன்னது மாதிரி குற்ற

உணர்வு. யாராவது அவனைப் பிடிச்சு அடிச்சா அவனுக்கு சந்தோஷமா இருந்திருக்கும் போல. இல்லை ஒருவேளை யாராவது வந்திடுவாங்கன்னு பயந்திட்டிருக்கிறதில ஒரு திரில் இருக்கலாம். யார் கண்டது?'' என்றாள் விமலா.

“இல்லை அதில்லை. அவனுக்கு உன் மனசு புரிஞ்சிட்டது. நீ யார்ட்டயும் சொல்ல மாட்டேன்னு அவனுக்கு நல்லாத் தெரியும். நீ தேடி வந்தாலும் வருவேன்னு அவன் எதிர்பார்த்தான்.''

“ரவி'' என்று பிரவீணா சீறினாள். அவளுக்கு தன் மன வேகத்தில் நிற்கவே முடியவில்லை.

“ஓ ரவி, ஸ்டில் யு ஆர் எ ஃபூல். அப்ப நீ என்னை புண்படுத்தத் தான் அப்டி சொல்றேன்னு நினைச்சேன். நிஜமாகவே நம்பித் தான் சொல்லியிருக்கே. வாட் எ பிட்டி'' என்றாள் விமலா நெற்றி சுருங்க.

“நடிக்காதே. இதான் உண்மை. “

“ரவி. உன்னால பெண்களை வெறும் உடம்பாத்தான் பாக்க முடியுது. அவங்களுக்கு சுயகௌரவம் உண்டு, ஈகோ உண்டு. அது ஏன் உனக்குப் புரியலை? ஒருவேளை அந்த ஆளும் உன்னைப்போல நினைச்சிருக்கலாம்...''

“இல்லை மேடம். இப்ப கூடவா உங்களுக்குத் தெரியலை இவரும் அந்தாளும் எல்லாம் ஒண்ணு. அதான்.''

“சீ நிறுத்துடி...''

“ஆமா அதான் உண்மை. நீங்க ஒரு பிளடி கிரிமினல். ஆனா கிரைம் பண்றதுக்கு தைரியமில்லை.''

அவன் உடல் சிதறுமளவு கோபம் அடைந்து, அதைப் பிரக்ஞையால் மோதித் தடுத்து, கரைத்து, உடலெங்கும் பரவிக் குளிரவிட்டான். அந்த யத்தனத்தில் களைத்துத் தளர்ந்தான். இதை ரமணி சொல்லியிருந்தால், ஏன் ஷைலஜா சொல்லியிருந்தால் இந்நேரம் அடித்துத் துவைத்திருப்பான். ஏன் இவளை ஒன்றும் செய்ய முடியவில்லை! ஏனென்றால் இவள் ஒரு விபசாரி. எதற்கும் துணிந்தவள். இந்த இடத்தை ஒரு நாடக மேடையாக்கி

விட இவளால் முடியும். இன்னமும் எனக்கு சில சமூக கௌரவங்கள் மீதியுள்ளன...

"ப்ளீஸ்... ப்ளீஸ் பிரவீணா, என்ன இது..." என்று விமலா பதறினாள். "ஐயாம் சாரி ரவி. ப்ளீஸ் பெரிசு பண்ணாதே. முதல் முறைய சந்திச்சிருக்கோம்..."

"பரவாயில்லை. உண்மை சுடும்னு சொல்வாங்க" என்றான்.

"நாம இதைப்பத்திப் பேச வேணாமே. சும்மா விளைட்டாத் தான் இதைப்பத்தி பேசலாம். இந்த மாதிரி உணர்ச்சிகரமா பேசினா ஒரு அர்த்தமும் இல்லை."

"சரி. பரவாயில்லை " என்றான் அவன்.

பிறகு விமலா அனைத்தையும் சுமுகப்படுத்தும் பொருட்டு அவனுடைய படங்கள் பற்றிப் பொதுவாகப் பேசிக்கொண்டிருந்தாள். பிரவீணா இறுக்கம் தளரவோ பேசவோ இல்லை.

இறுதியில விமலா "சரி, அப்ப பாக்கலாம். செஃப் எனக்காக காத்திட்டிருப்பான், கடற்கரையில" என்று விடை தந்தாள்.

திரும்பிச் செல்கையில் அவன் பிரவீணாவைப் பல தடவை பார்த்தான். அவள் தலைமயிர் பறக்க, இறுகிய கழுத்துடன் கடலையே பார்த்தபடி வந்தாள். ஒருமுறை தன் கண்களை அவள் சந்தித்தபோது "இப்ப ஸாரி சொல்லப் போறதில்லையா?" என்றான்.

"இல்லை. நான் சொன்னது சரியான சமயத்தில் சொன்ன சரியான வார்த்தை" என்றாள் அவள். இருவர் கண்களும் உரசி மீண்டன. அவனுக்கு மனம் திடுக்கிட்டது.

❖

13

மௌனமாக ஃபிரிட்ஜைத் திறந்து மதுவை எடுத்துப் பரப்பிவைத்து அவன் குடித்துக் கொண்டிருப்பதை பிரவீணா படுக்கையில் அமர்ந்தபடி கண் ஊன்றிப் பார்த்துக்கொண்டிருந்தாள். பெரிய மிடறுகளாக அவன் விழுங்கிக் கொண்டிருந்தான். ஒரு கட்டத்தில் வாந்தி வருவது போல உடம்பு உலுக்கியது. அவள் கோபத்துடன் "போதும்" என்றாள்.

"என்ன, குடிச்சே செத்துடுவேன்னு பாக்றியா? அப்பிடில்லாம் சாகமாட்டேன். செத்தா என்ன? நீ ஒண்ணும் தாலியறுக்க வேணாமே. என்ன? என்ன பார்வை? பயமுறுத்துறியா? யாரை, என்னையா?"

"போதும், படுத்துக்குங்க."

"சாக மாட்டேண்டி. இனிமேதான் என்னோட எனர்ஜியே வெளியே வரும். என்னோட மாஸ்டர்பீஸ் படம். அது வரும். அவன் அந்த குறுந்தாடிக்கார மடையன், ஜார்ஜ், என்ன சொன்னான்! என் படத்துல ஃபீலிங் இருக்கு, ஆனா படம் இல்லை. யாரவன்? பெரிய பிஸ்தாவா? ஃபிலிமப்பத்தி அவனுக்கு என்ன தெரியும்? படம் இருந்தா போருமா? ஆத்மா வேணும். தெரிஞ்சுக்க. சினிமான்னா கலை.கலைன்னா ஆத்மா. என்ன சொல்றே? சப்ளைம் இல்லியா? சப்ளைம் மயிரு. மயிரு சப்ளைம். போடி மகா-பாத்ரா!பூ! பாத்திரா என்னடி பாத்திரம்? என் படம் வருது பார். அது படம். அதப்பாத்த பிறகு ஜார்ஜ் சொல்வார். யார்? சாட்சாத் ஜார்ஜ். இந்த மலையாள சினிமாவிலேயே பெரிய டைரக்டர். அவர் சொல்வார் மகனே என் தோள்ல ஏறி தலைல

உக்காந்திட்டேடாம்பார். யாரு? ஜார்ஜ்! கேமரா வைக்கத் தெரியாத அரவிந்தன் இல்லை. வெட்டி வெட்டி ட்ரிக்கு காட்டற அடூர் இல்லை. ஹெ! ஒருத்தனுக்கு தாடி, ஒருத்தனுக்கு தலைமயிரு. மயிரு... டீ இங்கபாரு. திரும்பாதே, இங்கபார். நான் கேக்கறேன். மயிரிலியா இருக்கு சினிமா? பதில் சொல்லுடி நாயே. மயிரிலியாடி இருக்கு சினிமா? சினிமா எங்க இருக்கு? தோ இங்க. இங்ங்க. அடிவயித்தில. அங்க மூலாதாரம். இல்லை சுவாதிஷ்டானம். ஆங் அதான். சினிமான்னா குண்டலினி. பாம்பு. வெள்ளைப்பாம்பு. அது சட்டையை உரிச்சுப் போட்டுட்டு இப்பிடியே பத்தி விரிச்சு ஆடி ஏறி மேல போயி இதோ இங்க நெத்திப் பொட்டில விஷம் கக்கும். அந்த வெஷம்தான் நாகமணி. சினிமான்னா அதான். நாகமணி. வெளிச்சம். தாமரைப்பூ. சுவர்ண கமலம். நான் வாங்கறேன்டி சொர்ண கமலம். வாங்கி ஜார்ஜிட்ட தரேன். வச்சுக்கோண்றேன். அவன் மாப்பிளை. மாப்பிளைமாருக்கு இந்த நாட்டில் சுவர்ணகமலம் கிடைக்காது. நாயர் ரத்தம் வேணும். பரிசுத்தமான நாயர் ரத்தம் வேணும். இதோ பாத்தியா; மசில் பாத்தியா? எக்சைஸ் பாடி. வேலுத்தம்பி தளவாய் ரத்தம். ஆங்...''

''நான் தூங்கறேன். விளக்கை அணைங்க'' என்றபடி பிரவீணா விளக்கை அணைத்தாள்.

''விளக்கை அணைச்சா சினிமா ஓடாதா? ஹெஹெஹெ. விளக்கு அணைச்சப்புறம்தான் சினிமா. உலகத்திலயே விளக்க அணைச்சிட்டு மனுஷன் ரசிக்கிறது ரெண்டே விஷயம்தான். ஜார்ஜ், டேய், பொட்ல அடிச்சாப்ல சொல்லிட்டியேடா. பாவிப் பயலே. படமாடா எடுத்திருக்கே? கனவு மாதிரி எடுத்திட்டியேடா. தாளி, கணக்கு வச்ச கனவு மாதிரி எடுத்திட்டியேடா. மாப்பிளத் தாளி ஒனக்கு அவ்வளவு கொழுப்பா? விளையாடறியா? என் படம்லாம் இழுத்துட்டே போறதே. ஃபிரேம்மேல ஃபிரேம் விழலியே. கணக்கெல்லாம் தப்பிடுதே. நான் என்ன பண்ணுவேன்! ஒண்ணுமே பண்ண முடியலையே. ஒரு படம் எடுத்துக் காமிச்சுட்டு செத்துடுவேன்டா. டேய்... சீ விளக்கப் போடுடி தேவடியா நாயே. என் எச்சிலத் தின்னுட்டு எங்கிட்ட படுக்கிற நாயி. நீ என்ன கேக்காம விளக்கை அணைக்கிறியா? விளக்க போடுறீ. எந்திரிச்சேன்னா... எந்திரிக்கவும் முடியலையே.

விளக்கைப் போடுடி... நாயே... விளக்கைப் போடுடி"

விளக்கு எரிந்தது. பிரவீணா "நான் வேற ரூமுக்குப் போயிடறேன்" என்றாள்.

"கண்ல விளக்க அடிச்சு காண்பிக்கிறியா? உனக்கு அவ்வளவு திமிரா? அந்த தேவடியா முண்டைய பாத்ததுமே உனக்கு ஏறிப்போச்சு. அவளை உடைக்கிறேன். வேஷமா போடறே! பெரிய சயின்டிஸ்ட். சயன்டிஸ்ட்டு. உலக்க மூடு. ஜீன்ஸில... ரிசர்ச்.. தேவடியா நாயே போடறேண்டி சூப்பர் ஜீன்ஸ். வேஷமா போடறே. வேஷம் போட்டா பயந்துடுவேன்னு நெனைச்சியா? என்னை என்ன கேணயன்னு நினைச்சியா? வேஷம் போட்டு ஜெயிச்சிடுவியா? நான் ஜெயிக்கிறேன் உன்னை. உன்னை ஜெயிச்சாத்தான் எனக்கு சினிமா. என் சினிமா உன் மார்புக்குள்ளே இருக்குடி நாயே. சயின்டிஸ்ட்டு.. த்தூ அமெரிக்காக்காரிதூ.. உன்னைப் பிளந்து என் சினிமாவ வெளிய எடுக்கிறேண்டி... பாம்ப பிதுக்கி நாகமணியை எடுக்கிறேண்டி..."

பிரவீணா ஒரு கணம் தகித்துப் போய் அவனைப் பார்த்துவிட்டு கதவைத் திறந்து வெளியே போனாள். அவன் எழ முயன்றான். தரை முன்னால் இழுபட சோபாமீது விழுந்தான். உடனே தலை ஜிவ்வென்று இழுபட்டு பிளவுபட்டு, நடுவிலிருந்து சூடான திரவ வாந்தி வெளிவந்து சளேரென்று தரையில் விழுந்தது. உலுக்கி உலுக்கி வாந்தியெடுத்த போது ஒரு தினவு தீரும் சுகம் இருந்தது. வாயைத் துடைத்துக் கொண்டான். "அவளும் போயிட்டா. எங்கதான் போயிடுவா? நான் வரேண்டி. உன்னைப் பிளந்து என் சினிமாவ எடுத்துடறேன். ஜார்ஜ்... கையப் பிடிங்க..." கண்கள் எரிந்தன. வாயின் கசப்பும், சுவரில் உரசும் காலண்டர் ஒலியும், தொலைக்காட்சியின் பெண்பிம்பங்களும் மின்னல்களும் கலந்த, ஒரு தட்டையான பரப்பில் அவன் உடம்பு வழுவழுப்பான ஆபாசமான திரவம்போல வழிந்து வழிந்து படர்ந்து பரவியது.

விழித்துக் கொண்டபோது சுவரில் காலண்டர் நாராசமான உரசல் ஒலியுடன் ஆடியது. அந்த ஒலி மூளையைக் குடைந்தது. எழுந்து சற்றுத் தள்ளாடி நின்றான். அறை விளக்கு அனாதை யாக எரிய பிரவீணாவைக் காணவில்லை. தரையில் பரவி பாதி

உலர்ந்த வாந்தியின் புளிப்பு நாற்றம். பாத்ரூம் போய் வாயும் முகமும் கழுவிவிட்டு வந்து படுக்கையின் மீது அமர்ந்தான். எல்லாம் நினைவுக்கு வந்தது. எரிச்சலுடன் எழுந்து போய் அந்த உரசும் காலண்டரை எடுத்து தரையில் வீசிவிட்டு வந்து அமர்ந்தான். அது படபடவென்று சிறகடித்த ஒலி முன்னை விடவும் மூளையைக் குடைந்தது. கைகள் மீது தலையை வைத்து அழுத்திக் கொண்டான்.

என்ன உளறினான்? ஜார்ஜ் பற்றி? போதை தலைக்கு ஏறிவிட்டால் ஜார்ஜின் படம் பற்றிப் பேசாமலிருக்க மாட்டான். ஆம், விமலாவைப் பற்றிப் பேசினான். அவன் சொன்ன எதுவோ ஒன்று பிரவீணாவை கோபம் கொள்ள வைத்தது. என்ன சொன்னான் அப்படி? ஞாபகம் வரவில்லை. ஆனால் மிகக் கேவலமாகவோ மூர்க்கமாகவோ ஏதோ கூறியிருக்க வேண்டும். படுக்கையில் கண்மூடிப் படுத்துக் கொண்டான். மூளைக்குள் தாள்கள் சிறகடித்தன. ஃபாஷன் பெண்ணுடல்கள் மிதந்த திரவவெளியில் அந்தப் புத்தகம் மிதந்து மிதந்து சென்றது, மூழ்கியது. கடற்பாறை மீது படுத்திருந்தான். தண்ணீர் ஏறி ஏறி வந்து கால்களைப் பற்றியது. சூடான கடல் நீர். அலைகள் பாறையைத் தழுவி அவன் மீது நுரைப்பூக்களாகக் கொட்டின. பாறை எழுந்தமர்ந்தது. மென்மையான சதையாலான இளம் சூடான பாறை. அதன்மீது குப்புறப்படுத்து அதற்குள் நீரோடைகள் ஓடுவதையும் குயில்கள் கூவுவதையும் மரங்கொத்தி ஒன்றின் உப் உப் உப் உப் என்ற ஒலியையும் கேட்டான். நிர்வாணமான தன் உடலை அதன்மீது பொருத்திப் படியவைத்து அழுத்திக் கொண்டான். அதனுடன் இணைய விரும்புகிறவனைப் போல. உள்ளே அழுந்தி நுழைந்துவிட விரும்புகிறவனைப்போல. அப்போது முதுகில் ஒரு விரல்பட்டு நகர்ந்தது. குளிர்ந்த கூர்மையான தொடுகையில் அவன் உடல் அச்சத்தாலும் அருவருப்பாலும் விறைத்துக் கொண்டது. அது ஒரு பூச்சி என்ற எண்ணம் ஏற்பட்டதும் உளறியடித்தபடி உதறினான். தப்பென்று அது பாறைமீது விழுந்தது. செக்கச்சிவந்த தேள்குஞ்சு. அவன் பரபரத்துக் கையை ஓங்கியபடி அதை அடிக்கப் போனான். அடிகளுக்குத் தப்பி அது பரவி ஓடித் திரும்பி

தன் கொடுக்கைத் தூக்கியபடி விம்மி விம்மிப் பருத்து இறுகித் திரண்டு பெரிதாகியது. அவன் பார்த்திருக்கவே பாறையின் குழியொன்றில் தன்னை ஒரு அம்புபோல மாற்றி குத்தி, சுழன்று, நெளிந்து, நெகிழ்ந்தும் இறுகியும் இறங்கி மறைந்தது. அது ஒரு தொப்புள்.

உடம்பு உதற எழுந்து கொண்டான். ஃபாஷன் டிவியில் தொப்புள் நெளிய ஒரு பெண் திரைநோக்கி சிருங்காரச் சிரிப்புடன் வந்தாள். பாய்ந்து ரிமோட் கண்ட்ரோலை எடுத்து அதை அணைத்தான். கண் பிம்பம் மங்காமலிருக்க திரையில் அரைப் பிம்பமாக அது எஞ்சியது. கண்களை மூடி மூடித் திறந்தான். அணையவில்லை. பீதியுடன் பலமுறை கண்களைக் கொட்டிப் பார்த்தான். அணையவில்லை.

எழுந்து தலையை உதறிக் கொண்டான். அறை இயல்பு நிலைக்கு மீண்டது. விமலா இப்போது தூங்கிக் கொண்டிருப்பாள். இன்றைய சம்பவங்களை அவள் அந்த கிரேக்க செம்பட்டை எருமையிடம் சொல்லியிருப்பாள். மதுவருந்தியபடி இருவரும் சிரித்திருப்பார்கள். உடனடியாக ஃபோன் செய்து அவளை எழுப்பி அவள் நினைத்தது போல அவன் ஏமாளி அல்ல என்று சொல்லிவிட வேண்டும் என்று எண்ணினான். அவள் மனதின் ஆழத்து வண்டல் கூட அவன் அறிந்ததே. "என்ன இருந்தாலும் உன்னை முதலில் அவிழ்த்தவன் நான். அதை மறக்காதே." ஆம், அதைச் சொல்லிவிடவேண்டும் எத்தனை தந்திரம்; எத்தனை சாதுரியம். உன்னதமான விஷயங்களில் ஈடுபடுபவள்; காமம் ஒரு தூக்கமருந்துபோல; பிரபஞ்ச ரகசியம்... உலக்கை மூடு. ஃபோனைச் சுழற்றினான். மணியடித்தது. "ஹலோ ஹோட்டல் மிருத்யுஞ்சய்" பெண்குரல். அந்தக் கழுத்தெலும்பக்காரியின் குரல்தான். "ஹலோ மிருத்யுஞ்சய்! ஹலோ ஹலோ"

வைத்துவிட்டான். ஃபோனில் கூப்பிடுவதில் பொருளில்லை. நேரில் வெல்ல முடியாதவளை ஃபோனில் பேசி என்ன செய்ய முடியும்? எப்படி அந்தக் கடைசி விஷ அம்பை லாவகமாக அவன்மீது எய்தாள். பெத்தேல்புரம் ஸ்டீபன். பெயர்கூட ஞாபகம் இருக்கிறது. அவனும் நீயும் ஒன்றுதான். இரு கடந்த கால உறுப்புத்தாங்கிகள். நீ திடமற்று நழுவினாய். புரண்டு

மல்லாந்து சுயவெறுப்புடனும் சலிப்புடனும் கண்களை மூடிக் கொண்டாய். அவன் தன்னம்பிக்கையுடன் தேடிவந்து என்னை அடை என்றான். அவன்...

அவனுக்கு அந்த எண்ணம் எழுந்ததும் பற்பல மனமூலைகள் உயிர்பெற்று ஏககாலத்தில் பேச ஆரம்பித்தன. பரபரப்பை அடக்க மிகவும் சிரமப்பட வேண்டியிருந்தது. நாகர்கோயில் போலீஸ் கண்ட்ரோல் ரூமைக் கூப்பிட்டு இன்ஸ்பெக்டர் சஸிதரன் நாயரின் எண்ணைக் கேட்டான். பிறகு ஆரல்வாய்மொழி நிலையத்தில் இருந்த சஸிதரனைத் தொடர்பு கொண்டான். ஓர் உதவிக்குப் பிரதிபலனாக பிரதிகார துர்க்கையில் ஒரு இன்ஸ்பெக்டர் கதாபாத்திரத்தை அவனுக்குத் தந்திருந்தான். அவன் பெயரைச் சொன்னதும் பதற்றத்தில் சஸிதரன் நாயரின் குரலே மாறிவிட்டது.

"ஒரு உதவி பண்ணணும் சஸி. அதான் இப்ப கூப்பிட்டேன். எங்க பைனான்சியர் ஒருத்தருக்காக. பெத்தேல்புரம் ஸ்டீபன்னு ஒரு கிரிமினலைத் தெரியுமா?"

"இல்லியே... அப்படி யாரும்."

"பத்து பதினைஞ்சு வருஷம் முன்னாடி பெரிய ரௌடி. அவன் அப்பாகூட பெத்தேல்புரத்தில் சைக்கிள்கடை வச்சிருந்தார். கண்டிப்பா உங்க ரிகார்டில இருக்கும்."

"பார்க்கிறேன் சார். காலைல எப்டியும் பயலைப் பிடிச்சு உங்ககிட்ட ஒப்படைக்கிறேன்."

"இல்லையில்லை. அவன் இப்ப எங்க இருக்கான்; அட்ரஸ் என்ன, அவ்வளவு தகவல் மட்டும் கிடைச்சா போதும்."

"முயற்சி பண்றேன் சார். அப்பிறம் சார், புதிய படம் ஏதாவது..."

"ஒண்ணு டிஸ்கஷன் லெவல்ல இருக்கு. அதில ஒரு பட்டாளக்காரன் வேஷம் உண்டு."

"ரொம்ப உபகாரம் சார்."

சீட்டியடித்தபடி போனை வைத்தான். பிரவீணாவிடம் சொன்னது ஞாபகம் வந்தது. விமலாவைப் பிளந்து அவளுக்குள்

இருந்துதான் தன் கதையை எடுக்க வேண்டும். ஆமாம். அது ஓர் உண்மை. அதுதான் அவனை இம்சை செய்கிறது. அவளை வென்று தன் உள்ளார்ந்த சிறுமையைத் திருப்தி செய்து கொள்வது அல்ல அது. அவளை வதைத்து தன் குரூரத்தை வருடி மகிழ்வதோ குற்றஉணர்வைக் குடித்து போதையேறுவதோ அல்ல அது. அவளுக்குள் இருக்கும் உண்மையை அறிதல். இப்போது அவள் திட்டமிட்டு நடிக்கிறாள் என்றோ சதி செய்கிறாள் என்றோ அவனால் அவளிடம் கூறிக்கொள்ள முடியாது. அவள் தன்னையே ஏமாற்றிக் கொள்கிறாள். தன்னையே ஏமாற்றிக் கொள்பவர்கள்தான் மிக எளிதாகப் பிறரையும் ஏமாற்றுவார்கள். அவளுக்குள் இருக்கும் உண்மையான விமலாவை அவள் கனவுகளில் மட்டும் சந்திக்கக் கூடும். பிற பெண்களின் அபூர்வமான சில புழக்கங்களிலோ சொற்களிலோ அடையாளம் திடுக்கிடக்கூடும். அதிர்ச்சியும் படபடப்பும் கொண்டு தன்மீது சொற்களையும் பாவனைகளையும் அள்ளிப்போட்டு மூடிக்கொள்வாள். எதிர்பாராத விதத்தில் அவள் கையைப் பற்றி இழுத்து தரதரவென்று முன்னால் தள்ளி கூசும் ஒளியில், வெட்ட வெளியில், நிற்கச்செய்ய வேண்டும். பதைபதைத்து அவள் ஒளியத் துடிக்கும்போது அழுந்தப்பற்றி அசைவற்று நிற்கச் செய்து அவள் கண்களை உற்றுப்பார்த்து - ஆம் அப்போது அவள் கண்களை, அவனால் பார்க்க முடியும் - 'இப்போது சொல் - நீ யார் தெரிகிறதா? உனக்கு நான் எப்படி பொருள்படுகிறேன், சொல்லு' கட்டளையிட வேண்டும். கண்களில் அதிர்ச்சியும் பரிதாபமும் கூச்சமும் நிரம்ப அவள் ஏறிட்டுப் பார்த்துத் தலைகுனிவாள். உடம்பு குறுகி ஒடுங்கி மண்ணிற்குள் இறங்கிச் செல்பவள் போலிருப்பாள். அவளைக் காலால் எற்றி குரூரமாகச் சிரித்தபடி அவன் ஆர்ப்பரிப்பான். அவள் தன் இறுதி மனஎல்லையை அடைந்ததும் பிளந்து கதறி அழுதபடி மண்ணில் குப்புற விழுகையில் முழந்தாளிட்டு அமர்ந்து அவள் முகத்தை நிமிர்த்தி கண்ணீர் வழிந்த ஈரமான கன்னங்களைச் சுட்டு விரலால் துடைத்து மார்போடணைத்து..

மென்மையான வெதுவெதுப்பான மனக்கனவுகளினூடாக அவன் வெகுதூரம் சென்றான். ஒரு கட்டத்தில் சலித்து விழித்துக்

கொண்டான். மானுடக் கற்பனையின் அதிகபட்ச எல்லை மனக்கனவுகளில் உலவுகையில்தான் தெரிகிறது. அல்லது அது அகங்காரத்தின் எல்லையா? மனிதனுக்குத்தான் எத்தனை குறைவாகத் தேவைப் படுகிறது வாழ்க்கை ! அகங்கார சமனத்தின் சில கணங்கள். அதை முடிவற்ற கண்ணாடிப் பரப்புகளில் பிரதிபலித்துப் பிரதிபலித்து பிரம்மாண்டமான வெளியாக மாற்றிக் கொள்கிறான்.

எழுந்து சட்டையை மாட்டிக்கொண்டு வெளியே கிளம்பினான். இன்றிரவும் தூக்கமில்லை. வானில் அரைநிலவு எழுந்திருந்தது. சில நட்சத்திரங்கள் சிதறிக் கிடந்தன. பைஜாமாப் பைக்குள் கைவிட்டபடி அண்ணாந்து பார்த்து நடந்தான். மீண்டும் அதே நினைவுகள். விமல் விமலா விமலா. அவளன்றி வேறு எண்ணமே இல்லை. எந்த எண்ணமும் அவளுடைய முத்திரையை உள்ளே வைத்திருக்கிறது. இப்படி பிரக்ஞை முனைகொண்டு மீளமுடியாதபடி சுற்றிச் சுற்றி வந்த நாட்கள் அவளைக் காதலித்த முதல் கட்டத்தில்தான் இருந்திருக்கின்றன. அதற்கும் இதற்கும் எத்தனை வித்தியாசம்.

வித்தியாசமில்லை. ஒன்றுதான். அன்றும் இன்றும் அவளை வெல்லத்தான் தன் அகம் பரிதவிக்கிறது. அன்று அவளுடைய ஒரு சிறு அசைவுகூட அவனைப் புண்படுத்தி கோபாவேசமோ உச்சகட்ட விரக்தியோ கொள்ளச் செய்துவிடும். ஒருமுறை அவன் அவளைப் பார்த்து சிரித்தபடி வந்தபோது எதிரே ராஜம்மாள் மேடம் வர அவள் கவனிக்காமல் போனாள். அன்று அவளைக் கொன்றுவிட்டு செத்துவிடுவது வரைக்கும் திட்டமிட்டான்.

இரவு அவள் ஹாஸ்டல் முகப்பு வழியாக மீண்டும் மீண்டும் நடந்தான். மனமுடைந்து அழுது, அழுகைபற்றி வெட்கம் கொண்டு, அழ நேர்ந்தமைக்காக குரோதம் எழுந்து அவளை விதவிதமாக வதைப்பது பற்றிய மனக்கனவுகளில் திளைத்து, கொதித்து உறைந்து... அந்த நாட்கள் திரும்பியிருக்கின்றன. அப்போதும் இப்போதும் பொதுவாக உள்ள அம்சம் ஒன்றுதான். அவள் உள்ளூர அவனை எந்த அளவு பொருட்படுத்துகிறாள் என்ற சந்தேகம். பொருட்படுத்தவில்லை என்ற உள்ளுணர்வா அது? இல்லை. அப்படியில்லை.அவனுக்குத் தெரியும். அவளால்

அவனை ஒருகணம்கூட ஒரு துளிகூட மறுதலிக்க முடியாது.

அவளுடைய முதல் ஆண். "பரவாயில்லை! பரவாயில்லை! பரவாயில்லைன்னு சொன்னேனே அப்புறமென்ன?" அமிலம் போல நெஞ்சில் விழுந்து சுட்டன அந்த வார்த்தைகள். கடற்பாறை முன் வந்து நின்றிருப்பதை அவன் வியப்புடன் உணர்ந்தான். திரும்பத் திரும்ப கால் இங்கே கொண்டு வந்து சேர்க்கிறது. ஆம் அவ்வளவுதான். ஒரு முறை அவளைப் புணர்ந்து, ஒருமுறை அவளை உச்சத்தின் வெறுமையில் எகிறிச் சுழன்றிறங்கச் செய்தால் போதும். எல்லாம் அடங்கிவிடும். உண்மை என்பது இதுதான். ஆனால் அது இனி சாத்தியமேயில்லை. பெண் என்றால் உடம்பு மட்டுமல்ல; தன்னிலையும் அகங்காரமும்கூட. அதை உடலால் தொடமுடியாது. அதை அகங்காரத்தால் மட்டும்தான் தொடமுடியும். அவனுடைய அகங்காரம் ஒருபோதும் இறுதி விறைப்பை அடைவதில்லை. ஒரு வகையான ஆண்மை யிழப்புதான் அது. ரமணியை பிரவீணாவை எவரையும் அது தீண்டி எழுப்புவதில்லை. ஆண்மையில்லாதவன் பேடி, பேடி! இனி உயிர்வாழ்வதில் அர்த்தமில்லை. ஒரு காலடிக்கு அப்பால் கருமையாக ஓலமிட்டுக் கொந்தளித்துக் குமுறுகிறது மரணம். அதன் ஆழத்தில் மூன்று பிரம்மாண்டங்கள் மோதி இறுகிய மாபெரும் கன்னிமை.

அலை உடலில் அடித்து ஈரமாக்கியது. குளிர்ந்த உடலை இறுக்கியபடி நின்றான். இந்தப் பாறைக்கு வருகையில் மரணம் ஞாபகம் வருகிறதா, அல்லது ஆழத்தில் மரணத்திற்கான ஒரு விழைவு ஏற்படுகையில் கால்கள் இப்பாறையை நாடுகின்றனவா? கடைசித் தருணத்தில் கால்களைப் பின்னுக்கிழுக்கும் ஈர்ப்பு ஒன்று இதுவரை அவனைக் காத்து வந்திருக்கிறது. ஆனால் அது தன் பிடியைத் தவறுதலாக ஒரு கணம் விட்டுவிட்டால்? மனம் குலுங்க வேகமாகப் பாறையிலிருந்து மணல் விளிம்பு மீது குதித்து நடந்தான். கடற்கரையில் யாருமேயில்லை. சாம்பல்நிறமான பாதைபோல வெண்மணலின் ஈரத்தின் மினுமினுப்பு தெரிந்தது. அதனூடாக நடந்தபோது ஒருகணம் ஒரு வெட்டவெளியின் வகிடுமீது நடப்பதாகத் தோன்றியது பாறைமேடுமீது கோயில் தெரிந்தது. மணியோசை எழுந்து

காற்றில் அலைபாய்ந்து பரவியது. யாமபூஜை என்று எண்ண மேடேறிய போது மிகவும் மூச்சிறைத்தது. கிழக்குவாசல் திறந்து கிடந்தது. வியப்பாக இருந்தது. அது திறந்து அவன் பார்த்ததேயில்லை. ஒருவேளை யாமபூஜைக்குத் திறப்பார்கள் போலும். உள்ளே நுழைந்து பிராகாரம் வழியாக உட்பாதையை அடைந்தான். ஒரிரு பயணிகள் மட்டும் இருந்தனர். ஒரு பணியாள் ஒரு பெரிய நார்ப்பெட்டி நிறைய உதிர்ந்த பூவிதழ்களைத் தூக்கிக் கொண்டு போனார். உள் மண்டபத்தில் இரு குத்துவிளக்குகள் எரிந்தன. இருவர் பூஜைமுடிந்து வெளியேற அவன் உள்ளே நுழைந்தான். யாருமேயில்லை. கருவறையில் ஒரு விளக்கு மட்டும் அசையாது நின்று எரிந்தது. காதை நிரப்பிய மௌனம். கால்களில் கல்தரையின் குளுமை. மணியைக் கையால் அடித்தான். ஒலி எழவில்லை. மௌனம் தாங்க முடியாமல் மனம் விம்மியது. கருவறைக்குள் ஓர் உடையசைவு. ஏறிட்டுப் பார்த்தான். தேவி மானுடப் பெண்ணாக நின்று கொண்டிருந்தாள். செம்பட்டுப் பாவாடை காற்றில் உலைந்தது. பெரிய கண்கள் அவனைப் பார்த்தன. எதையோ கூற முற்பட்டு அடக்கிக் கொள்வது போல கண்கள் ஒளிகொண்டு உதடு அசைந்தது. மறுகணம் அந்த முகம் முழுக்க உக்கிரமானது துவேஷம் பழுத்தது. ஒரு கணம் செயலற்று நின்று பிறகு பிரக்ஞை பூண்டு பின்னால் திரும்பி ஓடினான். பிராகாரங்களைத் தாண்டி பாறைகளைத் தாண்டி கடற்கரையில் குதித்தான். கடல் ஓசையே இல்லாமல் கொழுத்த சதைபோல், கரிய பசை போல மெல்ல உருமாறி நெளிந்து கொண்டிருந்தது. நீர்க்குகைகள் வாய் பிளந்து மூடின. பாதைகள் விரிந்து அவற்றின்மீது மலைகள் நழுவிச் சரிந்தன. கடலாழத்திலிருந்து விபரீதமான பேருருவம் கொண்ட உயிரினங்கள் திரவச் சருமம் கிழித்து மெல்லக் கொப்பளித்தெழுந்து வாய்திறந்து சிறகசைத்து விழுந்தமிழ்ந்தன. பல்லாயிரம் ஆண்டுகளாக மூழ்கி மூழ்கி கடலின் அடித்தட்டை அடைந்து படிந்து, மட்கி மண்மூடி அனைத்தும் நிலைபுரண்டு பொங்கி காற்றில் எழுந்து வெட்டவெளியில் அபத்தமாக ஆபாசமாகத் தத்தளித்து மூழ்கின. கப்பல்கள் தோணிகள் கட்டடங்கள் மனிதக் கூடுகள் கடற்கரையோரமாகத்தான் ஓட முடிந்தது. மறுபக்கம் காற்றாலான இன்னொரு பெரும் கடல்

அலைப்பது போலிருந்தது. கால்கள் தளர்ந்து மூச்சு அனலாகி விழப்போகும் தருணம் கடலில் புணைபோல மிதக்கும் அந்தக் கரிய கடற்பாறையைக் கண்டான். அதன் கல்விளிம்பைப் பற்றி நெம்பி ஏறி உடல் எரிய ஈரம் சொட்ட அமர்ந்துகொண்டு கண்மூடினான்.

கண்திறந்தபோது தலையைப் பிய்த்துக் கொண்டு போவது போல கடற்காற்று வீசுவதை அறிந்தான். எழுந்து சிறு தள்ளாட்டத்துடன் நடந்து சாலையை அடைந்தான். போதை முற்றிலுமாக ஏறிவிட்டது என்று தெரிந்தது. எக்கணமும் படுத்துத் தூங்கிவிடக்கூடும். தெருவில் காலை வெயிலில், விழித்தெழக் கூடும். விடுதி வெகுதூரம் போலிருந்தது. ஒவ்வொரு அடியும் தூரத்தை அதிகரிப்பது போலப்பட்டது. பிறகு எப்போதோ தன் அறையைத் திறந்து உள்ளே சென்று கட்டில்மீது விழுந்த தன்னை அறிந்தான். அறையில் யாருமே இருக்கவில்லை. "யாருமில்லை" என்ற ஆக்ரோஷமான கூக்குரல்போல அந்த வெறுமை அவனை மோதியது. கட்டிலில் தவழ்ந்து ஃபோனை எடுத்து, எண்களைச் சுழற்றினான். சுழற்றும்போதே "ஷைலஜா நான்தான் ஷைலஜா" என்று சொல்லிக் கொண்டான். மணி அடித்தது. வெகுதூரத்தில் பூமிக்கு வெகு அப்பால் கிரகங்கள் உலவும் கரிய விண்வெளியில் மணியோசை பிடிவாதம் செய்து அழைத்தது, மன்றாடியது, அழுதது. வெறிகொண்டு மண்டையை அறைந்து மோதியது, கூக்குரலிட்டது, ஒலியடைக்க திணறித் திணறி முனகியது. மீண்டும் நம்பிக்கை பெற்றுத் தன் குரலைக் கண்டடைந்து அழைத்தது...

14

காலையில் விழித்துக்கொள்ள மிகவும் தாமதமாகி யிருந்தது மதியமாகி விட்டிருக்கும் என்று ஒரு கணம் தோன்றி, சற்று அவசரத்துடன் கடிகாரத்தைப் பார்த்தான். ஒன்பதுதான் ஆகியிருந்தது பதற்றம் எதற்கு என்று சற்று வேடிக்கையுடன் யோசித்துக் கொண்டான். பிரவீணா அறைக்கு வரவேயில்லை என்பது தெரிந்தது. அவள் நாராயணன்கூட தங்கியிருக்கலாம். அவளுக்கு அப்படி என்ன கோபம்? எந்தக் கோபத்தையும் அவள் இம்மாதிரி விஷயங்களுடன் இணைய விடுபவளல்ல என்றுதான் எண்ணியிருந்தான். தனக்கும் சுரணை உண்டு என்று காட்டப் பிரயத்தனப்படுகிறாள் என்று தோன்றியது. ஒரு வேளை அவள் அந்த அறையில் அவன் வந்து கூப்பிடுவான் என்று காத்திருக்கிறாளோ என்னவோ.

இரண்டு தொலைபேசி செய்திகள் இருந்தன. ஒன்று ரமணி முதலில் அவசரமாக அவளைக் கூப்பிட்டான். "ஃபிலிப் கூப்பிட்டிருந்தான். கன்யாகுமரிக்குத் தொடர்பு கொள்ள முடியவில்லையே என்று எங்க போயிருந்தீங்க" என்றாள்.

"கடற்கரையில் உலவினோம்."

"ராத்திரி பகலாகவா"

அவனுக்குக் கோபம் வந்தது. அடக்கியபடி. "சில சமயம் அப்படி இருக்கும்" என்றான்.

அவள் நீண்ட மௌன இடைவேளைக்குப் பிறகு "சரி வைச்சிடறேன்" என்றாள்.

வைத்தபிறகு குழந்தைப்பற்றி ஏதும் கேட்கவில்லை என்று வந்து நாக்கைக் கடித்தபடி அடுத்த ஃபோனை சுழற்றினான். சஸிதரன் நாயர் "சார் அந்தாள் இப்ப கிரிமினல் ரெகார்டுகளில் இல்ல. ஆனா சஸ்பெக்ட்ஸ் லிஸ்டில் இருக்கான். அப்பபப்பக் கூப்பிட்டு ரெண்டு தட்டுத் தட்டி அனுப்புவோம். பெத்தேல்புரம் ஸ்டீபன். பழைய கேடி. கஞ்சா வியாபாரக் கேஸ். அவனை எப்பிடி சார் உங்களுக்குத் தெரியும்."

"அது என்னமோ பைனான்ஸ் விவகாரம். எனக்கு நேரடியா தொடர்பில்லை. என்ன ஏதுன்னு நான் கேட்டுக்கிடறதுமில்லை. பார்ட்டி எங்க இருக்கான்?"

"பெத்தேல்புரம்தான். மாதா சைக்கிள் ஷாப்புன்னு ஒண்ணு வாச்சிருக்கான். அவன் அப்பா காலத்துக்கடை. இப்ப ஒண்ணும் லைன்ல இல்லைன்னு சொன்னாங்க."

"ரொம்ப தாங்க்ஸ். மத்த விஷயம் அப்புறமா கூப்பிடறேன்."

"ஓ.கே. நான்கூட கன்னியாகுமரி பக்கமா வார வேலை இருக்கு சார். வந்தா வந்து பாக்கறேன்."

"சரி."

பரபரப்பாக இருந்தது. அதுவரை தூங்கிக் கிடந்த பல மனப் புலன்கள் விழித்துக் கொண்டு கூர்ந்து நின்றன. ஒரு கணம்கூட வேறு எதற்கும் காத்திருக்க முடியாது என்று பட்டது. இன்றுடன் எல்லாம் முடிவுக்கு வந்துவிடும். விமலா என்று ஊருக்குப் போகிறாள்? நாளைக் காலை. இன்று மாலை அவளை அவன் உண்மையான தோற்றத்தில் பார்த்துவிடுவான்.

பஸ் ஸ்டாண்டு போய் ஒரு டாக்ஸி பிடித்து பெத்தேல் புரத்திற்கு விடச் சொன்னான். சாலையோரக் காட்சிகளில் கண்கள் தொட்டு தொட்டுத்தாவ பரபரப்புடன் உடலை மாற்றி மாற்றி அமர்ந்து, வாடச்சைப் பார்த்து பெருமூச்சுவிட்டு பிரக்ஞைபூர்வமாக நிதானம் கொண்டு... ஸ்டீபன் எப்படி இருப்பான்? அவர்கள் மூன்றுபேர். ஒருவன் ஒல்லியாக உயரமாக இருந்த நடுத்தர வயதினன். போலீஸ் கிராப் அடித்து? பெரிய மீசை வைத்திருந்தான். இன்னொருவன் இன்னமும்

பையன். குட்டையாக கரிய வலுவான உடலுடன் அகன்ற தாடையுடன் கூடியவன். மூன்றாமவன் இளைஞன்தான். ஆனால் முகத்தில் முதுமையின் சாயல் தெரிந்தது. வாயில் ஒரு பல் சற்று எகிறியிருந்தது. மூவருமே மிக ஆரோக்கியமானவர்கள். ஒவ்வொரு அசைவிலும் சதை முறுக்கம் தெறிப்பவர்கள், ஒவ்வொரு செயலிலும் அலட்சியமும் சவால் தோரணையும் தெரிபவர்கள். டீபாயை எட்டி உதைப்பதில், நாற்காலியை இழுத்துப் போட்டு அமர்வதில் அரிவாளால் மேஜையை மெல்லத் தட்டிக் கொள்வதில் அது வெளிப்பட்டபடியே இருந்தது. அந்தத் தருணத்தை பரபரப்புடன் நுணுக்கமாகக் கொண்டாடினார்கள். ஒருவன் அவனுடைய கால் நடுவே கைகளால் அள்ளிப் பற்றி இறுக்கி, வாய்நாற்றம் மிகுந்த சிரிப்பை முகத்தருகே காட்டி, ஆபாசமாக ஏதோ சொல்ல மற்றவன் அவன் தோளில் அடித்துச் சிரித்தான். அவள் கழுத்தில் அரிவாளை வைத்தபடி தமிழ்சினிமா வில்லன் பாணியில் முதிர்ந்தவன் மிரட்டுகையில் அவள் கண்கள் பிதுங்க வாய் அர்த்தமின்றித் திறந்திருக்க உடல் பதறி அதிர பேசாமல் நின்றிருந்தாள். கதறிக் கூக்குரலிடுவாள் என்றும் உயிரைப் பொருட்படுத்தாமல் திமிறுவாள் என்றும் இவன் எதிர்பார்த்து ஏமாற்றமும் கசப்பும் அடைந்தான். அந்தக் கணங்களில் அவர்கள் நீந்தித் திளைத்தார்கள். சிறியவன் அறையில் சுற்றிச் சுற்றி வந்தான், பதற்றம் நிரம்பிய அவ்வறைக்காற்றில் அனைத்துப் பகுதிகளிலும் ஒரே சமயம் இருக்க விரும்புகிறவனைப் போல. அவர்களுடைய ஆயுதமல்ல அன்று அத்தனை திகிலூட்டியது. அவர்களுடைய உடலசைவுகளில் வெளிப்பட்ட வன்முறைதான். பச்சையாகவே அவர்களைக் கடித்துத் தின்றுவிடப் போகிறவர்கள் போல. வலிமையின் ஆபாசமான மூர்க்கம். அதன் துருத்தல், அருவ மானவையும் நுட்பமானவையுமான அனைத்திற்கும் எதிராக அதன் சவால். ஆம் சவால்தான். அந்த சவால்தான் இந்தக் கணம்வரை அவனைத் துரத்துகிறது...

அதில் ஸ்டீபன் யார்? அவர்களில் அவன்தான் முதன்மை யானவன். அந்த சவாலை பிரக்ஞையாலும் உணர்ந்து முன்வைத்தவன் அவன். ஸ்டீபன் எப்படி இருப்பான்?

தெறிக்கும் கரிய தசை நார்கள். வலுவான தாடை, மதம் பரவிய மங்கிய கண்கள்... அம்மூவரையும் எத்தனை நாள் மனக் காட்சிகளில் மீண்டும் மீண்டும் கண்டிருக்கிறான். மனதின் மிக உச்சகட்ட வன்முறையால் அவர்களை தாக்கி கூழாக்கி யிருக்கிறான். மிக அதிகபட்ச குரூரத்தால் அவர்களைச் சித்தரவதை செய்திருக்கிறான். அவமதித்து புழுக்களாக்கி அந்தக்கூழ் உடல்கள் மீது கால் வைத்து நடந்திருக்கிறான். கூடவே அவர்களை அவன் விரும்பியிருந்தானா? ஒருமுறை, உணவுவிடுதி ஒன்றில் மாலுமிகள் நடுவே அமர்ந்து கடினமான மாட்டு மாமிச உணவொன்றைக் கடித்து மென்றும் கிழித்தும் தின்கையில் தன்னை அந்த இளைஞனாகக் கற்பனை செய்து கொண்டதை ஒரு கணம் கழித்து விபரீதமாக உணர்ந்தான். அதைத் தன்னிடமிருந்தே ஒளிக்க சில கணம் முயன்ற பிறகு அப்படியே போட்டுவிட்டு வெறித்துப் பார்த்தபடி அமர்ந்திருந்தான்.

ஆம், அது உண்மை. அவன் மனதில் எண்ணற்ற முறை திரும்பத் திரும்ப நடந்த அந்த நிகழ்வில் அவர்கள் ஒவ்வொருவ ருடனும் அவன் சுயத்தின் ஒரு பகுதியும் லயித்து விடுகிறது. பின்பு அவன் கோபவெறி கொண்டெழுகையில் அந்தக் குற்ற உணர்வே பெரும் தூண்டுதலாக அமைகிறது. ரத்தம் தெறிக்க, சதை கூழாக, எலும்பு நொறுங்க, உயிர் பிதுங்க அவன் அடித்து வதைப்பது அவனையேதானா? இப்போது இந்த ஆளைப் பார்க்கப் போவது எதற்காக? அவனை மீண்டும் சந்திக்க வேண்டும் என்ற உள்ளார்ந்த ஆசையினால் அல்ல. அவளது மூட கர்வத்தை, அவனை சுயநிந்தனையில் நிரந்தரமாகக் கட்டிப் போட்டு விட்டு விமானமேறி விடும் அவளது முயற்சியை உடைக்கத்தான்.

வண்டி மிக மெதுவாக ஓடிக் கொண்டிருப்பதாகப்பட்டது. கண்களை மூடிக் கொண்டான். கரிய தசைகள் திமிறி இறுகிக் குழைந்து அசைந்தன. கண்களைத் திறந்தான். அர்த்தமற்ற படங்களாக ஓடும் சாலை. சாமித்தோப்பு... வண்டி திரும்பியது. செம்மண் புழுதி பரவிய தார்ச்சாலையில் ஓடியது. கண்களை மூடிக்கொண்டான். தூக்கமின்மை மனதைப் பாதித்துவிட்டது. ஒழுங்கற்ற படங்களாக அவன் அகத்தை அது மாற்றி

விட்டது. தூங்க வேண்டும். இன்றிரவு. ஒரு நீண்ட மதுக் கொண்டாட்டத்திற்குப் பிறகு படுத்து உடல்நீட்டிப் புன்னகை யுடன் நிம்மதியாகத் தூங்கவேண்டும். காலையில் கைகளை உரசியபடி எழுந்து கதை தேட வேண்டும். அதன் பிறகு தடை களும் திசைத் தடுமாற்றங்களும் ஏதுமில்லை. அவனுடைய மிகச்சிறந்த படத்தை இரண்டு எட்டுகளில் அடைந்துவிடலாம்.

"சார், இதுதான் பெத்தேல்புரம்."

"இங்க மாதா சைக்கிள் ஷாப் எது?"

டிரைவர் டீக்கடை முன் இருந்த கன்னம் பள்ளமான முள்தாடிக் கிழவரிடம் கேட்டான். கிழவர் முரடுபிடித்த விரலால் சுட்டிக் காட்டினார்.

எதிர்சாரியின் ஓலை வேய்ந்த கடைவரிசையில் உடைந்த சைக்கிள் பாகங்கள் நிரம்பிய கடை. டாக்ஸியை நிறுத்திவிட்டு புழுதி பறந்த வெயிலில் இறங்கி கடை நோக்கி நடந்தான். கடையில் மெலிந்த கரிய பெண் மட்டும்தான் இருந்தாள். சிறுமியின் உடலில் முதிர்ந்த முகம் சைக்கிள் ட்யூப் ஒன்றை வாயகன்ற பாத்திரத்து நீரில் அழுத்திக் கொண்டிருந்தாள். அவனைப் புரியாமல் ஏறிட்டு "யாரு?" என்றாள்.

"ஸ்டீபன்..."

"அப்பன் உறங்குதாரு. உடம்பு சுகமில்லை. நீங்க யாரு?"

"அவரைப் பாக்கணும்."

"பாங்கு லோனுக்கா"

"ஆமா."

"இரியுங்க" என்று இரும்பு நாற்காலியை நகர்த்திப் போட்டு பக்கத்து அறையை எட்டிப் பார்த்தாள். "அப்பா, அப்பா இஞ்சேருங்க அப்பா."

"என்ன குட்டி?" என்று குரல் கேட்டது. பிறகு தலைகுனிந்து ஸ்டீபன் எழுந்து வெளி வந்தான். அவன் வியப்புடன் உற்றுப் பார்த்தான். வற்றி உலர்ந்து வளைந்த உடல். ஒட்டிய கன்னம்,

நரை பரவிய முள்தாடி, மீசை, பழுத்த கண்கள். கசங்கிய சட்டையெங்கும் எண்ணெய்க் கறை. பிய்ந்துபோன பித்தான்கள் விட்ட பிளவு வழியாக கூடான மார்பு.

உலோக ஒலி கலந்த இருமல்களுக்குப் பிறகு கும்பிட்டபடி "வணக்கம் சார்" என்றான்.

"ஸ்டீபன் தானே?" என்றான். ஆளை அடையாளம் காண முடிந்தது. முதுமை பரவிய முகம் கொண்ட மூன்றாமவன்.

"ஆமா, சாரு?"

"என் பேரு ரவி, தெரியலியா?"

"இல்லியே?"

"நாம பதினெட்டு வருசம் முன்னால கன்யாகுமரில பாத்திருக்கோம்."

ஏற்கனவே அவன் முகம் மனதில் முள் நெருடல் அளித்திருக்கக்கூடும். சட்டென்று புரிந்து கொண்டு, பதறிப் போய்த் தன் பெண்ணைத் திரும்பிப் பார்த்தான். இருமல் வந்து உடலைக் குலுக்கியது.

"பயப்பட வேண்டாம். சும்மா ஆளைப் பாத்துட்டுப் போலாம்னு வந்தேன்."

ஸ்டீபன் அப்படியே தரையில் குந்தி அமர்ந்து தலைமீது கைவைத்து இருமினான். பெண் அவனை வினோதமாகப் பார்த்தாள்.

ஸ்டீபனின் உதடுகள் இரு தடித்த கரிய புழுக்கள் போல நெளிந்தன. கையைக் கூப்பியபடி, "எனக்கிப்பம் கொக்கில சக்தி இல்ல. போலீசு காரனுவ கரளை அடிச்சு கலக்கிப் போட்டானுவ. சாகப் பளுதில்லை. ரெண்டு பொட்டக்குட்டிய. அதுக வேலை செஞ்சு நான் கஞ்சி குடிக்குதேன்.. மாப்பாக்கணும்..." என்றான். சட்டென்று கைகளை நீட்டி காலைத் தொட வந்தான். அழுகும் பிணத்திலிருந்து புழுக்கள் நெளிந்து வருவது போலத்தோன்றி அவன் காலைப் பின்னுக்கு இழுத்துக் கொண்டான். குமட்டல் எடுத்தது.

கன்னியாகுமரி ○ 191

"ஒருபாடு தெற்றுகள் செய்திட்டுண்டு. அதுக்கு பலிசயும் சேத்து அனுபவிச்சாச்சு. இப்ப ஆருமில்லை. எனக்க பிள்ளியள் தெருவில ஆயிடும்."

"நான் உன்னை சும்மா பாக்கத்தான் வந்தேன். ஒரு பழைய ஞாபகம்."

சந்தேகமாகப் பார்த்தபடி ஸ்டீபன் மூக்கை உறிஞ்சித் துடைத்தான்.

"உண்மை. எனக்கு உன்மேல இப்ப ஒரு விரோதமும் இல்லை."

உலோக முனையின் ஒளிபோல ஒன்று ஸ்டீபனின் கண்களில் தெரிந்து மறைந்தது. தலையைச் சற்று சரித்து - அந்த அசைவில் எழுந்த அற்பத்தனமும் தீமையும் அவனை அஞ்ச வைத்தன - தணிந்த குரலில் "அப்பம் சார் அவளைக் கெட்டேல்லியா?" என்றான்.

"இல்லை." சம்பந்தமற்ற அசைவினூடாக அன்னிய கரம் ஒன்று அந்தரங்க உறுப்பைத் தொட்டது போல ஒரு துணுக்குறலும் கூச்சமும் அருவருப்பும் எழுந்தது.

"என்னட்டி பாத்துட்டு நிக்குதே? ஓடு. உள்ள செண்ணு சோலி வல்லதும் பாரு." என்று பெண்ணை அதட்டினான். "ரண்டாமத்தவளாக்கும். மூத்தவளுக்கு அண்டியாபீஸ்ல சோலி" என்றான்.

அந்தப் பெண் கண்களில் அதே திகைப்புடனும் ஐயத்துடனும் பார்த்த பிறகு உள்ளே போயிற்று. அவளது பார்வை அங்கேயே விடப்பட்டு விட்டது போலிருந்தது.

"நாம போயி ஒரு டீ சாப்பிட்டுட்டே பேசலாமே."

"பின்ன என்ன? வாருங்க."

டீக்கடை நோக்கி நடந்தபோது அவன் "என்ன உடம்புக்கு?" என்றான்.

"டி.பி வந்து கொறெ நாளாச்சு. செயிலில் கிடந்தப்ப வந்தது.

முத்தினம்பறவு மருந்து குடிச்சும் பிரயோசனமில்லை. போலீசு காரனுவ எனக்க சங்க கலக்கிப் போட்டினும் சாரெ. சிகரெட் உண்டுமா?"

புகைவிட்டபடி கனமாக இருமி குலுங்கி ஓங்கி சாலை யோரம் துப்பினான். "சென்மம் பாழாப்போச்சுண்ணு சொன்னா போறுமே. இப்பம் திரிஞ்சு நோக்க ஆளில்லை. பொட்டப் புள்ளிய ஆனதினாலே சோறு போடுதாளுவ. சாவாம கிடக்கேன்."

"அண்ணைக்குக்கூட இருந்தவங்க...?"

"ஒருத்தன் போலீசுகாரன் சார். இப்பம் ஏட்டாயிட்டான். பேச்சிப்பாறைல இருக்கான். மத்தவன் எங்க இருக்கான்னு தெரியாது. அதொரு காலம். அண்ணு ஒருவேளை சாப்பாட்டுக்கு செலவாக்கின பைசா உண்டுமானா இண்ணு ஒரு மாசம் சிலவு களியும். அண்ணு வலிய ஏமான்மாரு விளிச்சு பேசுவாவ. கூட இருத்தி சாராயம் ஊத்திக் குடுப்பாவ. இண்ணு ஒரு நாயி திலும்பிப் பாக்கியதில்ல. விதி." அவன் குரல் இடறியது. "ஒரு பாடு பாவம் செய்து கூட்டிட்டுண்டு. கெடந்து அனுபவிச்சு ஒக்கெ தீத்துட்டுப் போணும். அதாக்கும் இப்பம் நான் கர்த்தரிட்ட ஜெபிக்கியது. மிச்சம் பாவத்த இந்த பொட்ட பிள்ளையளுக்க தலையில வச்சிட்டுப் போவப்பிடாது. அது மதி."

டீயை, இருமியபடியும் புகைவிட்டபடியும் அருந்தின் அவனைப் பார்க்கையில் செத்து வெகுநாளானவன் போலத் தோன்றியது. தொட்டால் தொட்ட இடம் சிதைத்து விரலில் வழியும் அழுகல்.

"மூத்தவளுக்கு முப்பத்திரண்டு வயசாவுது சார். எனக்க கெட்டினவளுக்கு மூத்த புருசனுக்குப் பொறந்தவ. ரண்டாமத்தவ எனக்குள்ளவ. பதினாறு வயசாவுது. ஒண்ணெயெங்கிலும் வல்லவனுக்க கூடயும் கெட்டி அனுப்பினா அவளுக்க கையில மத்தவள பிடிச்சு குடுத்திட்டு கண்ணை மூடிப் போடுவேன். ஆனா கையில ஒரு சக்கறம் இல்லை. ஆயிரம் ரூவா சக்கறம் இல்லாம பிச்சைக்காரனுக்குக்கூட இண்ணு பெண்ணு வேண்டாம்..."

பேச ஒரு முன்னிலை கிடைத்தவனைப் போல புலம்பிய படியே இருந்தான். அவனை அப்படியே விட்டுவிட்டுத் திரும்பிப் போய் விட வேண்டியதுதான் என்று எண்ணினான். ஆனால் ஒரு கேள்வி மனதில் மிஞ்சியது. அதைக் கேட்காவிட்டால் அங்கிருந்து கிளம்பிய மறுகணமே எடை பெருகி அழுத்த ஆரம்பித்துவிடும். ஆனால், எப்படித் தொடங்கி எப்படிக் கேட்ப தென்று தெரியவில்லை. அவன் டீக்கடைக்குள்ளேயே ஓரமாகக் காறித்துப்பிவிட்டு கடைசித்துளியையும் நாவில் விட்டுக் கொண்டான்.

“நான் பாபிதான் சாரே. இல்லைண்ணு சொல்ல மாட்டேன். ஒருபாடு பாவம் செய்த பிறவியாக்கும். ஆனா எனக்கு ரெண்டு மக்களையும் நான் பொத்தி பொத்தியாக்கும் வளத்தது. கையில அதுகளுக்க போட்டோ எப்பளும் வச்சிருப்பேன். செயிலில கிடந்தப்ப சுவரில் ஒட்டிவச்சு பாத்துக்கிட்டிருப்பேன். இப்பம் ஆணாயிட்டு நான் உண்டு. எனக்க தல சாஞ்சா தெருநாயிக் கூட்டம் மாதிரி வந்து விளுந்து போடுவானுவ சாரே. எனக்க பொன்னுமக்களை நினைச்சா ஒரு மனசமாதானம் இல்ல. ராத்திரி கண்ணடய்க்க ஒக்கேல்ல. ஒரு சத்தம் கேட்டா ஆக்கத்திய எடுத்துகிட்டு சாடிப்போவேன். அப்பனுக்கு கிறுக்கா எண்ணு கேப்பாளுவ. அதுகளுக்கு ஒலகம் தெரியாது. அதுகளுக்கு ஆரும் இல்ல சாரே. எனக்க காலம் களிஞ்சா...”

அந்த இடத்தில் அப்படி உட்புகுவதில் மிகக்குரூரமான ஓர் உவகை ஏற்பட, அவன் “விமலாவை ஞாபகமிருக்கா, அண்ணைக்கு கன்யாகுமரில...” என்றான்.

ஸ்டீபன் குரல்வளை ஏறியிறங்க வாயைத் திறந்தபடி ஒரு கணம் நிலைத்தபிறகு பேதலித்தவனாகத் தலையை ஆட்டினான்.

“அவ இப்ப கன்யாகுமரில இருக்கா.”

ஸ்டீபனுக்கு ஏதும் புரியவில்லை.

“இப்ப அவ அமெரிக்காவில டாக்டரா இருக்கா. லீவில டூர் வந்திருக்கா.”

ஸ்டீபனின் கண்கள் இடுங்கி தலை தெருநாயின் பாவனை யுடன் மிகவும் தாழ்ந்து முகத்தில் ஓர் இளிப்பு பரவியது. "வல்லதும் தடயுமோ?"

அவன் உத்தேசிப்பது என்ன என்று புரிந்ததும் ஒரு நிமிடம் யோசித்து "பத்தாயிரம் கறந்துடலாம். கூட வீட்டுக்காரனும் உண்டு" என்றான்.

"சாருக்கு எம்பிடு கணக்கு?"

"எனக்கொண்ணும் வேண்டாம்."

"நேராட்டா?"

"ஆமா."

ஸ்டீபன் தலையைச் சரித்தான். சிரிப்பு பரவிய முகத்துடன் கண்கள் மேலும் தந்திர இடுங்கல் கொள்ள, "அப்ப அதாக்கும் காரியம், இல்லியா?" என்றான்.

பிணம் ஒன்று உயிர் பெற்றெழுவது போலிருந்தது. அவனை இழுத்துப் புழுதியில் போட்டு அடித்து, வன்முறையின் கிளர்ச்சி உடம்பெங்கும் பொங்க மிதித்துத் துவைத்து கட்டிப் புரள முடியும் இப்போது. "சொல்லிட்டு வா. வண்டில ஏறு."

வண்டி போகும்போது ஸ்டீபன் இளித்தபடி "பெண்ணெல் லாம் மாயப்பிசாசம்னு ஒரு பாட்டு உண்டு சார். பூனைக்கு மூணாயிசு பெண்ணுக்கு முப்பது ஆயிசு. என்ன சொல்லுதிய?" என்றான்.

"ஆமாம்."

'நீ ஏன் உன் விலாசத்தைச் சொன்னாய்? ஏன் சொல்லத் தோன்றியது அப்படி? எதை நம்பி அந்தச் சவாலை விட்டாய்? எதை எதிர்பார்த்தாய்? எந்த உச்சத்தில் அந்தத் திமிர் உன்னை ஆட்கொண்டது? நான் ஆண் நான் ஆண் என்று உன்மனம் பொங்கியதா அப்போது? பெண்ணுலகு முழுக்க உன் காலடியில் கிடப்பதைக் குனிந்து பார்த்தாயா? ஏன் சொன்னாய்? ஏன்?'

"என்ன சார் பேசாம வாறிய?"

கன்னியாகுமரி ○ 195

அவன் டிரைவரைக் கண் காட்டினான்.

கன்னியாகுமரியில் இறங்கியதும் ஸ்டீபன் "சார், ஒரு இருநூறு கேற்றினா உசாராட்டு இருக்கும்" என்றான்.

"இப்ப வேண்டாம். காரியம் சீரழிஞ்சுடும். நீ நான் சொன்னது மாதிரி செய், போறும்."

எதிரிலிருந்த கடையில் ஸ்டீபனை இறக்கிவிட்டு அவன் ஓட்டல் மிருத்யுஞ்சய்யின் உள்ளே நுழைந்தான். அவனுக்கு உற்சாகத்தில் நடையில் ஒரு துள்ளல் வந்தது. விமலாவைப் பார்க்க வேண்டும் என்று வரவேற்பில் சொன்னான். கழுத் தெலும்புக்காரி இல்லை. கன்னத்தில் மச்சத்துடன் ஒரு மலையாளிப் பெண் மலையாள ஆங்கிலத்தில் வரவேற்பாளர் அறையில் காத்திருக்கும்படி சொன்னாள். சோபாவில் அமர்ந்து இருகால்களையும் தட்டிக் கொண்டான். செம்மண் புழுதி பறந்தது. இதோ வருவாள். மிக சகஜமாகவும் நம்பகமாகவும் பேசவேண்டும். எதை? உடனே என்ன பேசுவது பொருத்தம் என்று தெரிந்தது. அவளது சுயபிம்பத்தை மேலும் பெரிது படுத்தும் பேச்சு அது மட்டும்தான். அவள் கருணையும் பெருந் தன்மையும் நாசுக்குமாக விரிந்து பரவும்போது ஸ்டீபன் உள்ளே வருவான்.

அவள் இம்முறை உற்சாகமாக வரவில்லை. அவனைப் பார்ப்பதில் ஆர்வமில்லாதவள் போல இருந்தாள். "ஹலோ" என்று மிதமாகச் சிரித்து "என்ன தனியா?" என்றாள்.

"உன்னைப் பாத்து ஒரு விஷயம் சொல்லணும்னு..." அவன் தரையைப் பார்த்தபடி சொன்னான்.

"சொல்லுங்க."

"அது வந்து... விமலா ஐயாம் சாரி."

"எதுக்கு?"

"அன்னைக்கு நான் ரொம்ப சீப்பா நடந்துட்டேன். அப்ப யோசிக்க யோசிக்க எனக்கே தாங்க முடியலை. ரொம்ப கசப்பா இருந்தது. கசப்பை விழுங்கி சீரணிக்கவே முடியலை. அதான்..."

"பரவாயில்லை. அதில என்ன? எல்லாருமே எமோஷனலாக தான் இருக்கோம்."

"ஐயாம் சாரி."

"நான் அதை அப்பவே மறந்தாச்சு."

"நான்... வந்து.. உன்னோட அறிவும் பதவியும் பெருந்தன்மையும் எல்லாம் என்ன ரொம்ப.. அதாவது ரொம்ப சின்னத்தனமா ஃபீல் பண்ணி... அதான். பிறகு யோசிச்சப்ப உயிரோடவே இருக்கக்கூடாது என்று தோணிச்சி."

"என்ன இது, பெரிய பேச்சு பேசிட்டு. அதை மறந்துடு."

"நீ என்னை ரொம்ப அற்பமா நினைச்சிருப்பே." என்ன இன்னமும் ஸ்டீபனைக் காணோம்!

"இல்லை. நீ எப்பவும் என் ஞாபகங்களில் பசுமையா இருக்கிற பழைய ரவிதான். ரொம்ப இமோஷனலா இருக்கே."

"இல்லை விமலா. என்னால தூங்கவே முடியலை." எங்கே போனான். குடிக்கப்போய்விட்டானா?

"காபி சாப்பிடலாமா?"

"சரி."

"நீ பிரவீணாவையும் கூட்டி வந்திருக்கலாம். நைஸ் கேள். யு ஆர் லக்கி."

ஷி இஸ் எ வோர்; உன்னை மாதிரி. "அவ தூங்கறா."

"நீங்க ஒண்ணும் சண்டை போடலியே? எனக்குத் தோணி போன உடனே சண்டைதான்னு."

"சண்டை இல்லை. அவ எடுத்துச் சொன்னா." எங்கே போனான்?"அவளுக்கு உன்னை ரொம்பப் பிடிச்சுருக்கு." வருகிறான். விசாரிக்கிறான். வாயேன்டா சீக்கிரம். சீக்கிரம். பார்த்து விட்டான். "அவளுக்கு பெரிய நடிகை ஆயிடணும்னு கனவு. தேசிய விருதுக்கு இப்பவே புடவை செலக்ட் பண்ணியாச்சு." குழம்புகிறான். அடையாளம் கண்டுபிடிக்க முடியவில்லை.

"யாரு வேணும்?" என்றாள் விமலா.

ஸ்டீபன் அசட்டுத்தனமாக அவளைப் பார்த்துவிட்டு "இங்க விமலா..." என்றான்.

"நான் தான்."

ஸ்டீபன் அவளை அடையாளம் கண்டு கொண்டான். ஆனால், அவன் மூளையே செயலற்றுவிட்டது போலப் பட்டது.

"நான்... எம்பேரு ஸ்டீபன்."

"என்ன வேணும் உங்களுக்கு?"

ஸ்டீபன் உடல் ஒரு சிறு உந்தலுடன் நிமிர்ந்தது. அந்தக் கோணலான இளிப்புடன் "பெத்தேல்புரம் ஸ்டீபன்; ஞாபகம் இருக்கா? பதினெட்டு வருஷம் முன்ன இதே கன்யாகுமரில...?" என்றான்.

விமலாவின் இடது கண் மட்டும் சுருங்கியது. அவள் பார்வை ரவியை வந்து தொட்டு மீண்டது. எப்படி எதிர்வினை யாற்றுவதென்று தெரியாதவள் போல பார்வையை ஓரிருமுறை அங்குமிங்கும் நகர்த்திவிட்டு, "உக்காருங்க ப்ளீஸ்" என்றாள்.

ஸ்டீபன் மீண்டும் கூனலாகித் திரும்ப ரவியைப் பார்த்தான். அவன் பார்வையைப் பதற்றத்துடன் திருப்பிக் கொண்டான். முட்டாள். முட்டாள். பேசு. உன் விஷயத்தையெல்லாம் உமிழ். பேசுடா சொறிநாயே. ஸ்டீபன் நரம்புதடித்த கரங்களை என்ன செய்வது என்று தெரியாதவன் போல அங்குமிங்கும் வைத்துக் குழம்பினான். "உக்காருங்க" என்றாள் விமலா மீண்டும்.

ஸ்டீபன் உடம்பை மிகவும் ஒடுக்கியபடி சோபாவில் அமர்ந்து கொண்டான். முகம் கனத்து அழப்போகும் பாவனையில் இருந்தது. தொண்டை முண்டு ஏறியிறங்கியது. வாயைக் குவித்து நீட்டி குரங்கு போல மாறி மாறிப் பார்த்தான். விமலாவிடம் குழப்பம் மட்டும்தான் தெரிந்தது. எப்படி நடந்து கொள்வது என்பது மட்டும்தான் அவள் பிரச்னையாக இருக்கிறது என்று அவனுக்குப் பட்டது. அவள் கையால் நெற்றித் தலைமயிரை ஒழுங்காக நீவி காதோரம் செருகினாள்.

ரவியால் ஸ்டீபனைப் பார்க்க முடியவில்லை. அவன் மனிதன் போலவே இருக்கவில்லை. குரங்கு போலிருந்தான். காசநோயாளிகளுக்கெல்லாம் அந்தக் குரங்குப்பார்வை, ஒருவித மிருக ஒளி வந்துவிடுகிறது என்று பட்டது. கண்கள் குழிந்திருப்பதும் கன்னம் உள்வாங்கியிருப்பதும்தான் காரணமா?

விமலா ஸ்டீபனிடம் "உங்க உடம்புக்கு என்ன?" என்றாள் "ரொம்ப மோசமா இருக்கீங்க. டி.பி.யா?" என்றாள்.

ஸ்டீபன் தடுமாறி இரு கைகளையும் மார்பில் வைத்தபடி "ஆமாம்மா பத்து வருஷமா..." என்றான். உடனே இருமல் வந்து திணறி அதிர்ந்து குலுங்கித் தளர்ந்து வாய் திறந்தான்.

"இங்க இங்க துப்புங்க" என்று விமலா அருகேயிருந்த மணல் தொட்டியை எடுத்து அவனருகே நீட்டினாள். அதில ஒரு சப்பாத்திக்கள்ளி செடி இருந்தது. "பரவாயில்லை துப்புங்க." ஸ்டீபன் துப்பிய உடனே இன்னொரு சப்பாத்திக்கள்ளி தொட்டி யிலிருந்து மணலை அள்ளிப்போட்டு மூடி தரையில் தள்ளி வைத்தாள்.

ஸ்டீபன் மூச்சுவாங்க வாய்திறந்து அவளைப் பார்த்தான்.

"ரொம்ப முத்திப் போச்சு போல இருக்கே."

"ஆமாம்மா. செயிலில் கிட்டினது. எட்டு வருஷம் பாளையங் கோட்டைல இருந்தேன்." ஸ்டீபன் குரல் உடைந்தது. "போலீசுக் காரனுவ எனக்க சங்க கலக்கிப் போட்டானுவம்மா. என்னை பிளிஞ்சு எறிஞ்சுப் போட்டானுவம்மா..."

விமலா அனுதாபத்துடன் தலையசைத்தபடி கேட்டாள். அவளுடைய பாவனை டாக்டர்களுக்குரியதாக இருந்தது. அதுதான் ஸ்டீபனை மடக்கிவிட்டது என்று உடனே அவன் புரிந்துகொண்டான்.

"மருந்தெல்லாம் சாப்பிடலையா?"

"புத்தேரில பாத்துக்கிட்டேம்மா. சுகமாவேல்ல. முட்டயும் மீனுமாட்டு திங்கச் சொல்லுதாவ. எனக்குக் கஞ்சிக்கு வழி யில்ல..." ஸ்டீபன் பிச்சைக்காரன் போல கைகளை ஏந்தினான்.

கன்னியாகுமரி ○ 199

"பொட்டை புள்ளிய ரெண்டு இருக்குதும்மா. அதுக சோலி செய்து எனக்கு கஞ்சி ஊத்துதுக. சொறிநாயி மாதிரிநான்." கரங்களை மார்போடு சேர்த்தான். பாவமன்னிப்பு கேட்கிறானா? "எல்லாத்துக்கும் சேத்து மூணிரட்டி அனுபவிச்சாச்சு. இனி பாக்க ஒண்ணுமில்ல... மானம் மரியாதி ஒண்ணுமில்ல."

"ரெண்டு குழந்தைகளா?"

"ஆமாம்மா, பொட்டப்புள்ளையம்மா. எனக்கு இப்பம் வல்லதும் கண்ணா சொன்ன அதுக அனாதயாயிடும்." ஸ்டீபன் முகம் வலிப்பு போல இழுபட்டது. "பாவிப்பயலுவ காத்திட்டி ருக்கானுவம்மா. எனக்க பிள்ளையளை தெருவிலப் போட்டு இளுத்து நாற்றிப் போடுவானுவம்மா. அதுக சீரளிஞ்சு போயிடும்மா. எனக்கு ஆருமில்லை. எனக்கொரு கெதியில்லை." அவள் கால்களைப் பற்ற விரும்புவன் போல தன் கரங்களை நீட்டினான். "மாதாவே ரட்சிக்கணுமின்னு சங்குபொட்டி ஜெபிக்காத நாள் இல்ல. நான்... நான் பெரும்பாவி..." விசித்திர மான ஒரு தேம்பல் வெளிக்கிளம்பி ரவியின் நரம்பு களைக் கூச வைத்தது. மிருகங்களுக்குரிய ஒலியுடன் ஸ்டீபன் கேவிக்கேவி அழுதான்.

அவன் பதற்றத்துடன் வரவேற்பை எட்டிப் பார்த்தான். யாராவது வந்து விடுவார்கள் என்று திகிலாக இருந்தது. ஸ்டீபனை எழுப்பி வெளியே தள்ளிவிட வேண்டும் என்று விரும்பினான். ஆனால் அசைய முடியவில்லை. விமலா எழுந்து ஸ்டீபனைத் தோளில் தொட்டு "என்ன இது... பிளீஸ்" என்று தேற்ற முற்பட்டாள். அவளுக்கு யாரையும் தேற்றியோ ஆறுதல் சொல்லியோ பழக்கமில்லை என்பதும், உள்ளூர அவனுக்காக நெகிழ்ந்திருக்கிறாள் என்பதும் தெரிந்தது.

காபியுடன் பேரர் வந்தான். டீபாயில் அவை பரிமாறப் படுகையில் ஸ்டீபன் மெல்ல அமைதியடைந்து கண்களைத் துடைத்தான்.

"இங்க பாருங்க மிஸ்டர் ஸ்டீபன். டி.பி. குணப்படுத்தக்கூடிய நோய்தான். இங்கே ஸ்ரீசித்ரா மெடிகல் சென்டர்ல என் பிரண்ட்

இருக்கா. நான் லெட்டர் தாரேன். இலவசமா மருந்து தந்து சரி பண்ணிடுவாங்க..."

"இல்லம்மா. இனிமே எனக்கு ஒண்ணும் ஆச இல்ல. இந்த ரெண்டு பொட்டப் புள்ளையளையும் ஒரு கரையில சேத்தா சங்கு குளுந்து சாவேன்."

"என்ன பண்றாங்க அவங்க?"

"மூத்தவ எலிசாவுக்கு முப்பது களிஞ்சாச்சு. அண்டியாப்பீஸ்ல ஜோலி. ரண்டாமத்தவளாக்கும் கடையப் பாத்துக்கிடுயது..." ஸ்டீபன் தன் கதையைச் சொல்ல ஆரம்பித்தான். கை மார்பில் குவிந்து இறுகி நின்றது.

முகத்தில் நம்பிக்கையும் துக்கமும் ஏறி ஏறி வந்தன. போய் விடலாம் என்று தோன்றியது. ஆனால், அவன் போனபிறகு ஸ்டீபன் உண்மையைச் சொல்லிவிடக் கூடும். ஸ்டீபனை கிளப்பாமல் அவன் நகரமுடியாது.

விமலாவின் முகம் சிவந்து போயிருந்தது. கண்களில் தெரிந்தது. "நான் நாளைக்கு காலையிலயே இந்தியாவிலேருந்து கிளம்பிடறேன் மிஸ்டர் ஸ்டீபன். இல்லேன்னா உங்க ஊருக்கு வந்து உங்க பெண்களைப் பாத்திட்டுப் போயிருப்பேன். கேட்கிறப்ப ரொம்ப சந்தோஷமா இருக்கு. நீங்க ரொம்ப அதிர்ஷ்டசாலி. எல்லாருக்கும் இந்த மாதிரி குழந்தைகள் கிடைக்கிறதா என்ன?"

ஸ்டீபன் முகம் மலர்ந்தது. "மேரியப் பாத்தா விடமாட்டிங் கம்மா. மணிமணியாட்டுப் பேசுவா. அவளைப் படிக்க வச்சு வாத்திச்சி ஆக்கிப் போடணும்னு ஆசப்பட்டேன். களுதய்க்கு படிப்பு ஏறல்ல. ஆனா எந்த ரிப்பேராட்டு இருந்தாலும் இந்தா இந்தான்னு பாத்திருவா. மூளையுள்ள கையாக்கும் அவளுக்கு." ஸ்டீபன் மீண்டும் இருண்டான். "வாளக்குருத்து மாதிரி நிக்குதுகம்மா. பாத்தா வயித்தில ஒரு ஆவி கேறிவரும் எனக்கு. எனக்கு ஒரு கெதியில்ல."

"நீங்க ஒண்ணும் கவலைப்படாதீங்க. இங்க திருவனந்த புரத்தில என் பிரண்ட் இருக்கா. அவட்ட சொல்லி ஏற்பாடு

செஞ்சுட்டு போறேன். தைரியமா இருங்க."

"ஒரு அஞ்சாயிரமோ பத்தாயிரமோ இருபதாயிரமோ. நல்ல ஆரோக்கியமா ஒருத்தனைப் பாருங்க. குடிப்பழக்கம் இல்லாதவன் இருந்தா போதும். சின்னவளுக்கும் நான் ஒரு ஏற்பாடு செய்றேன். அவள் கைலதான் தொழில் இருக்கே."

"நீங்க மாதாவாக்கும். வியாகூல மாதாவாக்கும்." ஸ்டீபன் மீண்டும் அழ ஆரம்பித்தான். "உங்க காலைப் பிடிக்குதம்மா. உங்க சொல்லி ஆண்டவரிட்ட.. ஜெபிச்சு... எனக்கம்மேரி மாதா" ஸ்டீபன் பெருங்குரலெடுத்து அழுதான்.

"யாராவது வந்து பார்க்கப் போறாங்க" என்று ரவி எரிச்சலுடன் சொன்னான்.

"ரொம்ப உடைஞ்சு போயிருக்கார் பாவம்" என்றாள் விமலா. "கேட்டியா ரவி? பதினைஞ்சு வயசுப் பொண்ணு. தனியா சைக்கிள் கடை நடத்தறாளாம். ஸோ க்யூட்."

உயர்மட்ட வாழ்வில் மிகவும் ஆழ்ந்து வெளியுலகு தெரியாமல் போனவர்களுக்கு மட்டும் அவ்வப்போது எழும் தீவிரமான கருணை. அவன் எண்ணி உள்ளூரப் புன்னகைத்துக் கொண்டான். "என் பிரண்ட் தாட்சாயணி இங்குதான் இருக்கா. அவகிட்ட சொல்லி ஒரு ஏற்பாடு பண்ணிடலாம்னு இருக்கேன். நீ என்ன சொல்றே?"

"உன் விருப்பம்" புன்னகைத்தபோது முகம் விரிசல்விடுவது போல உணர்ந்தான்.

பையன் வந்து துரை வரலாமா என்று கேட்பதாகச் சொன்னான். செஃப் வந்து வரவேற்புப் பெண்ணிடம் மிதமிஞ்சிய சைகையில் பேசியபடி நிற்பதைப் பார்த்தான். மகாராணியை நெருங்க காதலன் தூதன் வழியாக அனுமதி பெற வேண்டுமா? சதைக் குன்று. ஆனால் பேடி... பேடி.. பேடி..."

"நீங்க எங்க தங்கியிருக்கீங்க?" என்று விமலா ஸ்டீபனிடம் கேட்டாள். செஃபை வரும்படி கையசைத்தாள்.

அவன் ஊடே புகுந்து "பெத்தேல்புரம் ரொம்ப பக்கம்தான் விமலா" என்றான்.

"போயிடுவீங்கல்ல? இருங்க அட்ரஸ் குறிச்சு தாரேன். என்னோட அட்ரஸை பத்திரமா வச்சுக்குங்க. அடுத்த வாரமே எலிசாவையும் மேரியையும் கூட்டிட்டு திருவனந்தபுரம் போய் டாக்டர் தாட்சாயணியைப் பாருங்க. மேரிகிட்டே எனக்கு லெட்டர் போடச் சொல்லுங்க."

செஃப் வந்து அவள் இடுப்பைப் பற்றி வளைத்து பிரெஞ்சில் ஏதோ கேட்டான். அவள் அவனுடைய ஷார்ட்ஸ் பையிலிருந்து சிறு குறிப்பேட்டை எடுத்து விலாசங்களை எழுதி ஸ்டீபனிடம் தந்தாள். அவன் கோயில் பிரசாதம் வாங்குபவன்போல் அதை வாங்கிக் கொண்டான். ஸ்டீபன் விலாசத்தை எழுத்து எழுத்தாகக் கேட்டு எழுதிக் கொண்டாள். ஸ்டீபனிடம் "இவரு செஃப், என் ஃபிரண்ட்" என்றாள்.

ஸ்டீபன் பதற்றத்துடன் கும்பிட்டான்.

"விஸ்வநாதன்" என்றாள் விமலா. பேரர் எட்டிப் பார்த்தான். "அந்தப் பூந்தொட்டியை மாத்திருங்க. அப்ப பாக்கலாம் ஸ்டீபன். அடுத்தமுறை வாரப்ப கண்டிப்பா மேரிய பாக்கணும் நான்."

ஸ்டீபன் மூளை இயங்காதவன் போல கும்பிட்டபடியே நின்றான்.

விமலா ஒரு கணம் தயங்கியபிறகு செஃபின் பையிலிருந்து பர்ஸை எடுத்து இரு ஐநூறு ரூபாய்த் தாள்களை உருவியெடுத்து ஸ்டீபனிடம் தந்தாள். அவன் அதை வாங்கும்போது விழிகள் பிதுங்கி விழுபவை போலிருந்தன.

விமலா ரவியிடம் "போலாமா?" என்றாள். அவன் அவர்களுடன் போக மிகவும் கூச்சமாக உணர்ந்த போதிலும் கூட அவளுடன் நடந்தான். ஸ்டீபனைத் தனிமையில் சந்திக்க முடியாது என்று தோன்றியது. அவர்கள் படியிறங்கும்போது அவன் கண்கள் அவனையறியாமல் திரும்பி ஸ்டீபனைத் தொட்டன. ஸ்டீபனின் நரம்புகள் புடைத்த கரங்கள் சகஜமடைந்திருந்தன. சுட்டுவிரலைக் காதுக்குள் விட்டுக் குடைந்தபடி

வாயை சற்றுத் திறந்து சந்தேகம் தொனிக்கும் பார்வையுடன் அவர்களைப் பார்த்துக் கொண்டிருந்தான். அவன் பார்வையைச் சந்தித்ததும் கையை எடுத்தான். வரவேற்பறைப் பெண் அவனைப் பார்த்து சற்று வெட்கம் பரவச் சிரித்தாள். அவன் பெருமூச்சு விட்டபடி வெளியே நடந்தான்.

❖

15

திரும்பி வந்தபோது வரவேற்புப் பணியாள் ஒரு கடிதத்தை நீட்டினான். உறையிலிட்டு ஒட்டப்பட்டிருந்தது. தபாலில் வந்ததல்ல. லிப்ட் இல்லை. படி ஏறி மேலே போகவே முடியாதபடி களைப்பை உணர்ந்தான். ஒவ்வொரு படியாக உடலை உந்தி உந்தி மேலேற்றினான். கடிதம் யாருடையது என்று ஊகிக்க முடியாதபடி மூளை உறைந்து கிடந்தது. அதைத் திறந்து பார்க்கக்கூட தோன்றவில்லை. அறைக்கு வந்து கட்டிலில் உடைமாற்றாமலேயே விழுந்து கண்களை மூடி அலையோசையைக் கேட்டுக் கொண்டிருந்தான். பிறகு திடீரென நினைவு கூர்ந்து எழுந்து கடிதத்தைப் பிரித்தான். பிரவீணா எழுதியிருந்தாள். சாய்ந்த மெல்லிய மலையாள எழுத்துக்கள்; அவளுடைய நீல நரம்போடிய சருமம் போலிருந்தது தாள்.

அன்புள்ள ரவி,

நேரில் பார்த்து பேசி விடைபெற வேண்டும் என்றுதான் ஆசை. ஆனால், அதற்கான மனநிலையில் நீங்கள் இல்லை. நீங்கள் எங்கு போயிருந்தீர்கள் என்று தெரியும். சசிதரன் நாயர் முதலில் என்னிடம்தான் பேசினான்.

நானும் வேணுவும் நாராயணனுடன் கிளம்புகிறோம். சில தயாரிப்பாளர்களிடம் கூட்டிச் செல்வதாக நாராயணன் சொல்கிறார். வேணு பரவசநிலையில் இருக்கிறான். அவனால் அந்தக் கதையின்றி வேறு எதிலும் மனம் செலுத்த முடிய வில்லை. இனி வேறு எதையும் அவனால் செய்ய முடியாது. நிச்சயமாக இந்தப் படத்தை எடுத்துவிடுவான். இந்தக்

கதைக்கரு கண்டிப்பாக எந்தத் தயாரிப்பாளர்களுக்கும் புரியாது. ஆனால், இந்த வேகம் அவர்களுக்குப் புரிந்துவிடும். அந்த மையப் படிவம் ஓர் உச்சக்கட்ட தரிசனம். அதன் உக்கிரத்தைக் கதை சம்பவங்களில் கொண்டு வந்துவிட்டானென்றால் அந்தக் கதையைப் படமாகவும் மாற்றிவிட்டானென்றால், கண்டிப்பாக இது மலையாளத்தில் மிகச்சிறந்த சில படங்களில் ஒன்று - ஏகயாய ராஜகுமாரியைப்போல. ஒரு வகையில் இது அப்படத்தின் தொடர்ச்சி உணர்ச்சிகளுக்கு அடிமைப்பட்டு, ஒழுக்கம் தவறி, கௌரவத்தையும் உறவுகளையும், மொத்த வாழ்வையும் படிப்படியாக இழந்து. தனிமைப்பட்ட ஒரு பெண்ணில் எந்தச் சக்தியாலும் எடுத்துவிட முடியாத ஒன்றாக தாய்மை மட்டும் மிஞ்சுவதை சொன்ன படம் ஏகயாய ராஜ குமாரி. அது ஒரு பெரிய தரிசனம். உங்கள் வாழ்வின் மிக உச்ச கணம் அதை நீங்கள் அடைந்த தருணம்தான். அதை நோக்கி உங்கள் கற்பனையைத் தொகுத்து கூர்மைப் படுத்திச் சென்றடைந்ததுதான் உங்கள் கலையின் மிகச்சிறந்த சந்தர்ப்பம்.

ரவி, இதை உங்களிடம் நேரில் சொல்ல முடியாது என்பதனால் தான் இந்தக் கடிதம். என்னை மன்னியுங்கள். இனிமேல் அது போல ஒரு உச்சகணம் உங்களுக்குச் சாத்தியமேயில்லை. உங்கள் கலைக்குத் தொழில் நேர்த்தி கைகூடியிருக்கலாம். அதை நீங்கள் விருத்தி செய்து கொள்ளலாம். ஆனால், திரும்ப அந்த அற்புதமான மனநிலையை நீங்கள் அடைய முடியாது. கலையின் சாரமான உத்வேகமே அதுதான். அதிலிருந்து வெகுதூரம் விலகிவிட்டீர்கள். இந்த மூன்று நாட்களில் உங்களைக் கூர்ந்து கவனித்து அதை அறிந்து கொண்டேன். இனி உங்களிடம் நான் எதிர்பார்ப்பதை அடைய முடியாது என்று உறுதியாயிற்று. ஆனால் வேணுவால் முடியும். எனவே அவனுடன் சேர்ந்து கொள்கிறேன். எனக்கு வேண்டியது அவன் கற்பனையில் விரியும் ஒரு கதாபாத்திரம். அதன் வழியாக நான் மலையாளத் திரைப்பட உலகுக்கு அறிமுகமாக வேண்டும். என்னை மன்னியுங்கள். என் துடிப்பை உங்களால் சற்று யோசித்தால் புரிந்து கொள்ள முடியும்.

ரவி, ஒற்றை வார்த்தையில் ஒரு மனிதனின் உயிர் வாழும் உரிமையையே நிராகரித்துவிட்டுப் போவதாகத் தோன்றுவதனால்

மீண்டும் எழுதுகிறேன். உங்களைப் புண்படுத்த நான் சற்றும் விரும்பவில்லை. அதே சமயம் உங்களிடம் பொய் பேசிவிட்டுப் போகவும் தோன்றவில்லை. அழகுணர்வு, நீதியுணர்வு, மெய்மைக்கான தேடல் மூன்றும் ஒன்றுதான். அதைத்தான் அன்று பேசும்போது சப்ளிமேஷன் என்றேன். அது எனக்குப் பிடித்தமான கருத்து. அது தவறாகக்கூட இருக்கலாம். அதை நம்ப ஆசைப்படுகிறேன். ஒவ்வொரு மனிதனுக்கும் ஒருவகையில் சப்ளிமேஷன் தேவைப்படுகிறது, அவன் இயல்புக்கேற்ற முறையில் அது சாத்தியமும் ஆகிறது. சப்ளிமேஷனின் படிகளில் முன்னகரும்போதுதான் வாழ்வுக்கு அர்த்தம் இருக்கிறது. சப்ளிமேஷனின் கணம்தான் அவனது பிறப்பை நியாயப்படுத்துகிறது. மனிதர்களை இயங்கவைக்கும் வாழ்க்கையின் விசைகளில் மிக முக்கியமானது இது. இதைப் புரிந்துகொள்ளாமல் யாரும் மனித வாழ்க்கையைப் புரிந்து கொள்ள முடியாது.

ஏகயாய ராஜகுமாரி உங்கள் உச்சகணம். உங்கள் நீதியுணர்வு உங்களை அங்கு கொண்டு சேர்த்தது. அது ஒரு பாவ மன்னிப்பு. ஒரு பிராயச்சித்தம். ஆனால் உங்களால் அவ்வளவு தூரம்தான் நகர முடியும். அவ்வளவுதான் பார்க்க முடியும். அது உங்கள் காலகட்டத்தின் பார்வைகளில் மிகச்சிறந்தது. வேணுவின் தரிசனம் அடுத்த கட்டத்திற்குரியது. அதை உங்களால் தொட முடியாது. அவ்வளவு தூரம் உங்களால் எழ முடியாது. உங்கள் அழகுணர்வையும் நீதியுணர்வையும் உண்மையை அறியும் திறனையும் நீங்கள் இழந்துவிட்டீர்கள். விமலாவுடனான உங்கள் உறவில் நான் அறிந்தது அதுதான்.

சினிமாவைச் சார்ந்த அத்தனை பேருக்கும் ஒரு இலட்சிய சினிமா மனதில் இருக்கும். என்றாவது அவர்கள் எடுக்கப்போகும் சினிமா அது. எனக்கும் ஒன்று உண்டு. ஒரு ஒட்டப்பந்தய வீராங்கனையைப் பற்றிய படம் அது. மீண்டும் மீண்டும் இலக்குகளை நிர்ணயித்தபடி அவள் ஓடி ஓடி வென்றபடியே இருக்கிறாள். உண்மையில் ஓர் இலக்கை அடையும்போது தன் எல்லையொன்றை அவள் தாண்டுகிறாள் அவள் போட்டியிடுவது தன் உடலுடன். தன் உடலுக்கு எடையையும் காலத்தையும்

அளித்த பிரபஞ்ச நியதியுடன். தனக்குச்சவால் விடுபவர்களையே கடவுளுக்குப் பிடிக்கும் என்று மகாபாத்ரா சொல்வார். பாதிதூரம் தன்னை நோக்கி வருபவர்களை மட்டுமே மீதி தூரம் இறங்கி வந்து அவர் சந்திக்கிறார். சப்ளிமேஷன் என்றால் அதுதான். சுயமும், அடையாளங்களும், ஆசைகளும், அகங்காரமும் உடலும் பிரக்ஞையும் வகுக்கும் எல்லைகளைத் தாண்டி முன்னகர்தல் ரவி, நான் சொல்ல வருவது புரிகிறதா? இல்லை உளறுகிறேனா? என் படத்தை எடுத்துக் காட்டுகிறேன். என் ஓட்ட வீராங்கனையை தடகளத்தில் கடவுள் வந்து சந்திக்கிறார். அதை எடுத்தால் பிரிவியூவுக்கு நீங்கள் எங்கிருந்தாலும் தேடிவந்து கூட்டிவருவேன் நீங்கள் என் ஆசிரியருங்கூட. அதனால்தான் இப்போது கூட உங்களை வெறுக்க என்னால் முடியவில்லை.

மறுபடியும் மன்னிப்பு கேட்டுக்கொள்கிறேன். வேணுக்காகவும்.

உங்கள்: பிரவீணா.

கடிதத்தை மடக்கி மடக்கி சிறு தகடுபோல ஆக்கி விட்டெறிந்தான். பிறகு எழுந்து அதைத் தேடிப்பிடித்து எடுத்து விரித்து மீண்டும் படித்தான். சற்றுநேரம் மனம் செயலற்று அமர்ந்திருந்தான். பிறகு எழுந்து சென்று ஃபிரிட்ஜைத் திறந்து தேடி மது இல்லை என்று உணர்ந்து திரும்ப வந்து அமர்ந்தான். டி.வி.யைத் திரும்பத் திரும்ப மாற்றினான். இறுதியில் ஃபாஷன் டி.வி.க்கே மீண்டு பெண் பிம்பங்களையே பார்த்தான். எரிச்சல் படர்ந்த நினைவுகள்மீது பெண்ணுடல் நெளிவுகளின் படங்கள் அசைந்தன. சட்டென்று அப்பிம்பங்களில் ஒன்றின் புன்னகை அவனை அடையாளம் கண்டு திரும்பிக் கொண்டது. எழுந்தமர்ந்து பரபரப்புடன் ஃபோனை எடுத்து ஷைலஜாவைக் கூப்பிட்டான். மணி அடித்தபடியே இருந்தது. மீண்டும் மீண்டும் முயன்றான். மணியோசை வீணாகியபடியே இருந்தது. டி.வி.யைத் திருப்பி மலையாளச் சேனல்களில் எங்காவது ஷைலஜாவின் படம் ஓடுகிறதா என்று தேடினான். ஒரு பாடல் காட்சி, ஒரு படமின்னல் போதும். மீண்டும் ஃபாஷன் டி.வி. நெளிந்து நெளிந்து மறையும் அன்னிய முகங்கள். முற்றிலும் அன்னிய முகங்கள். மூர்க்கமாக அடையாளம் மறுக்கும் கண்கள்.

பொம்மைப் புன்னகைகள். மீண்டும் ஃபோனில் கூப்பிட்டான். மணியோசை காற்றில் அறுபட்டு பிடிநுனிதேடி தவித்து தவித்து அலைபாய்ந்தது. ஓங்கி வைத்துவிட்டு எழுந்து சன்னலுக்குச் சென்று வெயிலில் உடைந்த கண்ணாடிப் பாளங்களின் பெரும்பரப்பாகக் கிடந்த கடலையே பார்த்தான். ஓர் எண்ணம் முளைத்தது. ரமணியின் திருமணநாள் முகம். கூச்சத்துடன் அதை மறைக்க முயன்றான். பிறகு குறுகுறுப்புடன் நடந்து வந்து ஃபோனை எடுத்து வீட்டுக்குக் கூப்பிட்டான். மணியோசை சுவர்களில் மோதியது, சமையலறையில் பரவியது. ரமணி கனமாக நடந்து முந்தானையால் கைகளையும் முகத்தையும் துடைத்தபடி ஃபோனை எடுத்து... வைத்துவிட்டு ஆசுவாசத்துடன் பின்னுக்கு சரிந்தான். தன்னிரக்கமும் ஊமைக்கோபமும் பொங்கி தொண்டையை இறுக்கின. வெறியுடன் மீண்டும் ஷைலஜாவைக் கூப்பிட்டான். மணியோசை மண்டைக்குள் அலறியது. ஃபோனை ஆவேசமாக எடுத்துச் சுழற்றி சுவர்மீது வீசினான். சட்டையை எடுத்தணிந்தபடி படிகளில் இறங்கித் தெருவுக்கு வந்தான்.

கன்னியாகுமரியின் உச்சகட்ட வேளை. அஸ்தமனத்தை நோக்கி கடலும் ஒளியும் காற்றும் நகர்ந்து கொண்டிருந்தன. மூக்குக் கண்ணாடிச் சில்லுகளில் வானத்தின் இளம் செம்மை மின்னுவதைக் கண்டான். முகங்கள் முகங்களாக மனிதர்கள் மிதந்து மிதந்து வெளியை நிரப்பியிருந்தனர். கண்களையே பார்த்தபடி நகர்ந்தான். ஆர்வமற்ற ஆண்விழிகள், ஆர்வமற்ற பெண்விழிகள், கவனமான பெண் விழிகள்... நான் ரவி. ஏகயாய ராஜகுமாரியின் இயக்குநர். நான் ரவி. இதே கன்யாகுமரியில் அந்தப் படத்தை உருவாக்கியவன். நான் ரவி. நான் ரவி.

அஸ்தமனம் தொடங்கிவிட்டது. மொத்தக் கூட்டமும் கடற்கரையில் குவிந்தது. அலைநீர் கழுவிப் பின்வாங்கி மென்மணலில் ஒளி உலர்ந்து மறைவதை மீண்டும் அலைவந்து மூடுவதைப் பார்த்துக் கொண்டிருந்தான். மெதுவாக நடந்து காந்தி மண்டபம் வழியாக ஏறி சாலையை அடைந்தான். இருட்டு தயங்கித் தயங்கி பல பகுதிகள்மீது இறங்கியது. கடைகளில் மின்விளக்குகள் எரிய பாசிமணியும் சங்கு மாலைகளும்

பிளாஸ்டிக் வண்ணங்களும் பளபளத்தன. அஸ்தமனச் செம்மை அடர்ந்து இறுகிக் கருமையைத் தொட்டுவிடும் போலிருந்தது. ஓட்டல் மிருத்யுஞ்சய்யின் வாசலை அடைந்ததும் அவன் திடுக்கிட்டான். அங்கு எதற்காக வந்தோம் என்று எண்ணிய கணமே மிக அந்தரங்கத்தில் பலமுறை தலைகாட்டி ஒவ்வொரு முறையும் அழுத்தி ஆழத்திற்கு மறைக்கப்பட்ட அந்தச் சிந்தனை தெளிவாக முன்னெழுந்து தோற்றம் தந்தது. இப்போது அவள் கிளம்பிக் கொண்டிருப்பாள். இன்னும் சில நிமிடங்கள்தான் மீதி. அதற்குள்... இல்லை. அது சாத்தியமேயில்லை. அதற்கு அவசியமேயில்லை. அதைச் செய்தபிறகு மிஞ்சிய காலம் முழுக்க அவன் வெட்கத்தில் குன்றிப்போய் இந்நாளை உணர வேண்டியிருக்கும். இன்னும் சில நிமிடங்கள்தான். இதைவிடச் சிறந்த தருணம் இனி வாய்க்கப் போவதில்லை. இந்த முள்ளைப் பிடுங்கி வீசிவிட்டால்... முள்ளல்ல. கட்டுத்தறி. பிறகு விடுதலை. எடையின்மை. ஒளிரும் வானம். சுழற்றி மேலே தூக்கிச் செல்லும் காற்று. மகத்தான காற்று அது. அதை அவன் அறிந்திருக்கிறான். இந்த இரும்புச் சட்டையை கழற்றிவிட்டு கணநேரம் நிர்வாணமாக நின்று அவளிடம்... ஆம், இதுதான். இதய தருணம். இது இப்படித்தான் முடியவேண்டும். இனி யாரிடமும் அவன் வேடமணிய வேண்டியதில்லை. அத்தனை பேரும் போய்விட்டார்கள் பரிபூரணமான தனிமை. இப்போது எதற்கும் தயங்க வேண்டியதில்லை.

வரவேற்பில் விமலாவைப் பார்க்கவேண்டும் என்றான் வரவேற்பாளினி அவர்கள் கிளம்பிக் கொண்டிருப்பதாகவும் டாக்ஸி காத்திருப்பதாகவும் சொன்னாள். அந்தக் கழுத்தெலும்புப் பெண். அவனை அவள் அறிவாளா? ஏகயாய ராஜகுமாரியைப் பார்த்திருப்பாளா? அறிமுகம் செய்து கொள்ளத் தயங்குகிறாளா என்ன? இங்கு அவன் வந்திருப்பது எதற்காக என்று அவள் அறிந்தால் என்ன நினைப்பாள்? திரும்பிவிடலாம். வேண்டாம். இன்னொரு சந்தர்ப்பம் இனி அமையாது. ஒருவேளை மீண்டும் விமலாவைச் சந்திக்கவே போவதில்லை. இரண்டு சொற்கள். சொற்களேகூட தேவையில்லை. அவன் முகம் அவளுக்குச் சொல்லிவிடும். வேண்டாம். கேலிக்கூத்தாகிவிடும். சொற்களை

யோசி. சொற்களின்றி மனம் தன்னையே திரும்பிப் பார்த்து வெற்றிடம் கண்டு பதறி சொற்களாகவேச் சிதறி ஓடிப் பரவியது. வருகிறாளா...? வருகிறாள்.

அவன் அவனைத் தடுப்பதற்குள்ளாகவே அவன் எழுந்து விலாப்பக்க வாசல் வழியாக வெளியே நடந்து துரத்தப் பட்டவனைப் போல சாலைக்கு வந்தான். அந்த இடத்திலிருந்து வெகுதூரம் சென்றுவிட வேண்டும் என்று எண்ணி விரைந்து நடந்தான். ஆனால், அந்தப் பாறையருகே வந்துவிட்டிருப்பதை உணர்ந்து நின்று களைத்து கால்களுடன் அதன்மீது ஏறினான். கடலின் அடிகளைத் தன் உடலில் வாங்குவது போல உணர்ந்தபடி அமர்ந்து கொண்டான். கடற்காற்று அவன் எண்ணங்களைப் பிய்த்துக் கொண்டு போகும்படி அடித்தது. அவை மனதில் பிய்ந்து சிக்கிப் படபடத்தன.

அதை அவனால் செய்திருக்க முடியாது. முடியுமென்றால் அவளை முதன்முதலில் சந்தித்ததுமே அதைச் செய்திருப்பான்... எளிய ஏழெட்டுச் சொற்கள். ஒருவேளை அதை அவன் முன்கூட்டியே கூட சொல்லி இருக்கலாம். அவள் விலாசத்தைத் தேடிக் கண்டுப்பது ஒன்றும் பெரிய விஷயமே இல்லை. அவன் அவளை மறந்து விட்டிருந்தான். அல்லது அப்படி எண்ணிக் கொண்டிருந்தான். அவளை மீண்டும் சந்திக்க ஒருமுறைகூட முயன்றதில்லை. ஆரம்ப நாட்களில் ஓரிருமுறை அப்படி முயல்வது பற்றி மனக்கனவு கண்டதுண்டு. 'ஏகயாய ராஜகுமாரி' வந்தபோது அவளுக்கு அதைப்பற்றி எழுதுவது பற்றி மிகவும் தீவிரமாகக் கற்பனை செய்தான். பிறகு அவள் விலாசத்தைக் கண்டுபிடித்து தன் பெயர் எழுதாமல் ஒரு கடிதம் போட்டு அந்தப் படம் பற்றித் தெரிவித்து விடுவதாக எண்ணிக் கொண்டான். கடைசியில் எப்படியும் அந்தப் படத்தை அவள் பார்த்துவிடுவாள் என்று சமாதானம் செய்து கொண்டான். அவள் அதைப் பார்த்துவிட்டு விதவிதமாக எதிர்வினை செய்வது பற்றிய அந்தரங்கமான கற்பனைகள் சிலகாலம் இருந்தன. பிறகு வேறு படங்கள், வேறு இடங்கள்.

இப்போதுகூட ஒன்றும் ஆகிவிடவில்லை. அவள் போனால் என்ன? ஸ்டீபனிடம் அவள் விலாசம் இருக்கிறது.

தாட்சாயணியிடம் இருக்கிறது. ஏன் ஓட்டல் பதிவேட்டில் கூட இருக்கிறது. மிகமிக எளிய விஷயம். ஒரு தபால் எழுதினால் தீர்ந்தது. ஆம், தபால்தான் வசதி. போனில் கூப்பிட்டால்கூட பேசமுடியாது போகும். தபாலை நிதானமாக எழுதலாம். ஒவ்வொரு வரியாக, வார்த்தையாக யோசித்து எழுதலாம். அவன் அக்கடித வரிகளை யோசிக்க ஆரம்பித்தான். மணலில் எழுதுவது போல மனதின் அலை வந்து ஒவ்வொரு வரியையும் அழித்துச் சென்றது. மீண்டும் மீண்டும் எழுதினான். அவனுடைய சொற்களை அலையின் நாக்குகள் நக்கி விழுங்கின. நீல நிறமான ஆழத்தில் அவை இறங்கிச் சென்றன. மூன்று பெருங்கடல்கள் மத்தகங்களால் முட்டி அசைவிழந்த உக்கிர அழுத்தத்தில் அவை அழுந்தி சிதைந்து துளியாகி மறைந்தன. சொற்கள் ஒவ்வொன்றாக மறைந்து அழிய அவன் மனம் சொற்களே இல்லாத துல்லியமான வெறுமை ஆயிற்று.

விழித்துக் கொண்டபோது காற்று மட்டும் அலையலையாக அடித்துக்கொண்டிருந்தது. நன்கு விடிந்திருந்தது. ஒளி சீராக எங்கும் பரவியிருந்தது. கடலலைகள் சற்று சாம்பல் நிறத்தில் நுரைநுனியுடன் சுருண்டு வந்து கரைமீது பரவி இழுபட்டன. மணலில் அவன் படுத்திருந்த இடத்தில் உடலின் தடம் மிச்சமிருந்தது. எழுந்து தட்டிவிட்டுக் கைகால்களை உதறிக் கொண்டான். இரவெல்லாமா தூங்கியிருக்கிறோம் என்று வியந்தான். விமலா இந்நேரம் விமானமேறியிருப்பாள். கடற்கரையோரமாக நடந்தான். சிறிதுநேரம் கழித்துத்தான் ஒரு வினோதம் கண்ணில் பட்டது. கடற்கரையில் யாருமே இல்லை. கண்ணுக்கெட்டிய தொலைவுவரை எந்த மனிதச் சாயலும் இல்லை. மனம் அதிர ஒரு வேளை அது வேறு இடமா என்று பார்த்தான். கன்னியாகுமரிதான். காந்தி மண்டபத்தருகே மேலே ஏறினான். மறுபக்கம் தீர்த்தத் துறைகளிலும் யாருமில்லை. கோயில் அருகேயும் யாருமில்லை. என்ன ஆயிற்று? ஏதோ விபரீதமாக நடந்துவிட்டது. எங்கு போனார்கள் அனைவரும்? கோயிலுக்குள் ஏதாவது விசேஷமா? கோயில் முகப்பிலும் உள்முற்றத்திலும் பிராகாரங்களிலும் சுற்று மண்டபங்களிலும்கூட யாருமே இல்லை. மெதுவாகப் பீதி படர்ந்து மனம் திகைக்கத்

தொடங்கியது. உட்பிராகாரத்தில் ஒருவர்கூட இல்லை. கருவறை திறந்து ஒற்றை விளக்கு அசைவற்று எரிந்தது. பூசாரிக்காகத் திரும்பிப் பார்த்தபடி நெருங்கிய பிறகுதான் கருவறையை நன்கு பார்த்தான். ஓசையின்றி வியப்பொலி எழுப்பி பின்னடைந்தான். கருவறை காலியாக இருந்தது. வெறுமையில் வாசலின் ஒளி சரிந்து மயங்கி விழுந்து கிடந்தது. அலறியபடி பின்னால் திரும்பி ஓடி, தூரங்களைக் கடந்து, கோயிலை விட்டு வெளியே பாய்ந்தான். கடைவீதிகள் பொருள்களுடன் கைவிடப்பட்டு கிடந்தன. புழுதியும் குப்பையும் பரவிய தெருக்களும் வீடுகளும் வெறுமையாக விரிந்திருந்தன. எங்கும் மனிதச் சுவடே இல்லை என்பது உறுதி ஆயிற்று. தடையற்றது போல காற்று மட்டும் வீசியது. மூச்சிறைக்க அப்படியே நின்றான். இது கன்னியாகுமரிதானா? கன்னியாகுமரிதான். ஆனால் அவனுடன் சேர்த்து அந்நகரையே கைவிட்டுவிட்டு மற்ற அத்தனை பேரும் சென்றுவிட்டிருந்தார்கள். வெளியேறிவிட வேண்டும் என்ற வேகம் எழுந்தபோதுதான் பாதைகளோ வண்டிகளோ இல்லாமல் அங்கு அகப்பட்டுக் கொண்டுவிட்டதை அறிந்தான்.

❖